AF764866

கிழக்கிந்திய கம்பெனி

உலகின் முதல் கார்ப்பரேட் கம்பெனி

தீர்த்தங்கர் ராய்

சாந்தி நிகேதனில் பள்ளி, கல்லூரிப் படிப்பை முடித்தவர். பொருளாதாரத்தில் முதுகலைப் பட்டமும் முனைவர் பட்டமும் பெற்றவர். இவருடைய முனைவர் பட்ட ஆய்வேடான 'டிரான்சிஷன் இன் இந்தியன் ஹேண்ட்லூம் வீவிங்' சர்வதேச விருது பெற்றது.

தீர்த்தங்கர் ராய் தற்போது, லண்டன் ஸ்கூல் ஆஃப் எகனாமிக்ஸ் அண்ட் பொலிட்டிகல் சயின்ஸில் பொருளாதார வரலாறு பற்றிக் கற்பிக்கிறார். இவர் எழுதிய 'ஹிஸ்டரி ஆஃப் இந்தியா 1857-1947' என்ற புத்தகம் உலக அளவில் இந்தியப் பொருளாதார வரலாறு பற்றிய பார்வையை வெகுவாக மாற்றியமைத்திருக்கிறது.

கிழக்கிந்திய கம்பெனி

உலகின் முதல் கார்ப்பரேட் கம்பெனி

தீர்த்தங்கர் ராய்

தமிழில்: எஸ். கிருஷ்ணன்

அணிந்துரை

குர்சரண் தாஸ்

கிழக்கு

கிழக்கிந்திய கம்பெனி: உலகின் முதல் கார்ப்பரேட் கம்பெனி
Kizhakkindia Company: *Ulagin Mudhal Corporate Company*
Thirthankar Roy ©

© First published in Tamil by *New Horizon Media Private Limited*
in arrangement with *Penguin Books India Private Limited.*
Originally Published in English as *The East India Company: The World's Most Powerful Corporation*

First Edition: November 2015
200 Pages
Printed in India.

ISBN: 978-93-84149-49-9
Title No: Kizhakku 869

Kizhakku Pathippagam
177/103, First Floor,
Ambal's Building, Lloyds Road,
Royapettah, Chennai 600 014.
Ph: +91-44-4200-9603
Email : support@nhm.in
Website : www.nhm.in

Kizhakku Pathippagam is an imprint of New Horizon Media Private Limited.

This book is sold subject to the condition that it shall not, by way of trade or otherwise, be lent, resold, hired out, or otherwise circulated without the publisher's prior written consent in any form of binding or cover other than that in which it is published and without a similar condition including this the rights under copyright reserved above, no part of this publication may be reproduced, stored in or introduced into a retrieval system, or transmitted in any form or by any means (electronic, mechanical, photocopying, recording or otherwise), without the prior written permission of both the copyright owner and the above-mentioned publisher of this book.

உள்ளே

	அணிந்துரை: குர்சரண் தாஸ்	/ 7
	முன்னுரை	/ 25
1.	அறிமுகம்	/ 26
2.	கடல் பயணங்கள்	/ 49
3.	இந்தியாவே இலக்கு	/ 63
4.	மதராஸ், பம்பாய், கல்கத்தா	/ 76
5.	குழப்பத்தினூடே வளர்ச்சி	/ 96
6.	பல உலகங்களுக்கிடையேயான பாலம்	/ 108
7.	கூட்டாளிகளும் முகவர்களும்	/ 126
8.	போரும் கொள்ளையும்	/ 139
9.	இந்தியாவில் ஆட்சியாளராக	/ 163
10.	கிழக்கிந்திய கம்பெனியும் இந்திய வரலாறும்	/ 176
	கால வரிசையிலான நிகழ்வுகள்	/ 188
	ஆதாரங்கள்	/ 193

அணிந்துரை

நவீனத்துக்கு முந்தைய காலகட்டத்தை நவீன காலத்துடன் இணைக்கும் பாலமாகக் கிழக்கிந்திய கம்பெனி திகழ்கிறது. இவ்விரு காலங்களினூடாகப் பயணிக்க விரும்புபவர்களுக்கு தீர்த்தங்கர் ராயின் இந்த நூல் சிறிய, அழகான, ஆணித்தரமான வழிகாட்டியாக விளங்கும். இந்தியத் துணைக்கண்டத்தின் வர்த்தகத்தை வடிவமைத்த வணிக பொருளாதாரக் கருத்தாக்கங்களைப்பற்றி பெங்குவின் பதிப்பகம் ஒரு தொடர் வரிசையை வெளியிடுகிறது. அதன் ஒரு பகுதியே இந்த நூல்.

சமகால முன்னணி எழுத்தாளர்கள் உயிரோட்டத்துடனும், கூர்மை யாகவும், ஆணித்தரமாகவும் இந்தத் தொடரின் மூலம் வணிகப் பொருளாதாரக் கருத்தாக்கங்களை முன்வைக்கிறார்கள். அந்தத் துறைகளில் பரிச்சயம் இல்லாத வாசகர்களுக்கு இது மிகப் பெரிய திறப்பாக அமையும். ஒவ்வொரு சிறிய நூலும், உள்நாட்டுச் சந்தைகளிலும் 5000 மைல் பரப்பளவு கொண்ட கடற்பகுதியைக் கடந்தும் செயல்பட்ட வணிக நிறுவனங்களின் சாகசங்களை விவரிக்கிறது.

ஒவ்வொரு எழுத்தாளரும் கடந்தகால வணிக மற்றும் பொருளாதார நிறுவனங்களைப்பற்றிய உறுதியான கருத்துகளை ஒன்று அல்லது அதற்கு மேற்பட்ட பழங்கால நூல்களை நுணுகி ஆராய்ந்து நமக்குத் தந்திருக்கின்றனர். இன்றைய காலகட்டத்துக்குத் தேவைப்படும் கருத்துகள் என்று சிலவற்றை மட்டும் பட்டியலிட்டுக் கொடுப்பதோடு முடங்கிவிடவில்லை. வாசகர்களிடையே நீண்ட காலப்புரிதலை வளர்ப்பதுதான் நோக்கம். அதுவே நமது தற்போதைய நிலையைப் புரிந்துகொண்டு அதன்மூலம் வருங்காலத்தைப் பற்றிச் சரியான முறையில் சிந்திக்க உதவும். மொத்தத்தில் இந்தத் தொடர், 'அர்த்த' என்று சொல்லப்படுகிற சம்ஸ்கிருதச் சொல்லினுள் பொதிந்துள்ள

நோக்கத்தை, அதாவது, ‘செல்வத்தின் அடிப்படையிலான நல்வாழ்க்கை’ என்ற பண்டைய இந்திய வாழ்வியல் இலக்கைக் கொண்டாடுகிறது.

இந்தத் தொடரில் உள்ள புத்தகங்களின் எல்லைகள் விரிவானவை. பண்டைக்காலப் பொருளாதாரத்தைப் பற்றி 2000 ஆண்டுகளுக்கு முன்னால் எழுதப்பட்ட அர்த்தசாஸ்திரம் பற்றிப் புகழ் பெற்ற தாமஸ் டிரவுட்மன் எழுதிய நூலில் இருந்து இந்தத் தொடர் ஆரம்பிக்கிறது. 1944-45ம் ஆண்டு இந்தியாவின் முக்கியத் தொழிலதிபர்கள் முன்வைத்த ‘பாம்பே பிளான்’ என்ற புத்தகத்துடன் நிறைவடைகிறது. பொருளாதாரத்தில் அரசு மற்றும் தனியார் நிறுவனங்களின் பங்குபற்றிய அது மேதா குடைசியாவால் விறுவிறுப்பாக விவரிக்கப்பட்டிருக்கிறது. இந்த இரண்டு எல்லைக்கு இடையில் கிடைப்பது அருமையான விருந்து.

அர்த்தசாஸ்திரத்தைத் தவிர, பண்டைய மற்றும் இடைக்கால ஆண்டுகளின் தொடக்கத்தைச் சேர்ந்த நான்கு நூல்கள் தொகுப்பில் உள்ளன. கிரிகோரி ஷோபென், மூல ஸர்வாஸ்திவாத-வினயா என்ற புத்தகத்தின் அடிப்படையில் அமைந்த ‘பிசினெஸ் மாடல் ஆஃப் எர்லி புத்திஸ்ட் மொனஸ்டிசிஸ’த்தை விவரிக்கிறார்; கனகலதா முகுந்த், சிலப்பதிகாரம், மணிமேகலை ஆகிய காவியங்களின் மூலம் தமிழ் வர்த்தகர்களின் உலகத்துக்கு நம்மை அழைத்துச் சென்று சோழ சாம்ராஜ்யத்தின் முடிவுவரை விவரிக்கிறார்; குஜராத்தியில் எழுதப் பட்ட சமஸ்கிருத லேகபத்ததி மூலம் ஹிமான்ஷு பிரபா ராய், கர்நாடக மாநிலக் கடற்கரையிலிருந்து குஜராத் கரைவரை உள்ள மேற்கு இந்தியாவின் கடல் வணிகத்தைப்பற்றிக் கூறுகிறார். கதாசரித்சாகராவி லிருந்தும் மற்ற நூல்களிலிருந்தும் எடுக்கப்பட்ட சாகசக் கதைகளான எலி வியாபாரி (The Mouse Merchant) உள்ளிட்ட கதைகளை அர்ஷியா சத்தார் விவரிக்கிறார்.

ஸ்காட் லெவி நம்மை நவீனகாலகட்டத்தின் தொடக்கத்துக்கு அழைத்துச்சென்று மத்திய ஆசியாவில் பார வண்டிகளின் மூலம் வணிகம் செய்த மூல்தானி வர்த்தகர்களின் வரலாற்றைத் தருகிறார். இது ஸியா அல்-தின் பரனியின் தாரிக்-இ-ஃபிருஸ் ஷாஹி என்ற நூலையும் ஜோ-படீஸ்ட் தவேர்நீரின் குறிப்புகளையும் அடிப்படை யாகக் கொண்டது. புகழ்பெற்ற சஞ்சய் சுப்ரமணியமும் முஸாபர் ஆலமும் முகலாயர்களின் இந்தியாவில் இருந்த சுல்தான்கள், கடை உரிமையாளர்கள், பெரு வணிகர்கள் ஆகியோரின் உலகத்துக்கு நம்மை அழைத்துச் செல்கின்றனர். முகலாய சாம்ராஜ்யத்தில் இருந்த சமண வணிகரான பனாரஸிதாஸின் ‘அர்த்தககதானக்’ என்ற நாட்குறிப்புகள்

மூலம் அவருடைய அறம்சார்ந்த தனியுலகத்தைப் பற்றி இஷான் சக்ரவர்த்தி ஆராய்கிறார்.

கிழக்கிந்திய கம்பெனியைப் பற்றிய இந்த நூல் நவீன காலத்துக்கு நம்மை இட்டுச்செல்கிறது. வேறொரு தொகுப்பில் லக்ஷ்மி சுப்ர மணியம் பம்பாயின் மூன்று பெரிய வணிகர்களான தார்வாடி அர்ஜுன்ஜி நாத்ஜி, ஜம்சேட்ஜி ஜீஜீபாய், பிரேம்சந்த் ராய்சாந்த் ஆகியோரின் தீரமிக்க வாழ்க்கையைப்பற்றி விவரிக்கிறார்.

அனுராதா குமார் இந்த விவரங்களுக்குச் சுவைகூட்டும்விதமாக பத்தொன்பதாம் நூற்றாண்டில் இந்தியாவில் ரயில் பாதைகள் அமைக்கப்பட்டவிதத்தை அதில் ஈடுபட்டவர்களின் மூலம் கூறுகிறார். சாயா கோஸ்வாமி இந்தியப் பெருங்கடலினூடே பயணித்து ஸான்ஸிபார், மஸ்கட், மாண்டவி ஆகிய முக்கோண நகரங்களுக்கிடை யேயான கச் நிறுவனங்களைப் பற்றிய கதைகளை அளிக்கிறார். டாம் டிம்பெர்க், துணிச்சலான, அபாயங்களுக்கு அஞ்சாத மார்வாரிகளின் உலகத்தைப் பார்வையிடுகிறார். ராமன் மகாதேவன், நாட்டுக் கோட்டைச் செட்டியார்கள் திரைகடலோடித் திரவியம் தேடியதை விவரிக்கிறார்.

இருபதாம் நூற்றாண்டின் ஆரம்பத்தில் சுதந்தரப் போராட்டத்தில் ஈடுபட்ட தலைவர்கள், செல்வத்தைப்பற்றிக் கொண்டிருந்த மாறு பட்ட நோக்கை மகாத்மா காந்தி, விவேகானந்தர், நேரு, அம்பேத்கார் ஆகியோரின் நூல்கள் மூலம் முன்வைத்து, விக்ரம்ஜித் பானர்ஜி நிறைவு செய்கிறார். இதுபோன்ற தகவல் செறிவுள்ள, மாறுபட்ட நூல்களைப் படிக்கும் பேறு, என்னை இந்திய நாகரிகத்தின் வளர்ச்சியில் வர்த்தக, பொருளாதார நிறுவனங்களின் துடிப்பான பங்கு பற்றி ஆச்சரியம் கொள்ளவைத்தது.

நவீன கார்ப்பரேட் நிறுவனம் : கிழக்கிந்திய கம்பெனியின் குழந்தை

தீர்த்தங்கர் ராயின் அருமையான இந்த நூல் தொட்டுச்செல்லும் பகுதிகளையே நானும் மீண்டும் விளக்க விரும்பவில்லை. கார்ப்பரேட் பாணியில் வணிகத்தை நடத்துவது; உயர்ந்த குணமான நம்பிக்கை மற்றும் வணிக ஒப்பந்தங்களில் அதன் முக்கியத்துவம்; கிழக்கிந்திய கம்பெனியின் ஏகாதிபத்திய மனப்பான்மையின் தீய விளைவுகள்; ஆடம் ஸ்மித்தின் முதலாளித்துவம் பற்றிய அடிப்படை நூலின் உருவாக்கத்தில் அதன் தாக்கம்; சீனாவில் ஓப்பியம் மூலம் கிழக்கிந்திய கம்பெனி வெற்றி அடைந்தவிதம்; இறுதியாக, கிழக்கிந்திய

கம்பெனியின் காலம் கடந்த முக்கியத்துவம் என்ன என கிழக்கிந்திய கம்பெனியின் நீடித்திருக்கும் பாரம்பரியத்தின் சில முக்கியக் கருத்தாக் கங்களைப் பற்றி இந்த அணிந்துரையில் பேச விரும்புகிறேன்.

இன்றைய நவீன கார்ப்பரேட் நிறுவனம் உண்மையிலேயே கிழக்கிந்திய கம்பெனியின் குழந்தைதான். எனவே, தாயின் வெற்றி தோல்விகளைப்பற்றி அறிந்து கொள்வது அவசியம். வர்த்தக அபாயங்களை எப்படி எதிர்கொள்வது, மூலதனத்தை எப்படித் திரட்டுவது, வாடிக்கையாளர்களிடமும் பொருட்களை வழங்குபவர் களிடமும் எவ்வாறு நம்பிக்கையை ஏற்படுத்துவது? பங்குதாரர்களைத் திருப்தி செய்து, சமூகத்தோடு சுமுக உறவை ஏற்படுத்துவது எவ்விதம் என வணிகத்தில் ஈடுபடுவோர் அடிக்கடி எதிர்கொள்ளும் கேள்வி களுக்கான விடைகள் கிழக்கிந்திய கம்பெனியின் அசாதாரணமான வரலாற்றில் அடங்கியுள்ளன.

வணிக நிறுவன வரலாற்றில், பங்குதாரர்களைக்கொண்டு அமைக்கப் பட்ட அல்லது கூட்டு-முதலீடு நிறுவனமாகச் செயல்பட்ட முன்னோடி நிறுவனங்களில் கிழக்கிந்திய கம்பெனியும் ஒன்று. முதலில் உருவான கூட்டு-முதலீடு நிறுவனங்களில் ஒன்று என்ற காரணத்தால், அதிக அளவில் முதலீட்டைத் திரட்டுதல், முன்னெப்போதையும்விட மிகப் பிரமாண்ட அளவில் செயல்படுதல் போன்ற சாதகங்கள் அதற்கு இருந்தன. முன்பெல்லாம் முதலீட்டாளர்களே நிறுவனத்தை நிர்வகித்தும் வந்தனர். முதன் முதலாக நிறுவனத்தை நிர்வகிக்க என்று தனியாக நிபுணர்களை நியமித்ததால், கிழக்கிந்திய கம்பெனியைத் திறம்பட நடத்த முடிந்தது.

ஒரே 'முதலாளி' அல்லது 'கூட்டாளிகள்' நடத்தும் நிறுவனத்தைப் போல் அல்லாமல், இதில் ஏற்படக்கூடிய இழப்புகளின் தாக்கம் மட்டுப்படுத்தப்பட்டிருந்தது. அதனுடைய பங்குதாரர்கள் அவர்கள் அளித்த முதலீட்டின் அளவுக்கு ஏற்ப மட்டுமே அதன் நட்டத்தில் பங்குபெற்றனர். அது சட்டவிதிகளுக்கு உட்பட்டுச் செயல்பட்டதால், அதன் முதலீட்டாளர்களின் விருப்புகளுக்கு அப்பால் தன்னிச்சை யாகவும் பல விஷயங்களைச் செய்யமுடிந்தது. நவீனத்துக்கு முந்தைய காலத்தில் இருந்து நவீன காலத்தை நோக்கிய நகர்வில், மேற்குலகம் பிற பகுதிகளைவிடப் பெரும் முன்னேற்றத்தை அடைந்ததற்குப் பல காரணங்கள் உண்டு. அதில் முக்கியமானது கார்ப்பரேட் முறைப்படி நடத்தப்பட்ட அதன் வணிகம். (அந்தவகையில், இஸ்லாமிய மத்தியக் கிழக்கு நாடுகளின் பின்னடைவுக்கு இந்த கார்ப்பரேட் வணிக அணுகுமுறை இல்லாததே காரணம் என்பதே சில அறிஞர்களின் கருத்து)

கார்ப்பரேட் நிறுவனம் என்ற கருத்தாக்கத்தை ஆங்கிலேயர்கள் ரோமன் சட்டத்திலிருந்து பெற்றனர். குறிப்பாக, சட்டரீதியான அமைப்பு, வரையறுக்கப்பட்ட பொறுப்புகள், மாறுபட்ட பங்கு உரிமை ஆகிய கருத்துகளைச் சொல்லலாம். பதினைந்தாம் நூற்றாண்டில் இத்தாலியர்கள் அவர்களுடைய பெரும் பன்னாட்டு நிறுவனங்களான மெடிசிஸ் ஆஃப் ஃப்ளாரான்ஸ் போன்ற நிறுவனங்களை ஆரம்பித்ததை கார்ப்பரேட் வகை நிறுவனங்களின் முதல் பரிசோதனை முயற்சி என்று சொல்லலாம் (உண்மையில், பொதுமக்களிடமிருந்து திரட்டப்பட்ட கடன்களைக்கொண்டு நிறுவனங்களுக்கு நிதி உதவி அளிப்பது ஜெனோவா நகரத்தில்தான் முதன்முதலில் ஆரம்பிக்கப்பட்டது).

பதினாறாம் நூற்றாண்டு இங்கிலாந்தில் அரசு அனுமதி பெற்ற நிறுவனங்கள் வர்த்தகர்கள், கடலோடிகள், சாகசங்களில் ஈடுபடுவதில் விருப்பமுள்ளோர், அரசியல்வாதிகள் ஆகியோரை ஒருங்கிணைத்து, பொருட்களை வாங்கவும் விற்கவுமான நடவடிக்கைகளை ஒரு குடையின் கீழ் இணைத்தனர். எனினும் வளங்களை ஒன்று திரட்டுவது என்பது, மத்தியகாலங்களிலேயே பழக்கத்தில் இருந்திருக்கிறது. அப்போதைய வர்த்தகக் குழுமங்கள் வர்த்தகத்துக்கான விதிகளை வகுத்ததோடு மட்டுமல்லால், நகர நிர்வாகத்தில் பங்கெடுக்கவும் செய்தன.

அரசு அனுமதி அளிக்கப்பட்ட நிறுவனங்கள், சில சமயங்களில் பல வருடங்கள் பிடிக்கக்கூடிய, நீண்ட தூரக் கடற்பயணங்களுக்குத் துணிந்து கடன் வழங்கின. அவர்களது முதலீட்டுச் செலவுகள் அதிக மானவை; கப்பல்கள் அதிக மதிப்புள்ள ஆடம்பரப் பொருட்களையும் அவற்றுக்கு ஈடாக தங்கத்தையும் வெள்ளியையும் எடுத்துச் சென்றன. ஒரு புயல் வந்தால் அனைத்துமே அழிந்துவிடக்கூடும். அத்தகைய எதிர்பாராத இழப்புகளை எதிர்கொள்ள, பலரைப் பங்குதாரராக இடம்பெறச் செய்ததும் அரசின் ஆதரவைப் பெற்றுக்கொண்டதும் உதவின.

ஆரம்பகட்ட கார்ப்பரேட் பாணி நிறுவனங்களில் ஒன்றான கிழக்கிந்திய கம்பெனி, அடுக்குமுறை நிர்வாக அமைப்பை உருவாக்கியது. அதையே பன்னாட்டு நிறுவனங்கள் இன்றும் பின்பற்றுகின்றன. வணிகரீதியான அதன் வெற்றிக்கு, இக்காலத்தில் இருப்பது போலவே, அதன் தகவல் மேலாண்மை முறை ஒரு காரணம். எழுத்தர்களும் குமாஸ்தாக்களும் அடங்கிய ஒரு படையை வைத்து கிழக்கிந்திய கம்பெனி சந்தைத் தேவைக்கு ஏற்ப உற்பத்தி செய்தது. இன்று விற்பனை நிபுணர்கள், அதிநவீன கணினி மென்பொருட்களை வைத்து அப்பணியைச் செய்கின்றனர். சிறந்த தகவல்கள்கூடக் கடைசியில், ‘சந்தையின்

தேவையைத் துல்லியமாக நாடிபிடித்துப் பார்க்கும்' தன்மையைச் சார்ந்தே உள்ளது.

இன்றைய பன்னாட்டு நிறுவனங்கள் அடிக்கடி எதிர்கொள்ளும் பிரச்னைகளுக்கு இணையானவற்றையே கிழக்கிந்திய கம்பெனியின் இயக்குனர்களும் எதிர்கொண்டனர். உதாரணமாக, தலைமையகத்தின் கட்டுப்பாட்டையும் கிளை அலுவலகங்களின் தன்னிச்சையாகச் செயல்பாட்டையும் எவ்வாறு ஒத்திசைவுடன் கையாளுவது என்ற பிரச்னை அவர்களுக்கும் இருந்தது. இது போன்றவற்றை உள்ளடக்கிய கிழக்கிந்திய கம்பெனியின் நீண்ட பாரம்பரியம் இக்காலத்திய பன்னாட்டு நிறுவனங்களுக்கும் பயன்தரும் வகையில் இருக்கிறது.

கிழக்கிந்திய கம்பெனிக்கும் நவீன கார்ப்பரேட் நிறுவனங்களுக்கும் இடையேயான வேறுபாடு, கிழக்கிந்திய கம்பெனி அரச அங்கீகாரம் பெற்ற ஏகாதிபத்திய நிறுவனம். அரசாரால் சாசனம் அளிக்கப்பட்ட பெருமை உடையது (பின்னாளில் நாடாளுமன்றத்தாலும்). நிறுவனத்தின் தனிப்பட்ட நலனோடு சமூக நலனையும் இலக்காகக் கொண்டு கிழக்கிந்திய கம்பெனி செயல்படவேண்டும் என்று எதிர்பார்க்கப்பட்டது. இன்றைய பிபிசி போன்ற மிகச் சில நிறுவனங்களே அரச சாசன அனுமதியுடன் நடக்கின்றன. எஞ்சியவை எல்லாம் இன்று வழக்கொழிந்துவிட்டன. ஏனெனில், நவீன காலத்தில் ஏகாதிபத்தியத்துக்கு இடமில்லை. இன்றைய ஜனநாயகக் களத்தில், யாரும் ஒரு நிறுவனத்தைத் தொடங்கி பங்குச் சந்தையில் அதைப் பட்டியலிடுவதன் மூலம் தேவையான முதலீட்டைத் திரட்டலாம். அதனுடைய பங்குப் பத்திர விலைகள் சந்தையில் செயல்படும் பல காரணிகளைச் சார்ந்திருக்கும். ஏகாதிபத்திய நிறுவனங்கள் போல் அதிகப் பங்கு விலையைத் தானே தீர்மானிக்கும்வகையில் இருக்காது.

நாளடைவில், பதினெட்டாம் நூற்றாண்டில், அரச அங்கீகாரத்துடனான ஏகபோகம் என்ற கருத்துக்குப் பெரும் எதிர்ப்பு பிரிட்டனில் ஏற்பட்டது. அது தனியார் நலன் சார்ந்த அணுகுமுறைக்கு வழிவகுத்தது. இதற்கு கிழக்கிந்திய கம்பெனியின் தவறான செயல்கள் ஒரு காரணம் என்றாலும், தொழிற்புரட்சியும் ஒரு முக்கிய காரணமே. அதனோடு தொடர்புடைய கடுமையான போட்டித்தன்மையும் புதுமை வேட்கையும் கொண்ட நிறுவனங்களின் தோற்றமும் ஏக போகக் கருத்தாக்கத்தை அடியோடு ஒழித்துவிட்டன. இன்றைய வழக்கத்தில், 'சலுகை முதலாளித்துவம்' (crony capitalism) என்று அழைக்கப்படும் தவறான நிலைக்கு கிழக்கிந்திய கம்பெனி இட்டுச்செல்லப்பட்டது. விரைவில் காலத்துக்கு ஒவ்வாததாக மாறி, 1874ல் அது மறைந்தபோது, அரச சாசனம் அளிக்கப்பட்ட நிறுவனங்களின் சகாப்தமும் அதனோடு முடிவுக்கு வந்தது.

ஆனாலும் ஏகபோகத்தன்மை கொண்ட அரசு நிறுவனங்கள் மறையவில்லை. இருபதாம் நூற்றாண்டில் சோஷலிச காலத்தில் அவை பெரும் வரவேற்பைப் பெற்றிருந்தன. சுதந்திரத்துக்குப் பிறகு வந்த இந்திய அரசு, லைசன்ஸ் ராஜ் என்று அழைக்கப்பட்ட காலகட்ட மான 1956லிருந்து 1981வரை, பொது நிறுவனங்களின் முற்றதி காரத்துக்கு ஆதரவாகவும் தனியார் நிறுவனங்களுக்கு எதிராகவும் இருந்தது. ஐரோப்பாவைப்போல் அரசின் குறுக்கீட்டுக்கு ஏற்பவே இங்கும் வர்த்தகச் செயல்பாடுகள் நடந்தன. அரசு நடத்திய இந்த முற்றதிகார நிறுவனங்கள் ஆடம் ஸ்மித் முன்கூட்டியே சுட்டிக்காட்டிய பிரச்னைகளைச் சந்தித்தன: மோசமான வாடிக்கையாளர் சேவை, அதிகச் செலவினங்கள், குறைந்த லாபம், பணியாளர்களிடையே தார்மிகப் பணி நேர்த்தியின்மை, முதலீட்டுக்கு ஏற்ப உற்பத்தி இல்லாம லிருத்தல், தவறுகளுக்குப் பொறுப்பேற்றுக் கொள்ளாத தன்மை ஆகியவை அதில் அடங்கும்.

ஒப்பந்தங்களைவிட நம்பிக்கையே வணிகத்தின் அடிப்படை

தீர்த்தங்கர் ராய் தரும் சிந்தனையைத் தூண்டக்கூடிய விவரணங்களின் அடிப்படையாக அமைந்திருப்பது நம்பிக்கையெனும் தார்மிகக் கருத்துதான். இந்தியர்களும் கிழக்கிந்திய கம்பெனி வர்த்தகர்களும் ஒருவரையொருவர் விரும்பவில்லையென்றாலும், சுயநலத்தினால் உந்தப்பட்டுத் தங்களுக்குள் நட்புறவை வளர்த்துக்கொண்டனர். அதற்கு அவர்கள் கொடுத்த வாக்கைக் காப்பாற்றுவது அவசியமாக இருந்தது. கிழக்கிந்திய கம்பெனியின் வர்த்தக அளவு அதிகரிக்க ஆரம்பித்ததும், சந்தையில் நடந்த ‘உடனடி கொள்முதலிலிருந்து’, ‘நீண்ட கால ஒப்பந்தங்களின்’ அடிப்படையிலான கொள்முதலுக்கு கிழக்கிந்திய கம்பெனி மாறியது. ஒப்பந்தங்களை அமல்படுத்து வதற்கான நீதிமன்றங்கள் இல்லாத காரணத்தால், இரு தரப்பும் மற்றவரது நேர்மையையே சார்ந்திருந்தன. சில நேரங்களில் நம்பிக்கை மோசடியும் நடந்தது. இங்கு அதிகாரமும் முக்கியமானதாக இருந்தது. சூரத்தின் வர்த்தகர்கள், முகலாய ஆதிக்கம் சூரத்தின் மீது வலுப் பெற்றிருந்தவரையில், தமது நலனை நன்கு பாதுகாத்துக்கொள்ள முடிந்திருந்தது. ஆனால், கிழக்கிந்திய கம்பெனியின் சிறந்த அதிகாரிகள், நீண்ட கால வெற்றி கிடைக்கவேண்டுமென்றால், அதன் பெயரிலும் (தற்காலத்தில் ‘பிராண்ட்’ என்று கூறப்படுவதன் அக்காலத்திய வடிவம்) அது அளிக்கும் நம்பிக்கையிலும் இருக்கிறது என்பதை உணர்ந்தனர்.

அதேபோல், ‘பனியா’ என்று அழைக்கப்பட்ட இந்திய முகவர்கள் தங்கள் மதிப்பை வளர்த்துக்கொண்டு அதன்மூலம், (ஆங்கிலேயருடன்)

தொடர்ந்து வணிகம் செய்யும் வாய்ப்பைப் பெற்றனர். அவற்றில் சிலருடைய நிறுவனங்கள் தலைமுறை தலைமுறையாகத் தொடரும் பெரிய வர்த்தக மையங்களாக மாறின. நிதியுதவி செய்பவர்கள், நம்பிக்கையின் பேரில்தான், ஹுண்டி (மாற்றச் சீட்டு), தொலைதூர நகரத்தில் செல்லுபடியாகக் கூடிய கடன் பத்திரம் ஆகிய ஆவணங்களின் பேரில் அதிக அளவு பணமாற்றங்களைச் செய்தனர். ஆரம்பத்தில் கூட்டுக் குடும்பத்தினர் மீதோ சாதிகளின் உட்பிரிவினர் மீதோ நம்பிக்கை வைத்து வர்த்தகம் தொடங்கப்பட்டது. வர்த்தகம் வளர வளர, தவிர்க்க முடியாமல் அந்நியர்கள் மீதும் நம்பிக்கை வைத்துச் செயல்படும் சூழல் உருவாகிறது. வர்த்தகத்தைப் பொறுத்த வரை வெளியாட்களிடம், முக்கியமாக வெளிநாட்டினரிடம் பரிமாற்றங்கள் மேற்கொள்ள வேண்டியிருக்கிறது. இப்படியாக அடிக்கடி மேற்கொள்ளப்படும் வர்த்தகத் தொடர்புகள் காலப்போக்கில் நம்பிக்கையை வளர்த்து, கூட்டுத்தொழிலுக்கு இட்டுச் சென்றன.

கிழக்கிந்திய கம்பெனியின் கார்ப்பரேட் அமைப்பும் நம்பிக்கையை அதிகரிக்க உதவியது. வாடிக்கையாளர்களும் பொருட்களை வழங்கு வோரும் தாங்கள் தனிநபர் விருப்பு வெறுப்பின் அடிப்படையில் செயல்படாத ஒரு நிறுவனத்துடன் தொடர்பு கொண்டுள்ளோம் என்பதைப் புரிந்துவைத்திருந்தனர். அந்த நிறுவனத்தில் சேர விரும்பிய வர்கள், தாங்கள் தொழில்முறை நிபுணர்கள் நிறைந்த நிறுவனத்தில் சேருகிறோம்; தனி மனிதராலோ குடும்பத்தாலோ இயக்கப்படும் நிறுவனத்தில் அல்ல என்று நினைத்தனர். பங்குதாரர்களைப் பொறுத்த வரையில், கூட்டு-முதலீடு நிறுவனத்தில் தங்களின் இழப்பு மட்டுப் படுத்தப்பட்டுள்ளது என்ற நம்பிக்கை அவர்களுக்கு இருந்தது.

அரசியல் பலமும் படைபலமும் கிழக்கிந்திய கம்பெனியின் நீண்ட நாள் வெற்றிக்குக் காரணங்களாக இருந்தாலும், வாடிக்கையாளர்கள், பொருட்களை வழங்குவோர், பங்குதாரர்கள் ஆகியோர் அதன் பெயரில் வைத்திருந்த நம்பிக்கையால்தான் அது கிட்டத்தட்ட இரண்டு நூற்றாண்டுகள் வெற்றிகரமாக நீடித்திருந்தது.

தீர்த்தங்கர் ராய் இந்தியர்களும் ஐரோப்பியர்களும் நண்பர்கள் ஆகிவிட வில்லை என்பதை நினைவுறுத்துகிறார். அந்தவகையில் அவர்களின் வணிக உறவுகள், நட்பைவிட அதிகமாக பரஸ்பர நம்பிக்கையையே சார்ந்திருந்தது. ஆனால், நட்புறவு கூடுதல் பயனைத் தந்தது என்பது உண்மை. 1920லும் 1930லும் பழைய பிரிட்டிஷ் நிறுவனங்களின் வீழ்ச்சிக்கும் பன்னாட்டு நிறுவனங்களின் வளர்ச்சிக்கும் எது காரணம் என்று மரியா மிஸ்ரா ஒரு விஷயம் சொன்னார். அதாவது, இந்தியர் களுடன் நட்புணர்வுடன் தங்களைத் தொடர்புபடுத்திக்கொள்ளும்

திறமை பன்னாட்டு நிறுவனங்களிடம் இருந்தது; அந்த மனோபாவம் பிரிட்டிஷ் நிறுவனத்தினரிடம் இல்லை என்றார்.

கிழக்கிந்திய கம்பெனியின் அரசியல் அதிகாரம் அதிகரித்தபோது, ஆங்கிலேயர்கள் தாம் ஆட்சிபுரிந்த பகுதிகளில் வணிக ஒப்பந்தங்களை அமல்படுத்துவதற்காக நீதிமன்றங்களை உருவாக்கினார்கள். வணிக ஒப்பந்தங்கள் நீதிமன்றங்களாலும் காவல்துறையாலும் அமல்படுத்தப் படும் என்று வணிகத்தில் ஈடுபட்டவர்கள் உணரத்தொடங்கினர். அப்படியாக வர்த்தக நடவடிக்கைகளில் ஒருவித உத்தரவாதம் அதிகரித்தது. பம்பாய், கல்கத்தா, மதராஸ் போன்ற நகரங்களின் வெற்றிக்கு இது ஒரு முக்கியக் காரணம். வணிகர்களும் வங்கியாளர் களும் வணிகரீதியான பல காரணங்களால் இந்த நகரங்களை நோக்கிப் படையெடுத்தனர். இந்நகரங்களில் வணிகச் சட்டங்கள் அமல்படுத்தப் பட்டது அதில் குறிப்பிடத்தக்க காரணம்.

கிழக்கிந்திய கம்பெனி இங்கு வருவதற்கு முன் இந்திய நிறுவனங் களைப் பற்றிய ஆவணங்கள் எதுவும் இல்லை. எனவே, நவீன காலத்துக்கு முன் பண்டைய ஒப்பந்தங்கள் எவ்வாறு அமல்படுத்தப் பட்டன என்பதைத் தெரிந்துகொள்வது கடினம். ராயின் கூற்றுப்படி பண்டைய ஒப்பந்தங்கள் கடன் வசூலிப்பதற்காக ஏற்பட்டவையே தவிர விற்பனை விதிகளை அமல்படுத்த அல்ல.

தர்மசாஸ்திரம் 'வியவஹாரா' என்ற நடவடிக்கைகளைப் பற்றிய பகுதியையும் 'விவாதா' என்ற தகராறுகளைப் பற்றிய பகுதியையும் கொண்டிருப்பதால், வணிக ஒப்பந்தம் தொடர்பான நீதிமன்றங்கள் இருந்திருக்கலாம் என்று தெரிகிறது. அவற்றில், பொருட்களுக்குத் தரவேண்டிய பணம், கூட்டாளிகளுக்கு இடையில் ஏற்படும் கருத்து வேறுபாடுகள், ஊதியத்தைப் பொருட்டு ஏற்படும் தகராறுகள் ஆகியவை தொடர்பான வழக்குகள் இடம்பெற்றிருக்கவேண்டும். இருப்பினும், வர்த்தக நீதிமன்றங்கள் இருந்ததற்கான ஆவணங்கள் இருக்கின்றன. நகர் சேத் போன்ற தலைமை வர்த்தகர்கள் இந்தியாவில் பல பகுதிகளிலும் இருந்ததற்கான ஆவணங்களும் உண்டு.

இங்கு நான் குறிப்பிட வந்தது என்னவென்றால், வணிக ஒப்பந்தங் களும் நீதிமன்றங்களும் இருந்தாலும், வணிக நடவடிக்கைகள் இப்போதும் சரி அப்போதும் சரி, மனிதர்களிடையே இருந்த பரஸ்பர நம்பிக்கையின் பேரில்தான் நடைபெற்றன. 'மாரல் பேசிஸ் ஆஃப் எ பேக்வேர்ட் சொஸைட்டி' என்ற நூலில் எட்வர்ட் பேன்பீல்ட் இக்கருத்தைச் சித்திரிக்கிறார். தெற்கு இத்தாலியின் தோல்விக்குக் குடும்பத்துக்கு வெளியில் யாரிடத்திலும் நம்பிக்கைகொள்ளாமல் இருந்ததே காரணம். அதே சமயம் வட இத்தாலியில் குடும்ப

உறுப்பினர் அல்லாதவரிடம் இருந்த அதிக அளவு நம்பிக்கை அதை வளம் மிக்கதாக ஆக்கியது என்பதையும் சுட்டிக்காட்டுகிறார். சட்ட ரீதியான ஒப்பந்தம் என்பது கடைசிப் புகலிடம். இந்த நிலை எப்போதும், இப்போதும் உள்ளது. இருபத்தோராம் நூற்றாண்டின் வளம் மிக்க உலகப் பொருளாதாரத்திலும், நம்பிக்கையின் பேரில்தான் பலகோடி டாலர்கள் பரிவர்த்தனை செய்யப்படுகின்றன.

ஏக போகமும் கார்ப்பரேட்களின் நிர்வாகமும் ஆடம் ஸ்மித்தும்

கிழக்கிந்திய கம்பெனியின் ஏகபோகம் மேல் ஆடம் ஸ்மித் கொண்ட வெறுப்பு, ஸ்காட்லாந்தைச் சேர்ந்த அந்தத் தத்துவ அறிஞரை, முதலாளித்துவத்தின் அடிப்படை நூலான, நாடுகளின் செல்வத்தின் இயல்புகள், காரணங்கள் குறித்த ஓர் ஆய்வு (An Enquiry into the Nature and Causes of the Wealth of Nations) என்ற அருமையான புத்தகத்தை எழுத வைத்தது. 1776ல் ஸ்மித் அதைப் பதிப்பித்தபோது, கிழக்கிந்திய கம்பெனி எட்மண்ட் பர்க், ஷெரிடன், நார்த் பிரபு ஆகியவர்களாலும் பல நாடாளுமன்ற உறுப்பினர்களாலும் தாக்குதலுக்கு உள்ளாகியிருந்தது.

அந்தப் புத்தகத்தில் நுகர்வோர், பொருட்களை வழங்குவோர், பணியாளர்கள், சமூகத்திலுள்ளோர் என எல்லோருக்கும் ஏகபோகம் தீமையே செய்யும் என்று கூறுகிறார் ஸ்மித். சந்தையின் அடிப்படையையே அது குலைக்கவல்லது என்றும் தனிநபர்களின் சுயநலமிக்க நடத்தையை ஒழுங்குபடுத்தவும் சீராக்கவும் போட்டி அவசியம் என்றும் சொல்கிறார். 'இயற்கையான சுதந்திரத்தைக் கொண்ட தெளிவான எளிய அமைப்பு' ஒன்றுக்குச் சாதகமாக நாடுகளின் செல்வம் என்ற நூலில் தனது கருத்துகளைத் தெரிவித்த அவர், மனிதர்கள் சுயநலமாகச் செயல்படுவதை 'கண்ணுக்குத் தெரியாத ஒரு கரம்' ஒழுங்குபடுத்தி ஒட்டுமொத்த சமூகத்தையும் நன்மையடையச்செய்து வாழ்வின் தரத்தை உயர்த்தும் என்று கூறுகிறார்.

கிழக்கிந்திய கம்பெனியின் ஏகபோகநிலை 'நுகர்வோருக்கும் உற்பத்தி செய்வோருக்கும் துன்பத்தைக் கொடுத்தது' என்று ஆடம் ஸ்மித் கூறினாலும், உண்மையில் கிழக்கிந்திய கம்பெனி அதன் பணியாளர்கள் ஈடுபட்ட தனி வர்த்தகத்திலிருந்து கடும் போட்டியைச் சந்திக்க வேண்டியிருந்தது. அதன் பணியாளர்களுக்கான ஊதிய அமைப்பிலிருந்த சில குறைகளால் பலர் தனியாக வர்த்தகத்தில் ஈடுபட்டு அதன் மூலம் பெரும் செல்வமும் திரட்டினர். இன்றைய கார்ப்பரேட் அதிகாரிகள் செல்வந்தர்களாக ஆனாலும் (உ.ம். பங்குகள் ஒதுக்கப்படுவதன் மூலம்), எந்த நிறுவனமும் அவர்களைத் தங்களோடு போட்டியிட அனுமதிப்பதில்லை.

அக்காலத்திலும், கிழக்கிந்திய கம்பெனி இதை அடிக்கடி தடை செய்துவந்தது. அதன் திறமையான ஊழியர்களான ஆக்சென்டன், ஆங்கியர், டே, யேல் ஆகியோரைத் தனி வர்த்தகத்தில் ஈடுபட்டதற் காகத் தண்டிக்கவும் செய்தது. இதில் பெரும் செல்வத்தோடு நாடு திரும்பிய தாமஸ் பிட் என்பவர்தான் பணியாளராக இருந்து போட்டி யாளராக மாறியவர்களில் மோசமானவர் என்று ராய் சொல்கிறார். அவர் கொண்டுவந்த செல்வத்தில், உலகின் ஆகப்பெரிய வைரங்களில் ஒன்றும் இருந்தது. பின்னாளில் மேரி அன்டாய்னெட்டின் மகுடத்தையும் நெப்போலியனின் வாளையும் அது அலங்கரித்தது. பிட் நாடாளுமன்ற உறுப்பினராகி, கிழக்கிந்திய கம்பெனியின் ஏகபோகத்தை எதிர்த்தது தனிக்கதை!

ஆயினும் ஆடம் ஸ்மித் வேறு ஒரு பலவீனத்தைக் கண்டறிந்தார். கிழக்கிந்திய கம்பெனியின் பணியாளர்கள் தனி வர்த்தகத்தில் ஈடுபட்ட விவகாரம், கூட்டு முதலீடு நிறுவனத்தில் உரிமையாளர்களும் நிர்வாகமும் வெவ்வேறாக இருந்ததால் ஏற்பட்ட ஒரு அடிப்படைக் குறையைச் சுட்டிக்காட்டியது. பணியாளர்கள் நிறுவனத்தைத் தங்கள் நலனுக்காகப் பயன்படுத்த முனைவார்களே தவிர, பங்குதாரர்களின் நலனைப்பற்றி உரிமையாளருக்குரிய விழிப்போடும் ஆர்வத்தோடும் கவலைகொள்ளமாட்டார்கள் என்றார். அதனால் எப்போதும் கவனக்குறைவும் ஊதாரித்தனமும் நிர்வாகத்தில் நிறைந்திருக்கும் என்றும் எச்சரித்தார் ஆடம் ஸ்மித். அவருடைய எச்சரிக்கை மிகவும் துல்லியமான தொலை நோக்குப் பார்வையாக இருந்தது. இன்றைக்கும் நிறுவனங்களில் தணிக்கைக் குழுவினர், நிர்வாகிகள் எந்த அளவுக்குப் பங்குதாரர்களின் நலனுக்காகப் பொறுப்பேற்றுக்கொண்டு செயல்படு கின்றனர் என்பதைப்பற்றி வாதங்களில் ஈடுபடுகிறார்கள்.

நிர்வாகிகளும் உரிமையாளர்களும் வெவ்வேறாக இருப்பதால் சில நன்மைகள் விளைகின்றன: பல்வேறு முதலீட்டாளர்களிடமிருந்து மூலதனத்தைத் திரட்ட உதவுகிறது. வாரிசுரிமையைப் பேணும் உரிமையாளர்களின் தகுதி இல்லாத மகன்(ள்)களிடமிருந்து நிறுவனங் களைத் தொழில்முறை நிர்வாகிகளை நியமிப்பதன்மூலம் காப்பாற்ற முடிகிறது. இது போன்ற பல நல்ல விஷயங்கள் இருந்தாலும், பங்குதாரர்களின் வரையறுக்கப்பட்ட கடன்சுமையானது ஒருவித அலட்சியத்தை உருவாக்குகிறது. அதனால், நிர்வாகிகள் நிதிகளை முறைகேடாகப் பயன்படுத்தும் அபாயம் இருக்கிறது. நிர்வாகத்தின் திறன் இன்று அதிகம் உயர்ந்துவிட்டாலும், கிழக்கிந்திய கம்பெனியின் நிர்வாகிகள் பதினெட்டாம் நூற்றாண்டில் செய்ததைப்போல், சில கார்ப்பரேட் நிர்வாகிகள் நிறுவனங்களைத் தங்கள் சொந்த நலனுக்காகப் பயன்படுத்தும் அபாயம் இன்றும் நீடிக்கிறது.

கிழக்கிந்திய கம்பெனியின் ஏகபோகத்துக்கு எதிரான போராட்டம் நாளுக்கு நாள் வலுவடைந்தது, அந்தப் போராட்டங்களில் ஆடம் ஸ்மித்தின் கருத்துகள் குறிப்பிடப்பட்டன. முகலாயப் பேரரசரிடமிருந்து வங்காள சமஸ்தானத்தை கிழக்கிந்திய கம்பெனி கையகப் படுத்திய செய்தி எட்டியவுடன், ஏப்ரல் 1776-ல் லண்டன் நிதிச் சந்தையில் கிழக்கிந்திய கம்பெனியின் பங்குகளின் விலை வேகமாக அதிகரித்தது. ஆனால், அந்த 'வங்காள நீர்க்குமிழி' கிழக்கிந்திய கம்பெனியின் தவறான நிர்வாகத்தைப் பற்றி வந்த செய்திகளால் சீக்கிரமே உடைந்தது. நாடாளுமன்றத்தின் பல உறுப்பினர்கள், பங்குதாரர்களாகவும் இருந்தனர். எனவே பங்குகளின் விலை வீழ்ச்சி அடைந்ததும் அவர்கள் ஆத்திரமடைந்தனர். கிழக்கிந்திய கம்பெனியின் ஏக போகத்துக்கு எதிர்ப்புக் கிளம்பியதும், 1770களில், 1780களில், 1790களில் சீர்திருத்தங்கள் செய்யப்பட்டு, கிழக்கிந்திய கம்பெனியின் தன்னிச்சையாக வணிகம் செய்யும் தன்மை குறைக்கப் பட்டு, ஏக போகம் கட்டுக்குள் கொண்டுவரப்பட்டது.

பத்தொன்பதாம் நூற்றாண்டின் முதற்பகுதியில், ஒரு வணிக நிறுவனமாக கிழக்கிந்திய கம்பெனி வீழ்ச்சியடைய ஆரம்பித்தது. அது நாடாளுமன்றத்துடன் அரசியல்ரீதியாக மோதலில் ஈடுபட்டது ஒரு காரணம். மேலும் பிரிட்டனில் நடைபெற்ற தொழிற்புரட்சி வர்த்தகத்தின் அமைப்பைப் பெருமளவு மாற்றியமைத்தது. அது கிழக்கிந்திய கம்பெனியைப் பெரிதும் பாதித்தது. இங்கிலாந்தின் நுகர்வோர் அந்நாட்டில் தயாரிக்கப்பட்ட மலிவு விலை ஆடைகளால் திருப்தியடைந்தனர். இந்திய ஆடைகளுக்கு இருந்த கிராக்கி குறைந்து போனது. இந்திய நெசவாளிகளால் இயந்திரம் மூலம் தயாரிக்கப்படும் ஆடைகளுடன் போட்டியிட முடியவில்லை. சீனாவில் அதிகரித்து வந்த தேநீர் மற்றும் ஓப்பியம் வர்த்தகம் மட்டும் கைகொடுக்கவில்லையெனில், கிழக்கிந்திய கம்பெனி அழிந்தே போயிருக்கும். வணிக ரீதியான அதன் முக்கியத்துவம் இந்தியாவில் 1820க்குப் பிறகு குறைய ஆரம்பித்து, பிரிட்டிஷ் அரசு 1857ல் தனது நேரடியான ஆட்சியை நிறுவும்வரை அது அரசியல் நிர்வாகத்தை மட்டுமே கவனித்து வந்தது.

கிழக்கிந்திய கம்பெனியின் இரண்டாவது வெற்றி

கிழக்கிந்திய கம்பெனிக்கு அடுத்த வெற்றி சீனாவில் காத்திருந்தது. ராயின் புத்தகம் இந்தியாவைப்பற்றி மட்டும் பேசுவதால், கிழக்கிந்திய கம்பெனியின் சீன ஆளுமையைப்பற்றிய சில செய்திகளை உங்களுக்குத் தருகிறேன். பிரிட்டிஷ் நாடாளுமன்றம் நிறைவேற்றிய வில்லியம் பிட்டின் மட்டுப்படுத்தும் சட்டத்தின் (1784) கீழ் தேயிலைக்கான கட்டுப்பாடுகள் தளர்த்தப்பட்டு, தேயிலை கடத்தல் பெருமளவு

குறைந்தது. அதைத் தொடர்ந்து ஆங்கிலேயர்களுக்கு சீனத் தேநீரின் மீதான விருப்பம் அதிகரித்தது. தேநீரின் நுகர்வு அதிகரித்து, 1833ல் கிழக்கிந்திய கம்பெனிக்கு தேயிலை வர்த்தகம் மூலமான லாபம் வருடத்துக்கு ஒரு மில்லியன் பவுண்ட்களாக இருந்தது. முதலில் வெள்ளியைக்கொண்டு நிதியுதவி செய்யப்பட்ட இந்த வர்த்தகம், பின்னர் ஓப்பியத்தின் மூலம் நிதியுதவி செய்யப்பட்டது.

க்யுங் பரம்பரை ஆண்டுகொண்டிருந்த சீனப் பேரரசு வெளி நாட்டவர்களை வெறுத்தது. ஐரோப்பியர்களோடு வர்த்தகம் செய்தால் அவர்களைச் சமமாக நடத்தியதுபோல் ஆகிவிடும் என்று, தங்களை மேலானவர்களாகக் கருதிக்கொண்ட அந்த அரசு எண்ணியது. கிழக்கிந்திய கம்பெனியின் விடாமுயற்சியின் விளைவாக, பேர்ள் நதியின் கரையோர நகரமான கண்டோனில் தற்காலிக வர்த்தக மையம் ஒன்று அமைக்கப்பட்டது. கிழக்கிந்திய கம்பெனி அங்கு சீன வர்த்தகர் களின் குழுவான, சோ ஹாங் குழுவின் போட்டியை எதிர்கொள்ள நேரிட்டு, அவர்களால் தொடர் அவமானங்களைச் சந்தித்தது. தேயிலை பெருமளவு கிடைக்கும் ஒரே இடம் சீனாவாதலால், திமிர் பிடித்த ஏகபோக நிறுவனங்களும் அதற்கு அடிபணிய வேண்டியிருந்தது. நாளடைவில் இரு ஏக போக சக்திகளும் நெருங்கிவந்தன. ஒரு கட்டத்தில், சோ ஹாங், லண்டனில் தரக்கட்டுப்பாடுகளை அடையத் தவறிய தேநீர் பெட்டிகளை கிழக்கிந்திய கம்பெனியின் வாய்மூலமான உறுதிமொழியை வைத்தே திரும்பப் பெற்றுக்கொண்டது.

கிழக்கிந்திய கம்பெனியின் கண்டோன் பண்டகசாலையின் வழியாகப் பல மில்லியன் பவுண்டுகள் தேயிலை ஏற்றுமதியாக ஆரம்பித்தது. போஹீ, காங்கோ, சௌசோன், பீக்கோ என்ற நான்குவகை கறுப்புத் தேயிலையும், சிங்லோ, ஹெய்சன், பிங்என்ற மூன்றுவகைப் பச்சைத் தேயிலையும் புகழ் பெற்று விளங்கின. கிழக்கிந்திய கம்பெனியின் கப்பல்களில் இந்தத் தேயிலை பிரிட்டனுக்கும் மற்ற நாடுகளுக்கும் மேற்கு நோக்கிப் பிரயாணம் செய்தது. கப்பல்கள் திரும்ப வரும்போது, தேயிலைக்கு ஈடாகக் கொடுப்பதற்கு வெள்ளியைச் சுமந்து வந்தன. வெள்ளியின் அதிக அளவு ஏற்றுமதி, பிரிட்டனின் வர்த்தக சமநிலையைப் பாதித்தது.

இந்திய வர்த்தகத்தைப் பொறுத்தவரை இதற்கான தீர்வு க்ளைவிடமும் பின்னால் வந்த தொழிற்புரட்சியிடமும் இருந்தது. ஆனால் சீனாவில் கிழக்கிந்திய கம்பெனி போதைப் பொருள் விற்பனையில் இறங்கி, 'தரமான' பாட்னா ஓப்பியத்தை விற்பனை செய்து, வெள்ளியின் ஏற்றுமதியைத் தடுத்து நிறுத்தியது. பீகாரிலும் வங்காளத்திலும் இருந்த விவசாயிகளை ஓப்பியம் பயிரிடுமாறு கிழக்கிந்திய கம்பெனி

வற்புறுத்தி, மூன்றாம் நபர்களின் மூலம் கிழக்கிந்திய கம்பெனியின் முத்திரை பதிக்கப்பட்ட பெட்டிகளில் சீனாவுக்கு ஓப்பியத்தைக் கடத்தியது.

சீனாவில் ஓப்பியம் சட்டத்துக்குப் புறம்பானது. எனவே, கிழக்கிந்திய கம்பெனியின் கப்பல்கள் அதை எடுத்துச் செல்ல முடியாது. எனவே கல்கத்தாவில் அது ஏலம் விடப்பட்டு அங்கிருந்து சீனா கொண்டு செல்லப்பட்டது. தனிப்பட்ட முகவர்களான ஜார்டின் மாத்சன், டெண்ட் & கம்பெனி ஆகியோர்கள் மூலம் சீனாவுக்குக் கடத்தப்பட்ட ஓப்பியம், சீனச் சுங்கத்துறைக்கு அவர்கள் லஞ்சம் கொடுத்திருந்த காரணத்தால் எந்தவிதத் தடையுமில்லாமல் சீனாவுக்குள் அனுமதிக்கப் பட்டது. கடத்தப்பட்ட இப்பொருளை விற்ற பணம் கிழக்கிந்திய கம்பெனியின் காண்டோன் தொழிற்கூடத்தில் சேர்க்கப்பட்டது. 1825ல் சீனாவின் தேயிலை வாங்கச் செலவிடப்பட்ட பணம் முழுவதும் ஓப்பியம் விற்பனையின் மூலம் ஈடுகட்டப்பட்டது.

கஞ்சா செடி பயிரிடுவது பெருமளவில் லாபம் தந்ததால், மத்திய மற்றும் மேற்கு இந்தியாவில் அதன் உற்பத்தி அதிகரித்தது. குறிப்பாக மராத்திய மால்வா பிரதேசத்தில் அதிகம் பயிரிடப்பட்டு, பம்பாய் மூலம் மகாவுக்கு (Macau) ஏற்றுமதி செய்யப்பட்டது. மராத்தியர் களுடனான போர்களுக்கு இருந்த பல காரணங்களில் ஓப்பிய வர்த்தகம் மீதான ஆதிக்கப்போட்டியும் ஒரு காரணமாக இருந்தது. 1838ல் ஓப்பிய வர்த்தகம் உச்சத்தை அடைந்து ஒரு வருடத்துக்கு 1400 டன்கள் என்ற அளவை எட்டியதும், சீனா ஓப்பியம் கடத்தலுக்கு மரணதண்டனை விதித்தது. கடத்தலைத் தடுக்கச் சிறப்பு அரசு ஆணையாளராக லின் செக்சூவை நியமித்தது. இது சீனாவுக்கும் பிரிட்டனுக்கும் இடையே யான முதலாம் ஓப்பியம் போருக்கு (1839 -42) இட்டுச்சென்றது. இப்போரில் தோற்ற சீனா, நான்கிங் ஒப்பந்தத்தின் படி ஹாங்காங்கை பிரிட்டனுக்கு அளித்தது. இரண்டாவது ஓப்பியம் போரில், 1856லிருந்து 1860வரை பிரிட்டனும் ஃப்ரான்ஸும் சீனாவுக்கு எதிராகப் போரிட்டன. இதிலும் சீனா தோல்வியைத் தழுவியது.

இறுதியில், ஓப்பியம் வர்த்தகத்தின் மூலம் சீனா பெரும் பாதிப்பை அடைந்தது. கிடைத்த செய்திகளின் படி, 1870ல் சீனாவில் 27 சதவிகிதம் ஆண்கள் போதைக்கு அடிமையாக இருந்தனர். 1905ல் ஐந்தில் ஒரு ஆண், சீனாவில் ஓப்பியம் புகைப்பவராக இருந்தார். அவமானகரமான நூற்றாண்டு என்று சீனரால் வர்ணிக்கப்பட்ட பத்தொன்பதாம் நூற்றாண்டில் லட்சக்கணக்கானோர் இப்பழக்கத்துக்கு அடிமையாகித் தங்கள் உயிரையும் இழந்தனர். 1907ல் தான் பிரிட்டிஷ் இந்தியாவில் இருந்து ஓப்பிய ஏற்றுமதியை நிறுத்த பிரிட்டன் சம்மதித்தது. பீஹாரில்

அதன் உற்பத்தி 1911ல் நிறுத்தப்பட்டது. மாவோவின் 1948 புரட்சியின் மூலம், சீனா அதன் ஓப்பிய போதைப் பழக்கத்திலிருந்து மீட்கப்பட்டது.

கிழக்கிந்திய கம்பெனியாக இருப்பதின் முக்கியத்துவம்

ஆங்கில வரலாற்றாய்வாளரும், கட்டுரையாளரும், அரசியல்வாதியு மான தாமஸ் பெபிங்க்டன் மெக்காலே, கிழக்கிந்திய கம்பெனியை உலகின் 'தலைசிறந்த நிறுவனம்' என்று அறிவித்தார். இன்று அந்த வார்த்தைகளை நாம் பயன்படுத்தமாட்டோம். அரசு சாசனம் அளிக்கப்பட்ட ஏகபோக நிறுவனமாக அது இருந்த வர்த்தகக் கால கட்டத்திலிருந்து நவீன நிறுவனமாக மாற்றமடைந்த தொழிற்புரட்சி காலம்வரை, சுமார் 275 ஆண்டு வாழ்க்கையில் உலகின் 'சக்தி வாய்ந்த நிறுவனம்' என்று வேண்டுமானால் அதைக் கூறலாம். அதிகச் செல்வத்தை உருவாக்கினாலும் அதே அளவு சேதத்தையும் விளைவித்த அதன் அவல நிலையைப் பற்றியும் நாம் சிந்திக்க வேண்டும். கிழக்கிந்திய கம்பெனியின் வரலாறு, ஏக போகத்தின் அபாயங்களைப் பற்றி எச்சரிக்கும் கதை மட்டுமல்ல, நமது நவீன உலகத்தின் பல நிறுவனங்களுக்கு முன்னோடியாக இருந்த, ஓர் உத்வேகம் அளிக்கும் நிறுவனத்தின் கதையும் கூட.

தீர்த்தங்கர் ராய் சொல்வதுபோல், நல்லவேளையாக இன்று கார்ப்பரேட் நிறுவனங்கள் நாடுகளைத் தாக்கி அடிமைப்படுத்துவது இல்லை. போர்ச்சுகீசிய கடற்படையை 1612ல் சூரத்தின் கரையருகே கிழக்கிந்திய கம்பெனி வெற்றிகொண்டு முகலாய அரசரிடம் வர்த்தக உரிமையை வாங்கிய காலத்திலிருந்து விலகி வெகுதூரம் வந்து விட்டோம். பாதுகாப்பு முக்கியப் பிரச்னையாக இருந்தாலும், சட்டபூர்வமான நிறுவனங்கள் எதுவும் தனிப்பட்ட ராணுவத்தை வைத்துக்கொள்வதில்லை. போதைப் பொருட்கள் விற்பதைப் பற்றியும் அவை சிந்திப்பதில்லை. கிழக்கிந்திய கம்பெனி வன் முறையிலும், போதைப் பொருள் விற்பனையிலும் ஈடுபட்டது. உரிமங் களைப் பெறவும் மற்ற உதவிகளுக்காகவும் நாடாளுமன்ற உறுப்பினர் களுக்கும் உயர் அதிகாரிகளுக்கும் லஞ்சம் கொடுத்தது. இவை யெல்லாம் அதன் இருண்ட பக்கங்கள்.

ஆனால், ஒரு நிறுவனமாக அதன் பங்களிப்பு குறிப்பிடத்தக்கது. கூட்டு முதலீட்டு பாணி தொழில் புரட்சி மற்றும் அதற்குப் பின்னுள்ள காலத்திலும் இன்னும் உயிர்ப்புடன் இருக்கிறது. அதேபோல்தான் மேல்-கீழ் அடுக்குகளைக் கொண்ட முறையிலான நிர்வாகமும் தொடர்ந்து வருகிறது. பணியாளர்களுக்கு வெகுமதி அளிப்பதிலும் உந்துதல் அளிப்பதிலும், திறமையானவர்களுக்குத் தொழில் வசதி

தரும் சூழலை ஏற்படுத்தியதிலும் கிழக்கிந்திய கம்பெனியின் பங்கு முக்கியமானது. கீழான நிலையிலிருந்து உயர்ந்து, அசாதாரணமான, வீரம் நிறைந்த செயல்களை ஆயிரக்கணக்கான மைல்களுக்கு அப்பால் நிகழ்த்திய ஆக்சென்டன், ஆங்கியர், சார்னாக் போன்ற திறமையான இளைஞர்களின் சிலிர்ப்பூட்டும் கதைகளை ராய் விவரிக்கிறார்.

திறமையான, விசுவாசமிக்க ஆளுமைகளைத் தலைமுறை தலை முறையாக கிழக்கிந்திய கம்பெனி உருவாக்கியதென்பது வெறும் விபத்தல்ல. ஆடம் ஸ்மித் உரிமையாளர்கள் வேறாகவும் நிர்வாகிகள் வேறாகவும் இருப்பதால் உண்டாகும் தீமைகளைப்பற்றிக் குறை கூறினாலும், கிழக்கிந்திய கம்பெனி இந்த வேலைப்பங்கீட்டு முறை மூலம் வெற்றியடைந்தது. முகமில்லாத அமைப்பில் பணியாளர்களின் செயலூக்கம் குறித்து ஸ்மித்துக்கு சந்தேகங்கள் இருந்திருக்கலாம். ஆனால், பங்குதாரர்களுக்கு அப்படி எதுவும் இல்லை. ஸ்மித் எழுப்பிய அந்தப் பிரச்னைகளை இன்றும் நிறுவனங்களின் வாரியங்கள் எதிர் கொள்ள வேண்டியிருக்கிறது. என்றாலும், கிழக்கிந்திய கம்பெனி பின்பற்றிய இந்த முறை இன்றும் நடைமுறையில் பயன்படுத்தப் படுகிறது.

ஏகபோகம் கிழக்கிந்திய கம்பெனியின் பிறப்பிலேயே இருந்த குறைபாடாக இருந்தாலும், அதன் வரம்புகள் அடிக்கடி மீறப்பட்டன. அது கார்ப்பரேட் நிறுவனத்தின் கலாசாரத்தில் ஒரு பலவீனத்தை ஏற்படுத்தியது. பணியாளர்களின் சிந்தனையில் சுய நலத்துக்கும் நிறுவன நலத்துக்கும் இடையே மோதல் உருவாக அது காரணமாக இருந்தது. பணியாளர்களுக்கு ஏற்படக்கூடிய இழப்புகளுக்குத் தகுந்த அளவில் ஈடு செய்யமுடியவில்லை என்று முதலில் நினைத்த கிழக்கிந்திய கம்பெனி அவர்களைத் தனி வர்த்தகம் செய்து செல்வம் சேர்த்துக் கொள்ள அனுமதித்தது. தன் தவறைச் சீக்கிரமே உணர்ந்து, அதைத் தடை செய்ய முற்பட்டபோது, நிலைமை கை மீறிப் போயிருந்தது.

இன்றைய நிறுவனங்கள் துணிச்சலான செயல்களில் ஈடுபடும் பணியாளர்களுக்கு வெகுமதி அளிக்கின்றன. ஆனால் அவை வெளிப் படையான முறையில் ஊக்கத்தொகைகளாகவும் பங்குகளாகவும் அளிக்கப்படுகின்றன. அவை நிறுவனத்தின் இலக்குகளைப் பணியாளர்களுடைய இலக்குகளோடு இணைக்கின்றன. மார்வாரிகள், ஜெயின்கள் போன்ற சில வர்த்தக குலங்கள் பணியாளர்களைத் தனி வர்த்தகத்தில் ஈடுபடுத்தும் போன்ற வழக்கத்தைக் கொண்டுள்ளன. ஆனால், ஒருவகையில் அது சில வருடங்களில் சொந்தமாகத் தொழில்

தொடங்கவிருக்கும் இளைஞர்களுக்குப் பயற்சி அளிக்கும்விதமாகவே செய்யப்படுகின்றன.

எவ்வாறு ராபர்ட் கிளைவும் கிழக்கிந்திய கம்பெனியும் 1757ல் பிளாசிப் போரின் மூலம் வங்காளத்தை ஏமாற்றிப் பறித்துக்கொண்டனர் என்ற கதை இந்தியாவில் வளரும் ஒவ்வொரு குழந்தைக்கும் பள்ளியில் சொல்லித் தரப்படுகிறது. எனவே இந்தியர்கள் வர்த்தகம், வணிகர்கள், அயல் நாட்டு நிறுவனங்கள் பற்றிய ஐயத்தோடு இருப்பதில் ஆச்சரியம் இல்லை. 'கிழக்கிந்திய கம்பெனி மீண்டும் திரும்புகிறது' என்ற கோஷம் தாராளமயமாக்கல், பன்னாட்டு நிறுவனங்கள், சந்தை அடிப்படையிலான கொள்கைத் தீர்மானங்கள் ஆகியவை பற்றிய பொதுக்கூட்டங்களில் அடிக்கடி எழுப்பப்படுகிறது. சுதந்திரம் அடைந்து அறுபதுக்கும் மேல் ஆண்டுகள் கழிந்துவிட்டன. இந்தியா உலகின் வேகமாக வளரும் இரண்டாவது பொருளாதாரமாக ஆகிவிட்டிருக்கிறது. இளைஞர்களின் மனம் காலனியாதிக்கத்தை விட்டு விடுதலை அடைந்துவிட்டது. நாம் கிழக்கிந்திய கம்பெனி பற்றிய பயத்திலிருந்து விடுபடவேண்டிய நேரமிது.

இந்த கிழக்கிந்திய கம்பெனி ஏற்படுத்திய பயத்தின் விளைவாக இந்திய சுதந்திரத்துக்குப் பின் பொதுவாழ்வில் சுதேசி இயக்கம் வலுவடைந்தது. தேசியமயமான, வெளியாட்களை வெறுத்த, வெளி நாட்டவர்களுக்கு எதிரான ஒரு தன்மையே அதன் அடிப்படை. விலைகளைக் கட்டுப்படுத்தி, பொருளாதாரத்தில் தன்னிறைவு அடைவதே அதன் நோக்கமாக இருந்திருக்கிறது. மகாத்மா காந்தி 1920ல் வெளிநாட்டு ஆட்சிக்கு எதிராக இந்தியர்களைத் திரட்டுவதற்கான ஆயுதமாக அதைப் பயன்படுத்தினார். ஆனால் விடுதலைக்குப் பின், வணிகர்கள் அதை வெளிநாட்டுப் பொருட்களுக்கும் முதலீட்டுக்கும் எதிராகப் பயன்படுத்திக்கொண்டனர்.

90ல் ஏற்பட்ட பொருளாதாரச் சீர்திருத்தங்கள், ஒரு திருப்புமுனையாக அமைந்தன. விலைக்கட்டுப்பாடுகள் தளர்த்தப்படவும் இந்தியா தனது வர்த்தகத்தை உலகுக்குத் திறந்துவிடவும் அது காரணமாக இருந்தது. 'பாம்பே க்ளப்' என்று அழைக்கப்பட்ட இந்திய நிறுவன நலன்களைப் பாதுகாக்கும் குழுவினால்கூட அதைத் தடுக்க இயலவில்லை

கிழக்கிந்திய கம்பெனி பற்றிய தீர்த்தங்கர் ராயின் இந்த நூல், அரசர்களுடைய வம்சங்களைப் பற்றி சுவையில்லாத செய்திகளைக்கொண்ட இந்திய வரலாற்றுக்குப் புதிய கோணத்தை அளிக்கிறது. தீரமுள்ள, தம்மை எல்லையில்லா அபாயங்களுக்கு உட்படுத்திக் கொண்ட

கடலோடி வர்த்தகர்களின் உலகத்தை; அழகான பொருட்களை உருவாகிய திறமையான கைவினைத் தொழிலாளர்களை; சில சமயம் திவாலாகும் நிலைக்குக் கொண்டு சென்ற நடவடிக்கைகளுக்கு நிதியுதவி செய்த வங்கியாளர்களை; தமது சொந்த நலன் வணிகத்தை வளர்ப்பதில் உள்ளது என்பதை மீண்டும் மீண்டும் உணர்ந்த ஆட்சியாளர்களை நமக்கு அறிமுகப்படுத்தி வரலாற்றுக்கும் இந்தத் தொடரில் உள்ள மற்ற புத்தகங்களுக்கும் உயிர்கொடுக்கிறார் ராய்.

குர்சரண் தாஸ்

முன்னுரை

இந்தப் புத்தகத்தின் முந்தைய பிரதிகளை அதிகக் கவனத்துடனும் பொறுமையுடனும் வாசித்து, தங்களது மதிப்பு மிக்க கருத்துகளை அளித்த ஹ்யூ போவன், குர்சரண் தாஸ், ஓம் பிரகாஷ், லக்ஷ்மி சுப்ரமணியன், தாமஸ் ஆர். டிரவுட்மன் ஆகியோருக்கு நன்றிக்கடன் பட்டிருக்கிறேன். அவர்களுடைய கருத்துகள் உள்ளடக்கத்திலும் நடையிலும் பல்வேறு மாற்றங்களைக் கொண்டுவருவதற்கும், தவறுகளைத் திருத்துவதற்கும் உதவியாக இருந்தன. மேலும் புதிய வாசிப்புக்கும், விரிவுபடுத்துவதற்கும், சில சமயம் வாதங்களை மாறுபட்டு அளிப்பதற்கும் உறுதுணையாக இருந்தன. முக்கியக் குறிப்புகளை எடுக்க உதவியதற்காக சஞ்சய் சுப்பிரமணியத்துக்கும் எனது நன்றி.

நடையைப் பற்றிய இரண்டு குறிப்புகள். அடிக்குறிப்புகளால் வாசிப்புத்தன்மை கெடாமல் இருப்பதற்காக, வார்த்தைகளுக்கிடையில் அவற்றிற்கான சான்றுகளைத் தரவில்லை. தேவையான இடங்களில் ஆசிரியரின் பெயரும், பதிப்பின் வருடமும் குறிப்பிடப்பட்டுள்ளது. அதன் முழு விவரங்களும் புத்தகத்தின் இறுதியில் உள்ள ஆதார நூற்பட்டியலில் சேர்க்கப்பட்டுள்ளது. இந்தப் புத்தகம் முழுவதும் மூன்று நகரங்களின் பெயர்கள் (பம்பாய், கல்கத்தா, மதராஸ்) பழைய முறைப்படியே பின்பற்றப்பட்டுள்ளது.

1. அறிமுகம்

தெற்காசியாவில் அரசியலும் வணிகமும் 1600லிருந்து 1800 வரையான காலகட்டத்தில் பெரும் மாறுதல்களைச் சந்தித்தன. பிரிட்டிஷ் கிழக்கிந்திய கம்பெனி இந்த மாற்றத்துக்கு ஒரு முக்கிய காரணியாக இருந்தது. இந்த இரண்டு நூற்றாண்டுகளில், இந்தோனேசியாவின் வாசனைப் பொருட்கள், இந்தியாவின் பருத்தித் துணிகள், சீனாவின் தேயிலை போன்ற ஆசியப் பொருட்களுக்கான பெரும் சந்தையை லண்டனில் இந்தக் கிழக்கிந்திய கம்பெனி ஏற்படுத்தியிருந்தது. உள்-ஆசிய வர்த்தகத்துக்கான கதவுகளையும் இது திறந்துவிட்டு பாரசீகம், இந்தியா, சீனா, இந்தோனேசியா ஆகிய நாடுகளை முன் எப்போதையும் விட நெருங்க வைத்திருந்தது. கிழக்கிந்திய கம்பெனி உருவாக்கியிருந்த இந்தியாவின் மூன்று துறைமுக நகரங்களில் இந்தியாவின் மற்ற பகுதிகளிலிருந்து உத்வேகமும் திறமையும் உள்ள மக்கள் குடியேறினர்.

மேலும் கிழக்கிந்திய கம்பெனி பெருமளவு அமெரிக்க வெள்ளியை ஆசியப் பொருட்களாக மாற்றியது. கிழக்கிந்திய கம்பெனியை வைத்துத்தான் ஐரோப்பிய காலனி ஆதிக்கம் தெற்காசியாவில் தலையெடுத்தது. இந்தியாவில் மட்டுமல்லாமல் பிரிட்டனிலும் ஒரு முக்கியமான இடத்தை கிழக்கிந்திய கம்பெனி வகித்தது. அதன் உச்சமான காலகட்டத்தில் லண்டனில் முக்கிய வர்த்தக நிறுவனமாக விளங்கியது கிழக்கிந்திய கம்பெனிதான். அரசியலில் ஒரு பெரும் சக்தியாகவும் அதிகச் செல்வம் உடையதாகவும் அப்போது விளங்கியது. இந்த இரண்டு நூற்றாண்டுகளில், கிழக்கிந்திய கம்பெனியில் ஆர்வம் காட்டாத, கிழக்கிந்திய கம்பெனியோடு தொடர்பில்லாத எந்த ஒரு வர்த்தகப் பெரும் புள்ளியும் லண்டனில் இருந்ததில்லை.

இதைப்பற்றி பரவலாக எழுதப்பட்டிருந்தாலும், வரலாற்றாசிரியர்களுக்கு கிழக்கிந்திய கம்பெனி ஒரு புதிராகவே விளங்குகிறது. அரசால் பாதுகாக்கப்பட்ட ஏகபோக உரிமைகொண்ட ஒரு தனி நிறுவனமாக இருந்துகொண்டே, அதன் பணியாளர்களால் நடத்தப்பட நிறுவனங்களை ஒரு குடையின்கீழ் அது ஆதரித்தது. இந்தியப் பெருங்கடல் பகுதியில் வர்த்தகம் செய்வதற்காகத் தொடங்கப்பட்டபோதிலும், நாளடைவில் காலனி ஆதிக்க சக்தியாக அது மாறியது. அதன் தோற்றம் பிரிட்டனில் இருந்தபோதிலும், கிழக்கிந்திய கம்பெனியின் வர்த்தக முடிவுகள், ஆசியாவின் வணிக மரபை ஒட்டியே எடுக்கப்பட்டன. கடல்கடந்து தங்களுக்காகப் பணிபுரியும் பங்குதாரர்கள், முகவர்கள் ஆகியோரின் விருப்பங்களைப் பொருட்படுத்த வேண்டியிருந்தது. வர்த்தக உரிமை கேட்டு இந்திய அரசர்கள் பிரபுக்களுடன் பேச்சுவார்த்தையில் ஈடுபட வேண்டியிருந்தது. தவிர கிழக்கிந்திய கம்பெனி உள்நாட்டு அரசியல் தகராறுகளிலும் தலையிடவேண்டியிருந்தது. இப்படியாகப் பல விஷயங்களை கிழக்கிந்திய கம்பெனி வர்த்தகத்தில் ஈடுபடும்போது கவனத்தில் கொள்ள வேண்டியிருந்தது. பல முகங்களைக் கொண்டதாக கிழக்கிந்திய கம்பெனி உருமாறியது; அதன் ஏகாதிபத்திய முகம் நாளடைவில் மற்ற முகங்களை மறைக்கவும் செய்தது.

சாதாரணமான பொருட்களின் விற்பனையாளர் ஒரு பெரும் வல்லரசாக மாறியவிதத்தை எவ்வாறு விளக்க முடியும்? இரண்டு முக்கியமான கேள்விகளுக்கு விடை தேடுவதன் மூலம் இதை எளிதாக்கலாம். முதலாவது கேள்வி அதன் தோற்றத்தைப் பற்றியது; இரண்டாவது அதன் வரம்புகள் என்னவாக இருந்தன என்பதைப் பற்றியது. பதினேழாம் நூற்றாண்டில் அரிதாக இருந்த, பன்னாட்டு வணிக நிறுவனம் ஒன்று இந்தியாவிலோ சீனாவிலோ உருவெடுக்காமல் ஏன் மேற்கு ஐரோப்பாவில் தோன்றியது? கிழக்கிந்திய கம்பெனி எந்த மாதிரியானது? இன்றைய நவீன நிறுவனங்களுக்கும் அதற்கும் உள்ள ஒற்றுமைகள் / வேற்றுமைகள் என்னென்ன?

இதில் கிழக்கிந்திய கம்பெனியின் தோற்றத்தைப் பற்றிச் சொல்வதென்றால் நேரடியாகச் சொல்லிவிட முடியும். ஆனால் கம்பெனி என்றால் என்ன என்பதை வரையறுப்பதில்தான் சில சங்கடங்கள் இருக்கின்றன. கிழக்கிந்திய கம்பெனி நாடுகளை வென்றது ஏதோ ஒரு விபத்தாலோ சந்தர்ப்பவசத்தாலோ நிகழ்ந்ததல்ல என்பதையே வர்த்தகத்தையும் அரசுகளையும் பற்றிய பண்டைய வரலாறுகள் நமக்கு உணர்த்துகின்றன. கிழக்கிந்திய கம்பெனி அடைந்த வெற்றிகள் அந்த நிறுவனத்தின் தன்மையைப் பொறுத்தே அமைந்தன. இது உண்மையாக இருந்தால், நம் இப்போது அறிந்த கிழக்கிந்திய கம்பெனி

என்ற வார்த்தைக்கு என்ன அர்த்தம் கொண்டிருக்கிறோமோ அதைவிட வேறுபட்ட நடவடிக்கைகளை கிழக்கிந்திய கம்பெனி மேற்கொண்டது என்று முடிவுசெய்யலாம்.

இன்றைய பன்னாட்டு நிறுவனங்கள் எவையேனும் அவை வணிகம் செய்யும் நாடுகளை ஆக்கிரமிக்க முயற்சி செய்யுமா என்ன? அதே சமயம் கிழக்கிந்திய கம்பெனி அதனுடைய நிர்வாகக் கட்டமைப் பினால் வர்த்தகத்தில் அடைந்த வெற்றி நம்மை இன்றைய நிறுவனங் களோடு ஒப்பிட்டு இரண்டுக்கும் உள்ள ஒற்றுமையை அறியத் தூண்டுகிறது. தற்போதைக்கு, நிர்வாக இலக்குகளையும் செயல் திட்டங்களையும் பொறுத்தவரை கிழக்கிந்திய கம்பெனியைத் தற்காலப் பன்னாட்டுப் பெருநிறுவனங்களோடு வேறுபடுத்துவது எது என்று அறிவது ஒரு சுவாரசியமான விஷயம்

இன்னொருவிதத்தில் பார்த்தால், கிழக்கிந்திய கம்பெனியைப் பற்றிப் படிக்கும்போது, லாபநோக்கையும் அரசாங்க அதிகாரத்தையும் ஒரே நேரத்தில் தன்னிடத்தே கொண்டிருந்த ஒரு நிறுவனத்தைப் பற்றிப் படிக்கிறோம். எனவே, வணிகத்தையும் பொருளாதாரத்தையும் பற்றிய விதிகளை மட்டும் எண்ணாமல், அவற்றை அரசியல் விதிகளுடனும் சேர்த்து ஒப்பு நோக்கவேண்டும். இது ஒரு சிக்கலான விஷயமாக இருந்தாலும், கிழக்கிந்திய கம்பெனியின் கதைக்குக் கூடுதல் சுவாரசியம் அளிக்கும் ஒன்றாகும்.

தோற்றம்

பொ. வ. 1600ம் ஆண்டின் கடைசி தினத்தில் வணிகர்கள், மாலுமிகள், கடலோடிகள், அரசியல்வாதிகள் அடங்கிய ஒரு குழுவால் கிழக்கிந்திய கம்பெனி லண்டனில் உருவாக்கப்பட்டது. அதன் பொறுப்பாணையின்படி இந்தியா, தென்கிழக்கு ஆசியா, சீனா முதலிய நாடுகளுக்கு கடல்வழி வர்த்தகத்தை மேற்கொள்ளத் தேவையான நிதியைப் பொதுமக்களிடமிருந்து திரட்டப் பணிக்கப்பட்டிருந்தது.

கடல் கடந்த வர்த்தகத்தை மேற்கொள்ளவும், அதற்காக வணிகக் கப்பல்களை அனுப்பவும் பல நாடுகளுக்கு நீண்ட நாட்களாகவே பெரும் ஆர்வம் இருந்தது. அமெரிக்காவில் ஏற்பட்ட ஐபீரிய அரசின் வளர்ச்சிக்குப் பிறகும், இந்தியப் பெருங்கடலில் ஏற்பட்ட போர்ச்சுகீசியர்களின் ஆதிக்கத்துக்குப் பிறகும் இது கொஞ்சம் கொஞ்சமாக உருவெடுக்க ஆரம்பித்தது. கிழக்கிந்திய கம்பெனி ஆரம்பிப்பதற்குக் கிட்டத்தட்ட ஒரு நூற்றாண்டுக்கு முன், வாஸ்கோட காமா, ஆல்வேரேஸ் காப்ரேல், அல்போன்சோ தே அல்பெகெரிக்கி ஆகிய

மூவரும் இந்தியாவின் மேலைக்கடல் பகுதியில் போர்ச்சுகீசியர்களின் செல்வாக்கை ஏற்படுத்தியிருந்தனர். வாஸ்கோடகாமா நன்னம்பிக்கை முனை வழியாக இந்தியாவுக்கான கடல் பாதையைக் கண்டறிந்திருந்தார். அந்தப் பாதை நீண்டதாகவும் நன்னம்பிக்கை முனையின் அருகே ஏற்படும் கடும் புயல்களினால் அபாயகரமானதாகவும் இருந்தது.

அரபிக்கடலின் குறுக்கே பயணம் செய்வது பல மாலுமிகளுக்கு தெரியாத காரணத்தால், கிழக்கு ஆப்பிரிக்கத் துறைமுகமான ஸான்ஸிபாரில் உள்ள இந்தியக் கடலோடிகளைத் துணையாக அழைத்துக் கொண்டனர். இந்தக் கடல் வழிக் கண்டுபிடிப்பு ஐரோப்பியர்களுக்கு முக்கியமானதாகவே இருந்தது. இல்லாவிடில் நிலவழியாக மேற்காசியாவில் உள்ள எகிப்து கலிபா அரசு, ஓட்டோமான் துருக்கி, பாரசீகத்தின் ஷா அரசு போன்ற பகை நாடுகளின் ஊடே கடக்க வேண்டியிருந்திருக்கும். மேலும் மத்தியதரைக் கடல் வழியோ வெனிஸ், ஜெனொயிஸ் வணிகர்களினால் ஆக்கிரமிக்கப்பட்டிருந்தது. போர்ச்சுகீசியர்கள் தங்களது காலனிகளை டியு, பாசின், சிலோன், கோவா போன்ற இடங்களில் அமைத்தபோது அவர்களது கடலாதிக்கம் அடிக்கடி கடலோரப் பகுதிகளில் உள்ள அரசுகளால் தாக்கப்பட்டது. ஆயினும் அவை பெரும் பாதிப்பை ஏற்படுத்தவில்லை.

இக்காலகட்டத்தில் போர்ச்சுகீசியர்களின் பார்வை தூரக்கிழக்கு நாடுகளின் பக்கம், குறிப்பாக இந்தோனேசியாவிலிருந்து கிடைக்கும் வாசனைப் பொருட்களின் பக்கம் திரும்பியிருந்தது. கிழக்கிலிருந்து கிடைக்கும் வாசனைப் பொருட்கள் அபரிமிதமான லாபத்தில் ஐரோப்பியச் சந்தைகளில் விற்கப்பட்டுக்கொண்டிருந்த காலம் அது. கொள்ளையர்கள், கடற் புயல்கள், கப்பல் கவிழும் அபாயங்கள், போட்டியாளர்களிடமிருந்து தாக்குதல் ஆகியவற்றைக் காரணம் காட்டி, ஒரு வெற்றிகரமான நிறுவனம் தான் கொண்டுவந்து விற்கும் பொருட்களை வைத்து 1000 சதவிகிதம் லாபம் சம்பாதித்துவிட முடியும். இந்த மசாலாப் பொருட்கள், இந்தியாவிலிருந்து கிடைக்கும் பருத்தி ஆடைகள் போன்ற மதிப்புக் குறைந்த அதே சமயம் தேவை அதிகமுள்ள பொருட்களுடன் சேர்த்து விலைபேசப்பட்டன. இது போன்ற அதிக லாபம் கொழிக்கும் தொழில்கள் நீண்ட நாட்களுக்கு போட்டியில்லாமல் விடப்படுவது கடினம்.

பதினாறாம் நூற்றாண்டின் மத்தியில், இங்கிலாந்தில் முதலாம் எலிசபெத் ஆட்சியிலிருந்தபோது, கிழக்கில் போர்ச்சுகீசிய ஆதிக்கத்தைத் தகர்க்கும் முயற்சிகள் இங்கிலாந்திலும் ஹாலந்திலும் வலுப்பெற ஆரம்பித்தன. இவ்விரண்டு ப்ராட்டஸ்டெண்ட் நாடுகளும் கத்தோலிக்க நாடுகளான ஸ்பெயினையும் போர்ச்சுகலையும் அரசியல், பொருளாதார

எதிரிகளாகக் கருதின. ஆனால், பின்னால் வந்த தசாப்தங்களில் ஏற்பட்ட கடல்வழி வணிகத்தின் பெருவளர்ச்சிக்கு மதப் போட்டியும் லாப நோக்கும் மட்டுமல்ல பாதுகாப்பின்மை குறித்த அச்சமும் அரசின் ஆதரவுமே காரணமாக இருந்தன.

எலிசபெத்தின் லண்டன் கடற்புரட்சியை ஏற்படுத்தத்தக்க தனிப்பட்ட கூட்டணி ஒன்றைக் கொண்டிருந்தது. மாலுமிகள், படைவீரர்கள், நிலவுரிமையாளர்கள், கைவினைத் தொழிலாளர்கள், விஞ்ஞானிகள், கலைஞர்கள், வியாபாரிகள் போன்ற சாதாரணமான அதேசமயம் வகுப்பு வாரியாகப் பிரிக்கப்பட்டிருந்த அனைவரும் ஆசியாவைப் பற்றி ஆர்வம் கொண்டிருந்தனர். ஆங்கிலேயருக்கே உரித்தான ஒரு தனிப்பட்ட தன்மையினால், பல்வேறு திறனுள்ள குழுக்கள், உலகத்தின் இந்தப் பகுதியைக் கண்டறியும் ஆவலில் ஒன்று சேர்ந்தன.

பதினாறாம் நூற்றாண்டின் பிற்பகுதியில் வால்டர் ராலே, ஹம்ப்ரி கில்பர்ட், ஜான் ஹாக்கின்ஸ், மார்ட்டின் ஃபிரோபிஷர் ஆகியோரின் பிரபலமான கடற்பயணங்கள் நிகழ்ந்தன. இந்தப் பயணங்களின் போது, கடற்பயணத்துக்கு உதவக்கூடிய வானியல் கருவிகள், திசைமானி போன்றவற்றின் உபயோகம் மேம்படுத்தப்பட்டது. பயணக் கருவிகள், வரைபடங்கள், கடல் நீரோட்டங்கள் ஆகியவற்றைப் பற்றிய அறிவு சீனாவிலிருந்தும் மத்தியதரைக்கடல் பகுதியிலிருந்தும் மேற்கு ஐரோப்பிய நாடுகளுக்குப் பரவியிருந்தது. அதேநேரத்தில் தேம்ஸ் நதியில் கட்டப்பட்ட கப்பல்களின் சராசரி அளவு அதிகரித்திருந்தது. ஆங்கிலேயர்கள் அவர்களின் கடல் சார்ந்த அறிவையும் கடற்படைத் திறனையும் டச்சுக்காரர்கள், ஸ்பானியர்கள், போர்ச்சுகீசியர்கள் ஆகியோருக்கு இணையாக அதிகரித்துக்கொண்டனர்.

ஆர்வமுள்ள அறிவியல் மனங்கள் இந்தச் சாகசங்களோடு இணைந்தன. அதில் சிறந்து விளங்கியவர் கேம்பிரிட்ஜ் பள்ளியைச் சேர்ந்த கணித நிபுணரும், கடலோடியும், மார்டின் ப்ரோபிஷர் போன்றோரின் கடற்பயணங்களுக்கு ஆலோசகராக இருந்தவருமான டாக்டர் ஜான் டீ. புது உலகத்துக்கு மேற்கொள்ளப்பட்ட பல்வேறு கடற் பயணங்களுக்கு அவர் நிதி உதவி செய்தார். கடல் பயணங்களைப் பற்றிய அவருடைய கோட்பாடுகள் முன்னணி மாலுமிகளுக்குத் தேவையாக இருந்தன.

பயிற்சிமுறை ஜோதிடராக இருந்த அவர் கடல் பயணம் மேற் கொள்ளும் கப்பல் காப்டன்களின் ஜாதகத்தைக் கணித்து வந்தார். அதனால் பயன் பெற்ற காப்டன்களின் எண்ணிக்கையைப் பார்க்கும் போது, அவர் வருங்காலத்தைக் கணிப்பதில் சிறந்து விளங்கியவராக இருந்ததைப் புரிந்துகொள்ளலாம். ஆர்தர் அரசரால் ஆறாம் நூற்றாண்டில் வெல்லப்பட்டதாகச் சொல்லப்படும் வட பாதியிலிருந்த, பிரிட்டிஷ்

அரசு உரிமை கோரத்தக்க, பகுதிகளுக்கு பிரிட்டிஷ் சாம்ராஜ்யம் என்ற பெயரை உருவாக்கியவர் அவரே என்று கூறப்படுகிறது.

அபாயகரமான பயணங்களை மேற்கொள்வதில் இருந்த துணிச்சலும் வணிகர்களிடமிருந்து திரட்டப்பட்ட பணமும் லண்டன் நகரில் கைகோர்த்தன. எலிசபெத்தின் ஆட்சிக்காலங்களின் ஆரம்பத்தில், அதாவது 1558ல், வணிகர்களின் எண்ணிக்கை சில நூறுகளாக இருந்தது. அதிலும் பெரும்பான்மை ஆடை வணிகர்களின் குழுமமாகவே இருந்தது. நாற்பது வருடங்களுக்குப் பிறகு வணிகம் அதிகரித்து அந்த எண்ணிக்கையும் பன்மடங்கு உயர்ந்தது. மிகுந்த செலவு பிடிக்கும் கடற்படையை நிர்வகிக்க அரசின் சொந்த வருமானம் போதுமானதாக இல்லை. ஹன்சியாடிக் லீக் வணிகர்களின் குழு 1597ம் ஆண்டு அரசாணைப்படி வெளியேற்றப்பட்ட பிறகு, இங்கிலாந்தின் வணிகத் தலைநகர் ஐரோப்பிய மையத்திலிருந்து இங்கிலாந்துக்கு மாற்றப் பட்டது. அதன்மூலம் துடிப்பும் விரிந்த பார்வையும் கொண்டவர்கள் வசம் அதிகாரம் வந்து சேர்ந்தது. இந்திய சீன வணிகத்தின் மையமாக இருந்த ஐரோப்பியக் கண்டத்தோடு தொடர்புடைய சில வணிகர் களுக்கு அதுவரை போர்ச்சுகீசியர்கள் மட்டுமே ஆதிக்கம் செலுத்தி வந்த வணிகத்தின் கதவுகளை இது திறந்துவிட்டது.

ஆசியாவுக்கு வெற்றிகரமான கடற்பயணம் மேற்கொள்வதில் பல தடைகள் இருந்தன. வழியில் ஏற்படும் அபாயங்களைத்தவிர ஐபீரியர் களுடனான போட்டியும் இருந்தது. ஸ்பானியர்களும் போர்ச்சுகீ சியர்களும் கிழக்கிலும் மேற்கிலும் கடல்வழிகளை நிறுவியிருந்தனர். இவற்றைக் கடந்து ஆசியாவில் வணிகம் செய்ய இந்த இரண்டு நாடுகளின் கடல் பலத்தையும் சமாளிக்க வேண்டியிருந்தது. பதினாறாம் நூற்றாண்டின்போது, போர்ச்சுகீசியர்களைத் தவிர்க்க, வடகிழக்குப் பகுதியின்மூலம் இந்தியாவுக்கு வழியொன்றைக் கண்டு பிடிக்கும் முயற்சி மேற்கொள்ளப்பட்டது. பணம் அதிகமாகச் செலவிடப்பட்டதும் பல நூல்கள் இதைப்பற்றி எழுதப்பட்டதும்தான் மிச்சம். இந்த முயற்சி பலனிக்காது என்று கைவிடப்பட்டது.

பதினாறாம் நூற்றாண்டின் பிற்பகுதியில் நடந்த நிகழ்ச்சிகள் ஐபீரியர்கள் அப்படி ஒன்றும் பலமுள்ளவர்கள் அல்ல என்பதை ஆங்கிலேயர்களுக்கு உணர்த்தியது. ஸ்பானியர்களும் போர்ச்சுகீசியர் களும் தமது சக்திக்கு மீறிய அளவில் பரந்து விரிந்த கடலின் மீது ஆதிக்கம் செலுத்த முயன்றனர். கடல் ஆதிக்கத்தை நிறுவும் முயற்சியில் அவர்கள் வணிகத்தின் மீது கவனம் செலுத்தவில்லை. எனவே அவர்களின் காலனிகளில் உள்ள செல்வத்தின் மதிப்பு அவர் களுடைய நாடு பிடிக்கும் ஆசைகளோடு சேர்ந்து உயரவில்லை.

ஸ்பானியர்களின் காலனிகளைப் பொறுத்தவரையில், அவை தாய் நாட்டைத் திவாலாக்கக்கூடிய நிலையில்தான் இருந்தன.

இந்த நாடுகளைத் தோற்கடிக்க முடியும் என்பது பிரபல 'கொள்ளைய ரான' ஃப்ரான்ஸிஸ் டிரெக்கால் ஐயமற நிரூபிக்கப்பட்டது. 1560களில் பனாமா பூசந்தியில் ஸ்பானிய நிதிகளை எடுத்துச் செல்லும் கப்பல்களைக் கொள்ளையடித்து தனது வாழ்வைத் துவங்கியவர் டிரெக். ஸ்பானியர் களிடமிருந்து இப்படியாகக் கைப்பற்றப்பட்ட கப்பல்களின் உரிமையும் அவருக்கு வந்து, அவரை ஒரு வணிகரின் நிலைக்கு உயர்த்தியது. பசிபிக்கில் செல்லும் ஸ்பானிய கப்பல்களைத் தாக்க வேண்டுமென்றால் அந்தப் பொறுப்பை ஃப்ரான்ஸிஸ் டிரெக்கிடம் ஒப்படைக்கும் அளவுக்கு அவர் பிரபலமானார். 'சமமான துணைவர்கள் மற்றும் நட்பான கனவான்கள்' அவருக்கு இதற்காக நிதி உதவி வழங்கினர். இந்த 'நட்பான கனவான்களில்' இங்கிலாந்து அரசியும் அடக்கம்.

தென்னமெரிக்காவின் பசிபிக் கடற்கரையோரத்தில் ஒவ்வொன்றாகக் கப்பல்களைக் கைப்பற்றி டிரெக் செய்த சாகசச் செயல்கள் ஸ்பானியக் கடற்படையின் பலவீனத்தையும் போர்களை எதிர்கொள்ள அவர்கள் தயாராக இல்லாததையும் காட்டியது. தங்கத்தையும் வெள்ளியையும் தவிர, இந்தத் தாக்குதல்களின் மூலமாக டிரெக்குக்கு கடற்வழித் தடங்களைக் காட்டும் பல வரைபடங்களும் கிடைத்தன. அவை பசிபிக் கடலைக் கடக்க டிரெக்குக்கு உதவின. 1588ம் ஆண்டு டிரெக்கும் அவரது தளபதிகளும் ஐரோப்பாவின் மிகச் சிறந்த கடற்படையான ஸ்பானிஷ் ஆர்மடாவை முறியடித்தனர். டிரெக்கைத் தொடர்ந்து தாமஸ் காவண்டீஷும் பசிபிக் பயணத்தை மேற்கொண்டார்.

அட்லாண்டிக்கிலும் பசிபிக்கிலும் மேற்கொள்ளப்பட்ட பயணங்கள் புது இடங்களைக் கைப்பற்றுவதற்காகவே மேற்கொள்ளப்பட்டன. ஆனால் இந்தியப் பெருங்கடலில் நிகழ்ந்த பயணங்கள், அவ்வப்போது போர்ச்சுகீசியருடனான மோதல்களைக் கொண்டிருந்தாலும், பெரும் பாலும் வியாபார நோக்குடனேயே இருந்தன. மேற்கு ஐரோப்பியர்கள் ஆசிய வர்த்தகத்தில் ஈடுபட்டபோது அதற்காக ஒரு வணிக நிறுவன மொன்றை ஏற்படுத்தினர். இது போன்று கட்டமைக்கப்பட்ட முயற்சி களும், கடல்கடந்து வணிகம் செய்யும் திறமையுமே ஆங்கிலேயர் களையும் மற்ற ஐரோப்பியர்களையும் இந்தியர்கள் அல்லது சீனர்களிட மிருந்து வேறுபடுத்தியது.

'கம்பெனி' என்பதன் பொருள்

தொலைதூர நாடுகளில் வர்த்தகம் செய்வதைப் பொறுத்தவரை ஐரோப்பிய நாடுகள் ஆசிய நாடுகளைவிட அப்படியொன்றும்

முன்னேறியிருந்திருக்கவில்லை. ஆனால், கிழக்கிந்திய கம்பெனி என்ற நிறுவன அமைப்பும் அதன் முற்றதிகார உரிமைகளும், அதற்கு அரசர் அளிக்கும் ஆதரவும், ஆசிய நாடுகளில் காணப்படாத, மேலைநாட்டு வர்த்தகத்தின் தனித்தன்மையாகும். இது போன்ற முயற்சிகளுக்குக் கூட்டாக மூலதனம் திரட்டும் வசதி இருந்ததின் அடையாளமாக மேற்கு ஐரோப்பிய நாடுகளில் வட்டி விகிதம் இந்தியாவைவிடக் குறைந்த அளவிலேயே இருந்தது.

இந்தியாவில் வட்டி விகிதங்கள் அதிகமாக இருந்தாலும், கடன் கொடுப்பவரும் வாங்குபவரும் உறவாலோ ஜாதியாலோ நெருக்கமாக இருந்தால் அவை குறையக்கூடும். எனவே அதிக முதலீடு செய்யப் பட்ட நிறுவனங்கள் சாதிகளுக்குள்ளும் இனங்களுக்குள்ளும் மட்டுமே அமைந்திருந்தன. அவற்றின் உறுப்பினர்களுக்குள் இருந்த நம்பிக்கையே அதற்கான ஆதாரமாக இருந்தது. ஒரு தந்தை தன் மகனுக்கும், மாமன் தன் மருமகனுக்கும் கடன் கொடுக்கும்போது மிதமான வட்டியே வைக்கக்கூடும்.

கடனைத் திருப்பிக்கொடுக்கமுடியாத நிலை ஏற்பட்டால் அந்த அபாயத்தை ஈடுகட்டும் அளவுக்கு வட்டியை அதிகமாக வைக்க முடியாது அல்லவா? அதனால் அந்த இடங்களில் மட்டும் வட்டி விகிதமும் குறைவாக இருந்தது. அக்கால இந்தியாவின் வர்த்தக நிறுவனங்களிலும், வங்கிகளிலும் முதலாளிகளும், முகவர்களும் ஒரே இனத்தை, சாதியைச் சேர்ந்தவர்களாக இருந்தனர். இருவரும் வர்த்தகர்கள், ரத்தத்தாலோ, திருமண பந்தத்தாலோ உறவு கொண்ட வர்கள். வர்த்தகத்தைப் பொறுத்தமட்டில் ஒரேவிதமான விருப்பங் களையும், லட்சியங்களையும், திறனையும் கொண்டவர்கள்.

ஆங்கிலக் கூட்டமைப்பு அல்லது கார்ப்பரேட் நிறுவனம் ஆசியாவில் இருந்த இது போன்ற அமைப்பிலிருந்து மாறுபட்டது. இங்குள்ள சாதி சார்ந்த குழுக்களைப்போலவே ஒரு பொதுவிருப்பத்தின் பேரில் உருவாக்கப்பட்டாலும், ஒரு சாதி அல்லது பரம்பரையின் அடிப்படையில் ஆங்கில நிறுவனங்கள் நிலைநிறுத்தப்படவில்லை. குறுகிய காலநோக்கில் ஆராய்ந்தால், ஒரு குடும்பம் சார்ந்த நிறுவனத்தைப்போல் அதன் அஸ்திவாரம் உறுதியாக இல்லை. முதலீட்டாளர்களின் விருப்பங்களும் பணியாளர்களின் விருப்பங்களும் முற்றிலும் பொருந்தவில்லை. ஆனால், நீண்ட கால நோக்கில் அவை குடும்பம் சார்ந்த நிறுவனங்களைவிடப் பலம் பொருந்தியதாகவும், அதனால் நிலையானதாகவும் இருந்தன.

புதிய முயற்சிகளை மேற்கொள்வதால் வரும் அபாயங்களைப் பொருட் படுத்தாமல் துணிச்சலாகச் செயல்பட்டதுதான் அதன் வலிமைக்குக்

காரணம். சாதி, குடும்பம் சார்ந்து இல்லாததால் இது போன்ற முடிவுகளை விரைவாக எடுக்கமுடிந்தது. அதுபோலவே அதன் நிலைத்தன்மையின் காரணம் காலத்துக்கேற்றாற்போல் தன்னை மாற்றிக்கொள்ளும் தன்மைதான். கூட்டு நிறுவனமாகச் செயல்பட்டதால் அபாயகரமான கடற்பயணங்களை மேற்கொள்ளத் தேவையான நிதியைத் திரட்ட முடிந்தது. ஆனால், இந்திய வர்த்தகர்களோ இதுபோன்ற பயணங்களை மேற்கொள்ளத் தயங்கினார்கள்.

அதேபோலக் கூட்டு நிறுவனம் எல்லாவிதமான செல்வந்தர்களையும் எந்தவிதத் தடையுமில்லாமல் வர்த்தகத்தில் ஈடுபடவைத்தது. அது பல்வேறு திறமைகளை உடையவர்களை ஒருங்கிணைத்துச் செயல்படவைத்தது. இதுபோன்ற பயணங்களில் முதலீடு செய்வதை லண்டனில் உள்ள வணிகர்களும் விரும்பினர். ஏனெனில், அந்த நிறுவனங்களின் வெற்றி கடலோடுவதிலும் வர்த்தகத்திலும் உள்ள திறமைகளின் கூட்டுமுயற்சியைச் சார்ந்ததாகும். கிழக்கிந்திய கம்பெனி என்ற வடிவம் அத்தகைய கூட்டு முயற்சிக்கான விதிமுறைகளை எளிதாக உருவாக்கியது. ஆங்கிலேயருடைய இந்த 'கிழக்கிந்திய கம்பெனி' என்ற வடிவத்தின் தனித்தன்மை ஒருபுறத்தில் வர்த்தகர்கள்-வங்கியாளர்கள் மறுபுறம் மாலுமிகள்-வீரர்கள்-கடலோடிகள் இந்த இரு தரப்புக்குமிடையேயான கூட்டணிதான்.

இந்தியாவிலும்கூட வர்த்தகர்கள் வீரர்களையும் மாலுமிகளையும் வேலைக்கு வைத்திருந்தனர். ஆனால், வர்த்தகர்களை அபாயகரமான அதேசமயம் லாபகரமான பயணங்களில் ஈடுபடுத்தும் முயற்சியில் இந்திய மாலுமிகள் இறங்கவில்லை. அதுதான் கிழக்கிந்திய கம்பெனியைத் தோற்றுவிக்க உதவியது. வர்த்தகர்களுக்கும் மாலுமிகளுக்கும் சமமான கூட்டணியை ஏற்படுத்தும்விதத்தில் 1600களின் மேற்கு ஐரோப்பா ஒரு அசாதாரணமான இடமாக இருந்தது. அங்குள்ள வர்த்தகர்களுக்கோ இந்த அசாதாரணமான நிலை அவர்களை எங்கே இட்டுச்செல்லும் என்பது புதிராகவே இருந்தது.

இதைத்தவிர கூட்டு முதலீடு (Joint Stock) மற்றும் வரையறுக்கப்பட்ட கடமைகள் (limited liability) கிழக்கிந்திய கம்பெனிக்கு ஒரு நவீன வடிவத்தை அளித்தன.

கூட்டு முதலீட்டின் தோற்றம்

கூட்டு முதலீடு நிறுவனங்களின் முன்னோடிகளாக பண்டைய இங்கிலாந்தில் இருந்த கூட்டு நிறுவனங்கள் (partnership), ஜெர்மனியின் கார்ப்பரேட் தன்மையிலான நிறுவனங்கள், இத்தாலியின் ஜெனோவீஸ் அமைப்பு மக்களிடமிருந்து கடன் திரட்டி ஆரம்பிக்கப்பட்ட நிறுவனம்

போன்றவற்றைச் சொல்லலாம். ஜெனோவீஸ் அமைப்பின் வேர்கள் அரேபிய அமைப்பில் இருந்தன. பல்வேறு நகர்களிலும் மண்டலங்களிலும் இருந்த வர்த்தகச் சங்கங்கள் இந்த முறையைப் பயன்படுத்தியதால் இதன் முக்கியத்துவம் அதிகரித்தது. இந்தச் சங்கங்கள் நகரின் நிர்வாகத்தில் பங்கு பெற்றிருந்தன. அதன் உறுப்பினர்களை வர்த்தகத்தில் ஒழுங்குபடுத்தும் உரிமையையும் பெற்றிருந்தன. குறிப்பாக, வர்த்தகச் சங்கங்களுக்கு வர்த்தகத்தினால் வரும் லாபத்தை முறையான உறுப்பினர்கள் மட்டுமே அடையச்செய்யும் வகையில் செய்திட ஒரு சட்டம் தேவையாக இருந்தது.

சட்டரீதியான ஒழுங்குபடுத்தலுக்கு நிர்வாகத்திலிருந்து சாசனம் அல்லது உரிமம் அவசியமாக இருந்தது. அதை வைத்தே சட்டத்தை மீறுபவர்களைத் தண்டிக்க முடியும். இங்கிலாந்தின் பொதுச் சட்டத்தின் படி, வர்த்தகச் சங்கங்களை உருவாக்கும் சாசனங்களுக்கு அனுமதி அளிக்கும் உரிமை அரசரிடமே இருந்தது. இதுபோல் வழங்கப்படும் சாசனம் பொதுவான முறைகளையும், பொதுவான சட்டதிட்டங்களையும் கொண்டிருந்தது. இது கடல்கடந்து வணிகம் செய்யும் நிறுவனங்களுக்கும் பொருந்தும்.

பதினாறாம் நூற்றாண்டில், இத்தகைய சங்கங்களிலிருந்து தோன்றிய, வணிக அமைப்புகள் தொலைதூர, துறைமுக நகரங்களுக்குப் புதிய வாய்ப்புகளைத் தேடி நகர ஆரம்பித்தன. அவ்வாறு வெளியேறிய நிறுவனங்களுள் முதலில் உருவானது 1505-ல் கம்பெனி ஆப் மெர்சண்ட் அட்வென்சர்ஸ் என்ற நிறுவனம்தான். அது வட ஐரோப்பிய வர்த்தகத்துக்குப் போட்டியாக ஆரம்பிக்கப்பட்டது. வர்த்தகத்தில் முன்னிலை அடைய அதன் வெளிநாட்டுத் தலைவருக்குச் சட்டங்களை நடைமுறைப்படுத்தும் அதிகாரங்களை வழங்கவேண்டியிருந்தது.

முந்தைய ‘முறைப்படுத்தப்பட்ட’ நிறுவனங்களில், ஒட்டுமொத்தமாகத் திரட்டப்பட்ட செல்வம் நஷ்டமடைய வாய்ப்பு இருந்தது. அவ்வகை நிறுவனங்களில் இருந்து ‘வரையறுக்கப்பட்ட கடன் சுமை’களை உடைய கூட்டு முதலீடு நிறுவன அமைப்புகளுக்கு வர்த்தக நிறுவனங்கள் கொஞ்சம் கொஞ்சமாக மாறிக்கொண்டிருந்தன. வில்லியம் ஸ்காட் நிறுவனச் சட்டத்தைப் பற்றிய ஆய்வறிக்கை ஒன்றில் குறிப்பிட்டதைப்போல வரையறுக்கப்பட்ட கடமை என்ற அமைப்பு சேமிப்பிலிருந்த செல்வத்தைப் பங்குகளில் கொண்டுவந்தது.

வெளிநாடுகளில் லாபம் திரட்டும் நோக்குடன் வணிகர்கள் அளித்த விண்ணப்பங்களுக்குப் பதிலாக 1958லிருந்து 1610வரையான ஆண்டுகளில் வழங்கப்பட்ட அரசு சாசனங்கள், தமது சட்டதிட்டங்களை இந்த

வணிக சங்கங்களிடமிருந்தே பெற்றுக்கொண்டன. நகரத்திலிருந்த வணிகச் சங்கங்களைப் போல இல்லாமல், இந்த சாசனங்கள் ஏக போக (monopoly) நிறுவனங்களை ஏற்படுத்துவதற்காக வழங்கப்பட்டவை.

வெளிநாட்டில் வர்த்தகம் செய்ய சாசனம் வழங்கப்பட்ட நிறுவனங்கள், குறிப்பட்ட பகுதியில் தன் நாட்டவர்கள் வேறு யாரும் வர்த்தகம் செய்யமுடியாத உரிமையைப் பெற்றிருந்தன. ஆனால், இந்தத் தனியுரிமையை அமல்படுத்துவதில் ஒரு சிக்கல் இருந்தது. நகரங்களைப் போலில்லாமல், கடல் பகுதி தனக்கென்ற ஓர் அரசைக் கொண்டிருக்கவில்லை. எனவே இந்த வெளிநாட்டு சாசனம், நடைமுறைக்கு ஒத்துவராததாக இருந்தது.

கிழக்கிந்திய கம்பெனியைப் பொறுத்தவரையில், அதன் ஏக போக உரிமையானது தார்மிகரீதியாக தொடர்ந்து எதிர்க்கப்பட்டு வந்தது. கிழக்கிந்திய கம்பெனி அதன் பங்குதாரர்களின் எண்ணிக்கையைக் கட்டுக்குள் வைத்திருந்து, அதன்மூலம் கிடைக்கும் லாபம் ஒரு சிலருக்கே கிடைக்கும் வண்ணம் செய்தது. ஏகபோக உரிமையும் லாபமும் சேர்ந்த இந்தக் கலவை, நாடாளுமன்றத்தில் இருந்த பல குழுக்களின் கண்களை உறுத்தியது. எனவே, அவர்கள் கிழக்கிந்திய கம்பெனியின் சாசனம் அடிப்படைச் சுதந்திர உரிமையைப் பறிப்பதாகக் குறை கூற ஆரம்பித்தனர்.

கலகக்காரர்கள் என்று அழைக்கப்பட்ட தனி வர்த்தகர்கள் 1600 களின் முற்பகுதியிலிருந்து இத்தகைய குழுக்களையே பெரிதும் சார்ந்திருந்தனர். இந்த உணர்வு சில போட்டிக் கிழக்கிந்திய கம்பெனி களைத் தோற்றுவித்தாலும், 1813 வரை இந்த சாசனத்துக்கு முடிவு ஏற்படவில்லை. இதற்குக் கொள்கை அளவில் எதிர்ப்பாளர்கள் பிரிந்திருந்தது ஒரு காரணம். உள்நாட்டு வர்த்தகத்தில் ஏகபோக உரிமை பெற்ற வர்த்தகத்தை எதிர்த்த சிலர், வெளிநாட்டு வர்த்தகத்தில் ஏகபோக உரிமையை ஆதரித்தனர். மற்றவர்களுக்கு வர்த்தகர்களுக்கு எதிரான மனப்போக்கு மட்டும் இருந்தது. ஆடம் ஸ்மித்தின் 'த வெல்த் ஆஃப் நேஷன்ஸ்' என்ற நூல் வந்த பிறகே ஏகபோக உரிமையை எதிர்த்து உலகளாவிய விமர்சனம் உருவாகத் தொடங்கியது.

அதுவரை, கிழக்கிந்திய கம்பெனியின் மீதான விமர்சனங்கள் மெதுவாகவே அதிகரித்து வந்தன. அதுவும் கிழக்கிந்திய கம்பெனியின் தொடர் வெற்றிகளே அதன் மீதான விமர்சனத்துக்கு வழிவகுத்தன. அத்தகைய விமர்சகர்கள், கிழக்கிந்திய கம்பெனியின் சாசனமே அதன் வெற்றிக்குக் காரணம் என்பதை நன்கு அறிந்திருந்தார்கள். வணிக ரீதியான கடல்தாண்டிய வணிகம் நிதி சார்ந்தும் அதன் தன்மையினாலும் அதிக அபாயத்துக்கு உட்பட்டது. 1600களின் முற்பகுதியில்

வெளிநாட்டுப் பயணம் மேற்கொண்டோரில் கிட்டத்தட்ட சரிபாதி ஆட்கள் ஸ்கர்வி, புயல்கள், கொள்ளையர் தாக்குதல், கப்பல் விபத்துகள் ஆகியவற்றால் உயிர் இழந்திருந்தார்கள்.

இந்தியா மற்றும் இந்தோனேசியாவிலிருந்து இங்கிலாந்துக்கும் ஹாலாந்துக்கும் கொண்டுவரப்பட்ட பொருட்கள் விலையுயர்ந்தவை, ஆடம்பரமானவை. அவற்றைப் பொருளாதாரச் சரிவுகளுக்கும் தொற்றுநோய்த் தாக்குதலுக்கும் உள்ளாகக்கூடிய நாடுகளில் விற்க வேண்டியிருந்தது. தொழிற்சாலை, துறைமுகங்கள், மாலுமிகள், கப்பல்கள், படைவீரர்கள் ஆகியோர் அடங்கிய கட்டமைப்பை நிர்வகிக்க மூலதனம் வேண்டியிருந்தது. வெளிநாட்டு வர்த்தகம் அதிக லாபம் சம்பாதித்து பெரிய அளவில் நடைபெற்றால் மட்டுமே இத்தகைய அபாயங்களைச் சமாளிக்க முடியும். வர்த்தகம் அதிக லாபத்தை ஈட்ட ஏகபோக உரிமை உதவியது; பிரமாண்ட அளவில் செயல்படக் கூட்டு முதலீட்டு அமைப்பு வழிவகுத்தது.

இந்தியாவில் பொருளாதார, அரசியல்ரீதியாக அரிதாக இருந்த, நிறுவனம் சார்ந்த நெறிமுறைகளை கிழக்கிந்திய கம்பெனி கொண்டு வந்தது. அது இந்திய அரசரிடமிருந்து ஒரு சாசனத்தைக் கோரியது. அதற்கான நிபந்தனைகளைப் பற்றிப் பேச, சிறந்த தூதர்களை அனுப்பியது. பேச்சுவார்த்தைகளின் தரத்தை மேம்படுத்தத் தொலை தூரத்தில் இருந்த கிழக்கிந்திய கம்பெனியின் மையங்களின் தலைவர்களாக மூத்த வணிகர்களே நியமிக்கப்பட்டிருந்தனர். கிழக்கிந்திய கம்பெனியில் உயர்மட்டங்களுக்கு முன்னேற முக்கியத் தேவையாக இருந்தது பேச்சுவார்த்தைகளை நடத்தக்கூடிய திறன். அதில் திறமை பெற்ற இளைஞர்கள் பதவி உயர்வு பெற்று வேகமாக முன்னேறினர். இந்திய மொழிகளில் ஒன்றைப் பேசும் திறன் இந்திய மக்களுடன் நேரடியாக உரையாட முடியக்கூடிய வசதியைக் கொடுத்ததால் பயனுள்ளதாக இருந்தது.

இதுபோன்று, மேற்கு ஐரோப்பிய நாடுகளின் சாசனம் பெற்று ஆசியாவில் வர்த்தகம் செய்யும் கம்பெனிகளுக்கான தனித்தன்மை வளர்ந்து வந்தது.

முரண்பாடுகள்

நேற்றைய சாசனம் பெற்ற நிறுவனங்களே இன்றைய கூட்டு முதலீட்டு நிறுவனங்களின் முன்னோடிகள் என்று கூறப்படுவது உண்டு. இது ஒரு குறுகிய நோக்காகும். அடிப்படையிலேயே இவை இரண்டுக்கும் இடையில் வேறுபாடுகள் உண்டு. முக்கியமாக இரு வேறுபாடுகள் இரண்டுக்கும் இடையே இருக்கின்றன.

முதலாவதாக, கிழக்கிந்திய கம்பெனி உருவானபோது பொதுமக்கள் பங்குகளின் மூலம் முதலீடு செய்வதோ, தொழில்முறை நிபுணத்துவ நிர்வாகம் என்பதோ எங்குமே நடைமுறையில் இருந்திருக்கவில்லை. கிழக்கிந்திய கம்பெனியும் அதன் உரிமையாளரின் அடையாளத்திலிருந்து அப்படியொன்றும் பெருமளவுக்கு வேறுபட்டுவிடவில்லை. கிழக்கிந்திய கம்பெனி, அதன் கொள்கை முடிவுகளைக் கட்டுப்படுத்தும் நிலையில் அதிகப் பங்குகளை வைத்திருந்த அதன் பங்குதாரர்களின் செல்வாக்குக்கு உட்பட்டே இருந்தது. பங்குகள் பொதுவில் அதிகமாக வர்த்தகம் செய்யப்பட்ட காலங்களிலும் நிலைமை இதுவே.

இரண்டாவதாக, கம்பெனி என்ற சொல் இன்று ஒரு நிறுவனத்தில் ஒரு மத்தியத் தலைமையின் கீழ் பல்வேறு பணியாட்கள் அதன் பங்குதார்களுக்காகப் பணிபுரிவதைச் சித்தரிக்கிறது. ஆனால், கிழக்கிந்திய கம்பெனியில் தலைமைப் பொறுப்பில் இருந்தவர்களால் அதன் பணியாளர்களை முழுமையாகக் கட்டுப்படுத்த இயலவில்லை. இந்தக் கட்டுப்பாடற்ற தன்மை வேண்டுமென்றே ஏற்படுத்தப்பட்டது. கிழக்கிந்திய கம்பெனியின் மனிதவள நிர்வாக அமைப்பு வெளிநாட்டுக் கிளைகளை, தலைமை அலுவலகத்தை விட்டுத் தன்னிச்சையாகச் செயல்பட அனுமதித்தது.

கிழக்கிந்திய கம்பெனியின் உருவாக்கமும் நடவடிக்கைகளும் லண்டன் நகரிலிருந்த வங்கியாளர்கள், வணிகர்கள் மற்றும் வாழ்வின் பெரும்பாலான பகுதியைப் பயணங்களில் கழிக்கும் மாலுமிகள், போர்வீரர்கள் ஆகியோருடைய கூட்டுமுயற்சியாக இருந்தது. வணிகர்கள் பணத்தைத் தந்தனர். மாலுமிகள் கடல் பயணங்களை மேற்கொண்டனர். வீரர்கள் தேவையான பாதுகாப்பை அளித்தனர்.

வணிகர்களுக்கும் வீரர்களுக்கும் அடிப்படையிலேயே வித்தியாசங்கள் உண்டு. ஒருவரின் சமூகம் அமைதியானது, மற்றவரது சமூகம் கொந்தளிப்பானது. இருவரின் இனங்கள் வேறு, உலகப் பார்வைகள் வேறு. இரு குழுக்களுக்கும் இடையே நட்பார்ந்த நெருக்கம் இருந்ததில்லை. எனவே, இந்தக் கூட்டணி நீடிக்கவேண்டுமென்றால் கிழக்கிந்திய கம்பெனியின் லாபம் சமமாகப் பகிர்ந்து கொடுக்கப்பட வேண்டும். அல்லது மாலுமிகளும் வீரர்களும் தனியாக வர்த்தகம் செய்ய அனுமதிக்கப்படவேண்டும். கிழக்கிந்திய கம்பெனி அவர்களுக்குச் சொற்ப ஊதியம் அளித்துவந்தது. ஒரு எல்லைக்குட்பட்டு தனி வர்த்தகம் செய்ய அனுமதி அளித்திருந்தது.

பணியாளர்கள் ஒரு நிறுவனத்தில் பணிபுரிந்துகொண்டே தனது தனிப்பட்ட விருப்பங்களை நிறைவேற்ற முயற்சி செய்வது, அந்த

நிறுவனத்தில் ஒரு நிலையில்லாத தன்மையையே ஏற்படுத்தும். இவ்வாறு இரு வேறுபட்ட நலன்களைக் கருத்தில் கொண்டு செயல் படும் சுதந்தரம் அதன் சட்டதிட்டங்களிலேயே பொதிந்திருந்தது. தனிமனிதர்கள் அதிக வணிகத்தில் ஈடுபட்டு அதன் மூலம் கிழக்கிந்திய கம்பெனியின் நலன்களைப் பாதித்தனர். பணியாளர்கள், கிழக்கிந்திய கம்பெனியின் வர்த்தகத்தோடு தொடர்புடைய வணிகர்கள், கைவினைத் தொழிலாளர்கள், அதிகாரம் மிக்க மனிதர்கள் ஆகியோருடன் தனிப்பட்ட முறையில் உறவாடினர். அது கிழக்கிந்திய கம்பெனியின் உரிமையாளர்களும் உயர் அதிகாரிகளும் நிர்ணயித் திருந்த சமூக, அரசியல் உறவுக்கான எல்லைகளைக் கடந்து இருந்தது.

பொதுவாக இதுபோன்ற செயல்களைத் தடுப்பதற்காக கிழக்கிந்திய கம்பெனியின் இயக்குநர்கள், தண்டனைகளும் ஊக்கத்தொகைகளும் கலந்த ஒரு வழிமுறையை ஏற்படுத்தி வைத்திருந்தனர். ஆனால் சில நேரங்களில், இவற்றைச் செயல்படுத்த அதிகாரம் இல்லாமல், நடப்பவற்றை வேடிக்கை பார்த்துக் கொண்டிருந்துவிட்டு, நிலைமை கட்டுக்கடங்காமல் போன பிறகு தலையிட்டனர்.

அரசரின் தலையீடு, தலைமை அலுவலகத்துக்கும் அதன் கிளை களுக்கும் இடையே இருந்த பிளவை மேலும் அதிகமாக்கியது. கிளை அலுவலகத்தின் சில முடிவுகள், தலைமையலுவலகத்தினால் கேள்வி கேட்கப்பட்டபோது, அரசரின் நலனுக்காகவே இந்த முடிவுகள் எடுக்கப்பட்டன என்று கிளைகள் பதிலளித்தன. அரசின் சாசனம், வணிகச் சட்டங்களுக்கும் ஒழுங்குமுறைகளுக்கும் ஒப்புதல் அளிக்கும் வண்ணம் இருந்தது. இந்த சாசனத்தின் மற்றொரு முக்கிய அம்சம் என்னவென்றால், அது கடல் கடந்த வணிகத்தைப் பாதுகாப்புடன் தொடர அந்த நிறுவனங்களுக்கு போர்க் கருவிகளை அளித்தது.

பதினேழாம் நூற்றாண்டின் பிற்பகுதியிலும் பதினெட்டாம் நூற்றாண்டிலும் ஐரோப்பாவில் நிகழ்ந்த போர்களைத் தொடர்ந்து இந்தச் சுதந்தரம் அதிகரித்தது. போர்க்கருவிகள் அதிக அளவில் உபயோகப்படுத்தப்படவும் இல்லை. தேவையானபோது அந்த உதவி கிடைக்கவும் இல்லை. ஆயினும், ஏட்டளவில் இருந்த சாசனத்தின் அத்தகைய அனுமதி நிறுவனத்தின் தன்மையையே மாற்றக்கூடியதாக இருந்தது. ஓர் அரசிடம் இருக்கக்கூடிய தனிப்பட்ட அதிகாரங்களான போர் தொடுத்தல், சட்டம் இயற்றுதல், கண்காணித்தல் போன்றவை போட்டியாளர்களிடமிருந்தும் எதிரி நாடுகளிடமிருந்தும் வரக்கூடிய தாக்குதல்களைச் சமாளிப்பதற்காகச் சாசனமளிக்கப்பட்ட கம்பெனி களிடம் வழங்கப்பட்டன. ஜூலியா ஆடம்ஸ் என்ற வரலாற்றாசிரியர் நவீன காலத்தின் தொடக்கத்தில் அமைந்த பன்னாட்டு நிறுவனங்களின்

இந்த நிலையை அதிகாரம் ஒரே மையத்தில் குவிக்கப்பட்டிருக்கும் 'பாட்ரிமோனியல்' நிலை என்று குறிப்பிடுகிறார்.

கிளை அலுவலகங்களுக்கு அதிக அதிகாரங்களைத் தந்து தலைமை அலுவலகத்தைவிட அவற்றை அரசு வலுப்படுத்தியது. ஏனென்றால், கிளை அலுவலகங்கள்தானே நேரடிப் போர்களில் ஈடுபட வேண்டிருந்தது. சில நேரங்களில், வணிகத்துக்காகப் போர்களும் அரசியல் நடவடிக்கைகளும் அவசியம் எனத் தலைமை அலுவல கத்தை ஏற்கச்செய்வது எளிதாக இருந்தது. கிளை அலுவலகங்களின் பரிந்துரைகளை ஏற்காமல், போர் தேவையில்லாதது, நஷ்டத்தை ஏற்படுத்தக்கூடியது என்று தலைமை அலுவலகம் சில நேரங்களில் தீர்மானித்தது. ஆனால், கிளை அலுவலக அதிகாரிகள் அவர்களுக்கு இருந்த சுதந்தரமான முடிவெடுக்கும் தன்மையினாலும், தனிப்பட்ட விருப்பங்களினாலும் தாமாகவே போர்களில் ஈடுபட்டனர்.

இங்கிலாந்து அரசருடைய தலையீட்டால் விளைந்த மற்றொரு சிக்கல், இந்தியர்களும் அதைப்போன்ற அரசதிகாரத்தைப் பின்பற்றியதாகும். பல்வேறு சிற்றரசர்கள், தலைவர்கள், அரசுப் பிரதிநிதிகள் ஆகியோர் இருந்த காரணத்தால், உடன்பாடு இல்லாத எந்த விஷயமும் போர்களில் முடியும் அபாயம் இருந்தது. ஏனென்றால் அந்தத் தகராறுகளைத் தீர்க்க எந்த ஒரு சட்டமோ சக்கரவர்த்தி போல் உயர் அதிகார மையமோ இல்லாமல் இருந்தது.

வர்த்தகர்களிலிருந்து அரசர்களை உருவாக்குபவர்களாக

அமெரிக்காவை ஸ்பானியர்கள் வெற்றிகொண்ட விதத்துக்கும் இந்தியாவை ஆங்கிலேயர்கள் வெற்றிகொண்ட விதத்துக்கும் இடையே இருந்த வேற்றுமையை ஆடம் ஸ்மித் ஆராய்ந்து சொல்லி யிருக்கிறார். இரண்டுக்கும் இடையிலான முக்கியமான வேற்றுமை, இந்தியாவில் வணிகர்களாலும் நிலச்சுவாந்தாரர்களாலும் ஆதரிக்கப் பட்ட பலமிக்க அரசர்களை ஐரோப்பியர்கள் எதிர்கொள்ளவேண்டி யிருந்தது என்று குறிப்பிடுகிறார். உள்ளூர் அதிகாரிகளும் வரி வசூல் செய்பவர்களும் சட்டம் இயற்றுபவர்களாகச் செயல்பட்டனர். இவ்வழக்கம் கடற்கரையோரத்தில் அதிகமாக இருந்தது. ஆக்ராவின் அரசு நீதிமன்றத்தில் வழங்கப்பட்ட வணிக உரிமம், சூரத், பாட்னா, காஜிம்பஜார் ஆகிய இடங்களில் இருந்த தரகர்களிடத்தில் செல்லு படியாகவில்லை. வெளிநாட்டு வர்த்தகர்கள், தங்களைக் குறுநில மன்னர்கள் போல் நினைத்ததுபோல், இந்திய மன்னர்களும் ஏன் சில வர்த்தகக் கூட்டாளிகள் கூட நினைத்தனர்.

சாசனத்தில் இருந்த தனியுரிமை கிழக்கிந்திய கம்பெனிக்குச் சாதகமாக இருந்தாலும், இந்திய அரசர்களை அது தர்மசங்கடத்தில் ஆழ்த்தியது.

போட்டி வர்த்தகக் குழுக்கள் இருப்பிடம், நிதி ஆகியவற்றைக் கேட்டுத் தொந்தரவு செய்ததால், யாரைத் திருப்திப்படுத்துவது என்று தெரியாமல் அவர்கள் திண்டாடவேண்டியிருந்தது. அந்த நேரங்களில், வர்த்தக உரிமங்கள், வரிகள், நில உரிமைகள், லாபத்தைப் பங்கிடுதல் போன்றவற்றில் ஏற்படும் தகராறுகள் லஞ்சம் கொடுப்பதின் மூலம் தீர்க்கப்படாவிட்டால், கட்டுக்கடங்காமல் செல்லக்கூடும்.

லண்டன் தலைமையகம் சரிவரப் புரிந்துகொள்ளாத, உள்ளூர் நிலைமைகளைச் சமாளிப்பதில், லண்டனில் உள்ளோரின் விசுவாசமிக்க பணியாளராக நடந்துகொள்வது அபாயகரமானது என்பதை இந்தியாவில் இருந்த பிரிட்டிஷ் பணியாளர்கள் நன்கு உணர்ந்திருந்தனர். ஒருபுறம் அவர்கள் லண்டனில் இருந்தோரின் பணியாளர்களாகச் செயல்படவில்லை. மறுபுறம், இந்திய அரசர்களுக்ககவும் அவர்கள் பணிபுரியவில்லை. இந்த நிலை அவர்களின் எஜமானர்கள் யார் என்ற கேள்வியை எழுப்புகிறது. இந்தக் குழப்பமான நிலையில் தான் பேரரசின் எதிர்காலம் அடங்கியிருந்தது.

இந்தக் குழப்பத்தைப் பயன்படுத்தி, வெளிநாட்டிலிருந்த கிளைகள், லண்டனை எதிர்த்துத் தங்களுக்குச் சொந்தமாக ஒரு படைபலத்தை உருவாக்க முயன்றன. அதன் விளைவாக, பதினேழாம் நூற்றாண்டின் இறுதியில், மூன்று சிறிய அரசுகள் மதராஸ், கல்கத்தா, பம்பாய் ஆகியவை உருவாயின. வரலாற்றின் ஆரம்பத்தில், இந்தக் குடியிருப்புகள் நன்கு பாதுகாக்கப்பட்ட மூன்று கிராமங்களாகத்தான் இருந்தன. அவற்றில் நல்ல துறைமுகங்கள் இல்லை (மதராஸில் துறைமுகமே இல்லை).

பழைய ஐரோப்பியக் குடியிருப்புகளான சூரத்தையும் மசூலிப்பட்டினத்தையும் ஒப்பிடும்போது, இவற்றில் வளங்களும் அதிகமாக இல்லை. எதிரிகளின் ஆபத்தும் எப்போதும் இருந்துகொண்டிருந்தது. ஆனால், பதினெட்டாம் நூற்றாண்டில், உள்நாட்டில் போர்கள் ஆரம்பித்தபோது, இந்தத் துறைமுக நகரங்கள் வர்த்தகர்களையும் கைவினைத் தொழிலாளர்களையும் ஈர்த்து வளர்ச்சியடைந்தன. பதினெட்டாம் நூற்றாண்டின் மத்தியில், கிழக்கிந்திய கம்பெனியின் பகுதிகள் இந்த நகரங்களைத் தாண்டியும் விரிவடைந்து, முகலாயர்களின் மாநிலங்கள் கிழக்கிந்திய கம்பெனி ஆட்சியின் கீழ் வந்தன. 1803ல் ஒரு பேரரசு உருவாவதற்கான எல்லா அறிகுறிகளும் தெரிந்தது. இங்கிலாந்தின் அரசரும் சரி, கிழக்கிந்திய கம்பெனியும் சரி ஒரு அரசை உருவாக்கத் திட்டம் தீட்டவில்லை. ஆனாலும், ஓர் அரசு உருவானது. எது இவ்வாறு நிகழ்ந்தது? வெளிநாட்டுக் கிளைகளின் குழப்பமான நிலை இதற்கான விடையை ஓரளவு தரக்கூடும்.

ஆனால் முழுமையான விடையைப்பெற, பதினெட்டாம் நூற்றாண்டின் மத்தியில் இந்தியாவில் உருவாகிக்கொண்டிருந்த வர்த்தக நிலையைப் புரிந்து கொள்வது முக்கியம்

ஐரோப்பியர்களும் இந்திய வர்த்தக உலகமும்

இந்தியாவின் சந்தைகளில் ஐரோப்பியர்களின் தாக்கத்தால் ஒரு கலப்பு வர்த்தக உலகம் உருவானது. இது வேறு எந்த மாதிரியும் உருவாகியிருக்கச் சாத்தியம் இல்லை. ஐரோப்பியர்கள் வர்த்தகம் செய்ய வந்த இந்தியாவில் ஏற்கெனவே தூர தேச வர்த்தகப் பாரம்பரியமும் வலுவான வர்த்தக நடைமுறைகளும் இருந்தன. இந்திய-ஐரோப்பிய வர்த்தகத்தில் எது இந்திய மரபு, எது ஐரோப்பிய மரபு என்பதைக் கண்டு பிடிப்பது எளிதல்ல. ஆயினும், கூட்டு முதலீட்டு நிறுவனங்கள் இந்தியாவில் அதற்கு முன்னர் இருந்திருக்கவில்லை. இது இந்திய முன்னணி நிறுவனங்களில் எந்தவிதத் தாக்கத்தையும் ஏற்படுத்த வில்லை என்பதையும் இங்கே குறிப்பிடவேண்டும். அவை குறிப்பிட்ட சமூகங்களின் ஆதரவுடன், குடும்பம் சார்ந்த தொழில்களாகவே தொடர்ந்தன.

மற்றபடி, இரண்டு ஐரோப்பிய வணிகம் சார்ந்த அம்சங்கள், ஐரோப்பியர்களுடன் இணைந்து செயல்பட்ட இந்திய வர்த்தகர்களிடையே பெரும் மாற்றத்தை ஏற்படுத்தின. அவற்றில் ஒன்று கடலாதிக்கம் மற்றும் கோட்டைகள் ஆகியவற்றை வர்த்தகத்துக்கு அரணாகப் பயன் படுத்துவது. இரண்டு, அரசால் அமல்செய்யக்கூடிய, முறைப்படுத்தப் பட்ட வர்த்தக ஒப்பந்தங்களின் உருவாக்கம். இவையிரண்டும் இதற்கு முன் இங்கு அறியப்படாதவை. கடற்கரையும் துறைமுகங்களும் ராணுவரீதியாக இந்திய அரசர்களுக்கு அதற்கு முன் முக்கியமானதாக இருந்ததில்லை. வர்த்தக ஒப்பந்தங்கள் அதற்குமுன் எழுதப் பட்டிருக்கவும் இல்லை. இந்த அம்சங்கள் ஆங்கிலேயருக்குச் சொந்த மாக இருந்த மூன்று துறைமுக நகரங்களில் பின்பற்றப்பட்டதால், இந்தியத் தொழில்முனைவோர் அந்த நகரங்களை நோக்கி ஈர்க்கப் பட்டனர். உள்நாட்டு அரசுகள் சிறிது சிறிதாகப் பலவீனமாவதை உணர்ந்த வர்த்தகர்களும் வங்கியாளர்களும் கிழக்கிந்திய கம்பெனியின் பகுதிகளுக்குக் குடிபெயர்ந்தனர். அங்கு அமல்படுத்தப்பட்ட ஆங்கில வர்த்தகச் சட்டங்களினால் பயனடைந்தனர்.

மற்றொருபுறம், தங்களோடு இந்தியக் கூட்டாளிகளையும் முகவர் களையும் இணைத்துக் கொண்டதனால், கிழக்கிந்திய கம்பெனியும் தனி வர்த்தகர்களும் ஜாதி, இனங்கள் போன்ற சமூக மரபுகளைக் கவனத்தில் கொள்ள வேண்டியிருந்தது. உள்ளூர் திறன்கள், வணிக

சாதுரியம், முதலீடுகள், தலைமைத்துவம் ஆகியவற்றைத் தங்கள் நிறுவனங்களோடு இணைக்கவேண்டியிருந்தது. இடைத்தரகர்கள் இதில் முக்கியப் பங்கு வகித்தனர். ஐரோப்பியர்கள் அவர்களைச் சார்ந்து இருந்த காரணத்தால், அவர்களுக்கு அதிக சுதந்தரமும் அதிகாரமும் கிடைத்தன. ஒரு பெரிய நிறுவனத்துடன் தொடர்பில் இருந்த காரணத்தால், அவர்களுக்குச் சொந்த சமூகத்தில் மதிப்பும் அதிகமாக இருந்தது.

கடந்த இருபது ஆண்டுகளில், கிழக்கிந்திய கம்பெனி ஒரு பேரரசை அமைத்ததற்கான காரணம், ஆங்கில கம்பெனி, தனி வர்த்தகர்கள், இந்திய வணிகர்கள் ஆகியோர் ஒருவரையொருவர் சார்ந்திருந்த தன்மையினால் தான் என்று பலர் கூறி வருகிறார்கள். இது ஒரு புதுமையான கருத்து. இந்திய அரசுகள் பலவீனமடைந்து நாட்டில் குழப்பம் நிலவியதாலேயே கிழக்கிந்திய கம்பெனி அரசமைக்க நேர்ந்தது என்ற கருத்துதான் பல வருடங்களாகச் சொல்லப்பட்டுவந்தது.

கிழக்கிந்திய கம்பெனிக்கு அமைதி தேவையாக இருந்தது, அதனால், தங்களது பலத்தைக்கொண்டு அந்த அமைதியை நிறுவினார்கள் என்பது அந்தக் கருத்தின் நீட்சி. இது இந்தியாவில் சில பகுதிகளுக்கு, பொருளாதார ரீதியில் பின்தங்கி இருந்த இடங்களுக்குப் பொருந்தலாம். ஆனால், ஆங்கிலேயர் அரசமைக்கத் தொடங்கிய, இந்தியாவின் செல்வவளம் மிக்க பகுதிகளுக்கு இந்த வாதம் பொருந்திவரவில்லை. உதாரணமாக, பிளாசிப் போர் நடந்தபோது, வங்காளம் சட்ட ஒழுங்கு இல்லாத நாடாக இருக்கவில்லை.

இதற்கு மாற்றாக, பிரிட்டிஷ் பேரரசு உருவாவதற்கு, கிழக்கிந்திய கம்பெனியும் இந்திய வர்த்தகர்களும் ஒன்றிணைந்து செயல்படத் துவங்கியதுதான் காரணம் என்ற கருத்தை கிறிஸ்டோபர் பெய்லியும் மற்றவர்களும் முன்வைக்கின்றனர். பதினெட்டாம் நூற்றாண்டின் இரண்டாம் மூன்றாம் பத்தாண்டுகளில், முகலாயப் பேரரசு அழிந்த பின்னர், வணிகம், வங்கித் தொழில், நாணயம் அச்சிடுதல், மற்ற திறன் சார்ந்த தொழில்கள் ஆகியவை புதிய பகுதிகளுக்கு இடம்பெயர்ந்தன.

பாட்னா, பனாரஸ், பூனா, முர்ஷிதாபாத், ஹைதராபாத், ஜெய்பூர் ஆகிய நகரங்கள் லாகூர், டெல்லி, ஆக்ரா ஆகிய நகரங்களுக்கு இணையான முக்கியத்துவத்தைப் பெற்றன. பிராந்தியங்களில் செல்வந்தர்கள் உருவாகத் தொடங்கினர். அவர்களில் சிலர், தங்கள் வளர்ச்சிக்கு பிராந்திய அரசர்களை நம்புவதைக் காட்டிலும் ஐரோப்பிய வர்த்தகர்கள் உறுதுணையாக இருப்பார்கள் என்று நினைத்தனர். ஆட்சி மாற்றங்களை விரும்பிய, அதற்காக கிழக்கிந்திய கம்பெனியோடு இணைந்து சதி

செய்யவும் தயாராக இருந்தவர்கள் கிழக்கிந்திய கம்பெனிக்குக் கிடைத்தனர். லக்ஷ்மி சுப்ரமணியம் புதிதாக உருவெடுத்த இந்த நிலையை ஆங்கிலோ-பனியா அமைப்பு, அதாவது ஆங்கிலேய-வணிகர்களின் அமைப்பு என்று குறிப்பிடுகிறார்.

பதினெட்டாம் நூற்றாண்டின் பிற்பகுதியில், பழைய இந்திய அரசுகள் தங்களுக்குள் சண்டையிட்டுக்கொண்டு நிலைகுலைந்தபோது, இந்திய வர்த்தகர்களில் ஒரு பிரிவினர் ஆங்கிலக் கிழக்கிந்திய கம்பெனியோடு கூட்டுச் சேர விரும்பினர் என்பது உண்மைதான். இந்தியாவின் பணம் கிழக்கிந்திய கம்பெனிக்குத் தேவையாக இருந்தது; இந்தியப் பணச் சுழற்சியை அதிகரிக்க இந்தியாவுக்குக் கிழக்கிந்திய கம்பெனி தேவையாக இருந்தது என்பதெல்லாம் உண்மையே. ஐரோப்பிய, இந்திய வர்த்தகர்களிடையே ஒருவரையொருவர் சார்ந்திருந்த உறவும் இருந்தது. ஆனால் இவற்றை வைத்து, ஐரோப்பிய இந்திய முதலீட்டாளர்களுக்கிடையே ஆழ்ந்த நட்பும் கூட்டணியும் நிலவியது என்று கூறுவது கொஞ்சம் அதிகம். அந்த உறவில் பல முரண்கள் இருந்தன. அந்த முரண்கள், பேரரசு உருவாவதற்கு மாறுபட்ட ஒரு கோணத்தைத் தருகின்றன.

ஆங்கிலேய-வணிகர் கூட்டணி எப்படிப்பட்டதாக இருந்தாலும், நட்பும் நம்பிக்கையும் கொண்டதாக இருக்கவில்லை. நிலைமை அதற்கு நேர்மாறாகத்தான் இருந்தது. இந்தியாவுக்கு வந்த ஐரோப்பியப் பயணிகள், அவர்களின் இந்தியக் கூட்டாளிகளான வர்த்தகர்கள், நெசவாளிகள், விவசாயிகள் ஆகியோரைப் பற்றி, அவர்களுடைய திறமையை மதித்தபோதிலும், பெருமையாக எதுவும் சொல்ல வில்லை. பலர் ‘மறைவாக மோசடி வேலைகளில் ஈடுபடுபவர்கள் (ஜான் ஹென்றி க்ரோஸ் -1772) என்று புகார் கூறினார்.

இந்தியர்கள் ‘தந்திரமான, நேர்மையற்ற, வஞ்சகமான’ செயல்களைச் செய்யக்கூடியவர்கள் (தாமஸ் டென்ணண்ட் 1804). ஜான் ஃப்ரையர் (1670) போன்ற சில எழுத்தாளர்கள், கொஞ்சம் அதிகப்படியாகவே இந்திய வர்த்தகர்களை ‘பூச்சிகள், ரத்தத்தை உறிஞ்சுபவர்கள், அட்டைகள், ஒட்டுண்ணிகள், ‘யூதர்களைவிட மோசமான தரகர்கள்’, ‘பொய் சொல்வதிலும், மறைப்பதிலும், ஏமாற்றுவதிலும் வல்லவர்கள்’ ‘தீமையின் மொத்த உருவம்’ என்றெல்லாம் வர்ணித்தனர். இவ்வளவு கடினமான வார்த்தைகளைப் பயன்படுத்தாத போதும், பல ஐரோப்பியர்கள் இந்திய வர்த்தகர்களை மதிக்கவில்லை. இந்தியர் களும் ஐரோப்பியர்களை விரும்பவில்லை.

இந்த முரண்பட்ட உறவுக்குப் பல காரணங்கள் இருந்தன. வணிக அறமும் ஜாதி மற்றும் இனங்களுக்கான பழக்க வழக்கங்களும்

இந்தியாவில் ஒரே அடிப்படையைக் கொண்டிருந்தன. ஆனால் ஐரோப்பியர்களும் இந்தியர்களும் ஒரே மாதிரியான பழக்கவழக்கங் களைக் கொண்டிருக்கவில்லை. உள்ளூர் மரபுகளைப் பின்பற்றுவதில் ஐரோப்பியருக்கு எந்த ஆர்வமும் இல்லை. ஒருவரைவிட மற்றவர் நேர்மையில் சிறந்தவர் என்று சொல்லமுடியாது. நன்னடத்தையைப் பற்றிய அவர்களின் மதிப்பீடுகள் மாறுபட்டிருந்தன. தவிர, முந்தைய ஒப்பந்த நடவடிக்கைகளின் அளவு அதிகமாக இல்லாததால், அவை தகராறுகளில் முடியும் சாத்தியக்கூறுகளும் குறைவாகவே இருந்தன.

ஐரோப்பியர்கள் ஒப்பந்தங்களின் காலத்தை அதிகரித்தனர். அதே சமயம், ஒப்பந்த சட்டங்களில் தேவையான மாற்றங்களைக் கொண்டு வரவில்லை. இதனால் ஒப்பந்தங்கள் மீறப்படும் சாத்தியங்கள் அதிகரித்தன. உதாரணமாக, வரலாற்றாசிரியர் ஓம் பிரகாஷ் 'ஐரோப்பியர்கள் இந்தியாவிலிருந்து கொள்முதல் செய்த எல்லாப் பொருட்களைப் பொறுத்தவரையிலும், திருப்பிச் செலுத்தாத கடன் என்பது பெரும் பிரச்னையாக இருந்தது' என்று குறிப்பிடுகிறார். ரேச்சல் க்ராண்டன், ஆனந்த் சுவாமி என்ற இரண்டு பொருளாதார நிபுணர்கள், ஓப்பியம் மற்றும் ஆடை சம்பந்தப்பட்ட ஒப்பந்தங்களை ஆராய்ந்தனர். அவர்கள், 'ஒப்பந்த மீறல்கள் அதிகமாக இருந்தன; கொடுத்த முன்பணத்துக்கு ஈடாக உற்பத்தியாளர்கள் பொருட்களைத் தராமல், வெளியில் அவற்றை விற்றனர். பொருட்களை வாங்கு பவர்களும், தரத்தைக் காரணம் காட்டி ஒப்புக்கொண்ட விலையைத் தராமல் இழுத்தடித்தனர்' என்கின்றனர்.

பொருளாதாரத் தளத்தில் நிலவிய அவநம்பிக்கை, ஐரோப்பியர்களுக்கு இந்திய சமூகத்தில் உரிய இடம் தரப்படாததால் மேலும் வலுவடைந்தது. இந்தியர்கள் தங்கள் உள்வட்டத்தில் ஐரோப்பியர் களை அனுமதிக்கவில்லை. இரு பக்கங்களில் இருந்த அவர்களுக்கு இடையே தனிப்பட்ட உறவுகள் அபூர்வமாகவே இருந்தன. பதினேழாம், பதினெட்டாம் நூற்றாண்டில், ஐரோப்பியர்களுக்கு இந்தியர்களுடன் நெருங்கிப் பழகியாக வேண்டிய சூழல் இருந்தது. எனினும் அப்படி எதுவும் நடக்கவில்லை என்பதைப் பார்க்கும்போது இது ஆச்சரியத்தைத் தரலாம்.

கிழக்கிந்திய கம்பெனியின் சராசரி பணியாளான இளம் வாலிபன், தம்முடைய இளமைக் காலத்தின் பெரும்பகுதியை இந்தியாவில் கழிக்க வேண்டியிருந்தது. அவனுக்குப் பெண்துணை என்பது இந்தியர் களுடன் நட்புப் பாராட்டுவதின் மூலமே கிடைக்க முடியும். சிலர் இந்த வழியைக் கடைப்பிடித்தாலும் கூட, அவர்களுக்குக் கிடைத்த பெண்கள், பொருளாதாரத்தில் பின்தங்கிய வகுப்புகளிலிருந்துதான்

கிடைத்தனரே தவிர, செல்வந்தர்களான வாணிய, பிராமண வகுப்புகளிலிருந்து அல்ல. அவர்களிலும் பலர், கடுமையான சமூகக் கட்டுப்பாடுகளினால், தாய் தந்தையருடைய தொடர்பைத் துண்டிக்க வேண்டியிருந்தது. இந்தியாவிலிருந்த ஐரோப்பியர்களுடைய நெருங்கிய வர்த்தகக் கூட்டாளிகள், சமூகரீதியாக அந்நியப்படுத்தப்பட்டவர்களாகவே இருந்தனர்.

ஐரோப்பியர்களுக்கும் இந்தியர்களுக்கும் இடையில் கூட்டணி இருந்ததென்னவோ உண்மை. ஆனால், அந்தக் கூட்டணி ஒப்பந்தச் சட்டங்களின் அடிப்படையிலோ சமூக இணக்கத்தின் பின்புலத்திலோ அமையவில்லை. சுயநலத்தின் அடிப்படையில் அமைந்த அந்தக் கூட்டில் அவநம்பிக்கை இருந்ததில் ஆச்சரியமில்லை. இந்தவிதத்தில் ஐரோப்பிய வணிகர்களுக்கும் இந்திய வணிகர்களுக்குமான நட்பு, குழப்பத்தின் எல்லையை அடைந்ததில் ஆச்சரியமில்லை. ஆங்கிலேய-வாணிய அமைப்பு ஒப்பந்த மீறல்களாலும், சமூகத் தடைக்கற்களாலும் பாதிக்கப்பட்டிருந்து.

ஒப்பந்த மீறல்கள், அரசியல் அதிகாரத்தைக் கைப்பற்றவேண்டிய கிழக்கிந்திய கம்பெனியின் ஆவலைத் தூபம் போட்டு வளர்த்தது. அரசியல் அதிகாரம் இருந்தால் தான் சட்டமியற்றி ஒப்பந்த மீறல்களைக் கட்டுப்படுத்தலாம் என்பதே அதற்குக் காரணம். பம்பாய், கல்கத்தா, மதராஸ் ஆகிய இடங்களில் மட்டும் இருந்த கட்டுப்பாடுகள், நாடு முழுவதும் கொண்டுவரப்படுவதே இந்திய-ஐரோப்பிய வணிகத்துக்கு உதவும். வேறுவிதமாகச் சொன்னால், காலனி ஆதிக்கம் ஏற்படுவதற்கு, ஐரோப்பிய இந்திய வணிகக் கூட்டணி வழி வகுத்திருக்கக்கூடும் என்பதுபோலவே அவர்களுடையே நிலவிய பிளவும் காரணமாக இருக்கக்கூடும்.

எந்தவிதமான உந்துதல் பேரரசைத் தோற்றுவித்திருக்கக்கூடும் என்பதில் வரலாற்றாசிரியர்கள் இடையே ஒத்த கருத்து ஏற்படுவது கடினம். மோதல்களுக்கு நடுவே, பல உபயோகமான கூட்டுத் தொழில்கள் உருவாகின. பல இந்தியர்கள், கிழக்கிந்திய கம்பெனியின் பிரதிநிதிகளின் நம்பிக்கையைப் பெற்றனர். தவிர, பதினெட்டாம் நூற்றாண்டின் மத்தியில் பல திசைகளில் இழுக்கப்பட்டு கிழக்கிந்திய கம்பெனியும் திணறியது. இந்தக் கருத்தைப் பொறுத்தவரையில், வரலாற்றாசிரியர் ஹோல்டன் புர்பெர் குறிப்பிட்டது முக்கியமானது.

‘இந்த விவகாரத்தில் எதிர்நிலைகள், இந்தியாவில் பேரரசு விரிவடைவதால் லாபமடைபவர்களுக்கும் வர்த்தகத்தின் மூலம் மட்டுமே லாபமடைபவர்களுக்கும் இடையேதான் இருந்தது. முதலாவது அணியில்

ஆங்கில சமூகத்தின் அனைத்து வகுப்புகளிலிருந்து வந்தவர்களும் இருந்தனர். இரண்டாவதில், கிழக்கிந்திய கம்பெனியின் உரிமையாளர் களாகவும் இயக்குநர்களாகவும் இருந்த லண்டன் வர்த்தகர்கள், கப்பல் அதிபர்கள், கடலோடிகள் ஆகியோர் இருந்தனர். 1690லிருந்து 1740 வரையான ஆண்டுகளில் இந்தப் பிரிவு விரிவடைந்தது. முகலாயப் பேரரசின் வீழ்ச்சி, வர்த்தகத்தை விடப் பேரரசே லாபகரமானது என்று எண்ணுபவர்களுக்கு ஊக்கத்தை அளித்தது.

இந்தப் புத்தகத்தின் உள்ளடக்கம்

கிழக்கிந்திய கம்பெனியைப் பற்றிய இந்தச் சிறு வரலாறு, நன்கு தெரிந்த கதையை மீள்பார்வை செய்கிறது. ஆனால், வரலாற்றுப் புத்தகங்களில் வழக்கமாக இருப்பதைப் போலல்லாமல், ஒரு மாறு பட்ட கோணத்தை அளிக்கிறது. கிழக்கிந்திய கம்பெனியின் வரலாற்றைப் பற்றிப் பல நூல்கள், பிரிட்டிஷ் அரசியல் மற்றும் காலனி விரிவாக்க நோக்கில் எழுதப்பட்டுள்ளன. ஆனால், இந்தப் புத்தகத்தில் எவ்வாறு கிழக்கிந்திய கம்பெனி, பதினேழாம் பதினெட்டாம் நூற்றாண்டில் இந்திய துணைக்கண்டத்தில் ஏற்பட்ட தனித்துவம் வாய்ந்த உலகமயமாக்கலுக்குக் காரணமாக இருந்தது என்பது விவரிக்கப்பட்டுள்ளது.

அக்காலகட்டத்தில் இந்திய வணிக வரலாற்றை ஆராயும் எவரும், ஐரோப்பாவினுடைய காலனிய விரிவாக்கத்தையும், நிறுவனம் என்பதின் கருத்தாக்கம் மாற்றமடைந்ததையும், பழைமையான வணிக முறைகள் எவ்வாறு புதிய வணிக முறைகளுடன் கைகோர்த்தன என்பதையும் கவனத்தில் கொள்ளவேண்டும் என்று இப்புத்தகம் பரிந்துரைக்கிறது. தவிர பிரிட்டனுக்கும் இந்தியாவுக்கும், இந்தியாவுக்கும் சீனாவுக்கும், அரசியலுக்கும் பொருளாதாரத்துக்கும், ஒரு பேரரசுக்கும் மற்றொரு பேரரசுக்குமான தொடர்பையும் ஆராயவேண்டும் என்றும் கூறுகிறது. இந்தியப் பெருங்கடலில் ஐரோப்பிய வர்த்தகம் ஏற்படுத்திய புதிய லாபகரமான தொழில்கள் பற்றியும் நவீன காலத்தின் முற்பகுதியில் வர்த்தகத்துக்கான அதிகச் செலவினங்கள் பற்றியும் இப்புத்தகம் ஆராய்கிறது.

பொதுப்படையான இதுபோன்ற அம்சங்கள் தவிர, இரண்டு பெரும் வினாக்களை எழுப்புகிறது இந்தப் புத்தகம். ஒரு வர்த்தகராக உள்ளே நுழைந்த கிழக்கிந்திய கம்பெனி ஒரு பேரரசை உருவாக்கியது எப்படி? அதனுடைய நிறுவனக் கட்டமைப்பும் அதற்குக் கிடைத்த வாய்ப்பு களும் எவ்வாறு அந்த இலக்கை நோக்கி கிழக்கிந்திய கம்பெனியை வழிநடத்தின?

நான் மேலே குறிப்பிட்டதுபோல, பின்னால் வரும் அத்தியாயங்கள் இதற்கான விடையை, நிறுவனத்தின் பிளவுபட்ட நிலையைக் கருத்தில் கொண்டு விளக்கவுள்ளன. ஒரு வர்த்தகராக, ஒரு ஆட்சியாளராக கிழக்கிந்திய கம்பெனி இந்தியாவின் பொருளாதார, வணிக நிலைமையை எவ்வாறு பாதித்தது என்பது இரண்டாவது கேள்வி. இந்த அத்தியாயத்தில் மேற்கோள் காட்டியவாறு அந்தக் கேள்விக்கான பதிலும் பின்வரும் அத்தியாயங்களில் ஆராயப்படும். நிறைவு அத்தியாயம் இரண்டாவது கேள்வியை முழுவதும் அலசவுள்ளது.

இந்த அம்சங்களுக்குச் செல்லுமுன், ஒரு விரிவான பார்வையைக் கருத்தில் கொள்வது அவசியம். எலிசபெத்தின் லண்டன் எவ்வாறு தன்முனைப்பாலும், ஆராயும் தன்மையாலும் உலக வரலாற்றில் ஒரு தனி இடத்தைப் பிடித்தது என்பதிலிருந்து இக்கதை ஆரம்பிக்கிறது.

2. கடல் பயணங்கள்

எந்தத் தருணத்தில் கிழக்கிந்திய கம்பெனி என்ற கருத்தாக்கம் உருவானது என்பதை நிர்ணயிப்பது கடினம். பண்டைக் காலத்தி லிருந்தே ஐரோப்பியர்களுக்கு இந்தியாவுடனான வர்த்தகத்தின்மீது ஆர்வம் இருந்தது. அதற்கு முக்கியமான காரணங்களும் இருந்தன. 1600ல் கிழக்கிந்திய கம்பெனி துவங்குவதற்கு முந்தைய பத்தாண்டு களிலும் அதற்குப் பிந்தைய பத்தாண்டுகளிலும், இந்தியப் பெருங் கடலுக்கான ஒழுங்குபடுத்தப்பட்ட வர்த்தகப் பயணங்கள் என்ற கருத்து உருவாகி முதிர்ச்சியை அடைந்தது.

ரால்ஃப் ஃபிட்ச்

1583ம் ஆண்டு பிப்ரவரிமாதம் 12ம்தேதி, 'டைகர்' எனப் பெயரிடப்பட்ட கப்பலில் ஃபால்மவுத் துறைமுகத்திலிருந்து மேற்காசியாவுக்கு ஆங்கிலேயர்கள் குழு ஒன்று புறப்பட்டது. ஜான் நியூபெர்ரி, ஜான் எல்ட்ரெட், ரால்ஃப் ஃபிட்ச் ஆகிய வணிகர்களும், வில்லியம் லீடெஸ் என்ற நகை வியாபாரியும், ஜேம்ஸ் ஸ்டோரி என்ற பெயிண்டரும் அந்தக் குழுவில் இருந்தனர். அதில் கடலோடும் வணிகரான நியூபெர்ரி இரண்டாண்டுகளுக்கு முன்புதான் ஹோர்முஸ் என்ற இடத்துக்கு அபாயகரமான பயணமொன்றை மேற்கொண்டு திரும்பியிருந்தார். அந்தப் பயணத்தின்போது அரேபிய மொழியையும் சிறிது கற்றிருந்தார்.

அந்தக் குழுவின் மூத்தவரான ஃபிட்ச் ஒரு தோல் வியாபாரி. முப்பத் தோரு வயதான எல்ட்ரெட், லீவண்ட் என்று அழைக்கப்பட்ட கீழ்மத்திய தரைக்கடல் நாடுகளில் தயாராகும் பட்டாடைகளின் வணிகர். நியூபெர்ரி, ஃபிட்ச், எல்ட்ரெட் ஆகியோர் இங்கிலீஷ் லீவண்ட் கம்பெனியின் இரு பங்குதாரர்களுக்கு நெருக்கமானவர்கள்.

அந்தப் பயணத்துக்காகும் செலவுகளின் ஒரு பங்கையும் அந்த இரு பங்குதாரர்கள் ஏற்றுக் கொண்டிருந்தனர். அந்தக் கிழக்கிந்திய கம்பெனி கான்ஸ்டாண்டிநோபிளுடன் சில வருடங்களாக வணிகத்தில் ஈடுபட்டு வந்தது. அங்கிருந்து இந்தியப் பருத்தி ஆடைகள், சீனப்பட்டு, இந்தோனேசியத் தீவுகளின் மசாலா வாசனைப்பொருட்கள் ஆகியவற்றின் மாதிரிகளைக் கொண்டுவந்திருந்திருந்தது. அப்பொருட்கள் உற்பத்தியாகும் இடங்களை அடைவதற்காகவே இந்தப் பயணம்.

இந்தக் குழு முதலில் சிரியாவில் உள்ள திரிபோலியை அடைந்தது. அதன்பின் லெபனானில் உள்ள மலைகளைக் கடந்து, அலெப்போவை அடைந்து, யூப்ரடீஸ் ஆறு வழியாகப் பயணித்து அல்-ஃபலூஜாவை அடைந்தது. எல்ட்ரெட் மசாலா வாசனைப் பொருட்களுக்கான வர்த்தகத்தை முன்னிட்டு அங்கேயே தங்கிவிடவே, மற்றவர்கள் பயணத்தைத் தொடர்ந்து ஹோர்முஸை அடைந்தனர். ஹோர்முஸ் பாரசீகப் பேரரசைச் சேர்ந்ததாக இருந்தாலும், அந்தத் துறைமுகத்தை உண்மையில் போர்ச்சுகீசியர்கள் ஆண்டு வந்தனர். அதன் மூலம் இந்தியப் பெருங்கடல் கடல்வழிகளை நட்பு நாடுகளின் கப்பல்களுக்கு மட்டும் அவர்கள் திறந்துவிட்டனர்.

அவர்களுடைய நண்பர்களான வெனிஸ் வர்த்தகர்கள், ஆங்கிலேயர்கள் மேற்காசியாவுக்கு வருவதை விரும்பவில்லை. ஸ்பானிய அரசருக்கும் போர்ச்சுகீசிய பிரபு ஒருவருக்கும் போர்ச்சுகீசிய அரியணைப் போட்டி அப்போது நடைபெற்றிருந்தது. அதில் ஆங்கிலேயர்கள் அந்தப் பிரபுவின் பக்கம் இருந்தனர். போட்டியாளர்களான வெனிஸ் வர்த்தகர்கள் ஸ்பானிய அரசரை ஆதரித்தனர். இந்தச் சூழ்நிலையில் நமது பயணிகள் ஹோர்முஸை அடைந்தவுடன் கைது செய்யப்பட்டனர். இந்திய, சீன அரசர்களுக்கு எலிசபெத் அரசி எழுதிய அறிமுகக் கடிதத்தை வைத்திருந்தபோதும்கூட, போர்ச்சுகீசிய தலைமை நீதிபதி அவர்களை உளவாளிகள் என்று தீர்மானித்தார்.

கைதிகளை ஒரு போர்ச்சுகீசிய கப்பலில் ஏற்றி கோவாவுக்கு அனுப்பினர். அங்கு வைஸ்ராயாக இருந்த டான் ஃப்ரான்ஸிஸ்கோ த மஸ்கரானஸால் விசாரிக்கப்பட்டு அவர்கள் சிறையிலடைக்கப் பட்டனர். ஜேஷுயிட் என்று அழைக்கப்பட்ட கத்தோலிக்க மதபோதக ராக ஸ்டோரி மாறிவிட்டதால் அவர் விடுவிக்கப்பட்டார். கோவாவில் நன்கு அறியப்பட்டவரான ஆங்கில ஜேஷுயிட்களில் ஒருவரான தாமஸ் ஸ்டீவன்ஸ் உதவியால் மற்றவர்களும் விடுதலை செய்யப் பட்டனர். உடனே அவர்கள் தங்கள் வணிகத்தை கோவாவில் ஆரம்பித்தனர். ஆனால் ஜேஷுயிட்கள் அவர்களை கத்தோலிகர்களாக மாறும்படி வற்புறுத்தி, மீண்டும் அவர்களைக் கைது செய்வதற்கான

ஏற்பாடுகளைச் செய்தனர். அபாயத்தில் மறுபடியும் சிக்கிக்கொள்ள விரும்பாத நம் பயணிகள் கோவாவை விட்டு 1584ம் ஆண்டின் பிற்பகுதியில் தப்பிச் சென்றனர்.

முதலில் பெல்காமுக்குச் சென்று, பின் பீஜப்பூர், புர்ஹான்பூர், மண்டு, உஜ்ஜைனி வழியாக அவர்கள் பயணித்தனர். உஜ்ஜையினுக்குச் சில மைல்களுக்கு அப்பால் அக்பர் சக்ரவர்த்தியின் வண்ணமயமான ஊர்வலம் ஒன்றில் இணைந்தனர். அடுத்த ஆண்டின் முற்பகுதியில் அவர்கள் ஆக்ராவை அடைந்தனர். அரசவையில் நல்ல முறையில் உபசரிக்கப்பட்டாலும் நேரடியாக அக்பரிடம் அவர்கள் எலிசபெத் அரசியின் கடிதத்தைக் கொடுத்தனரா என்பது தெரியவில்லை. பிறகு அந்தக் குழு பிரிந்து, ஃபிட்ச் வங்காளத்துக்குச் சென்றார். நியூபெர்ரி இங்கிலாந்துக்கு நிலமார்க்கமாகச் சென்று, கப்பலில் திரும்பி வங்காளத்துக்கு வந்து ஃபிட்சை சந்திக்கவேண்டும் என்பது திட்டம்.

அந்தப் பயணத்தை நியூபெர்ரி தொடங்கினார் என்பது நிச்சயமாகத் தெரிந்தாலும் அதற்குப் பிறகு அவரைப் பற்றிய விவரங்கள் கிடைக்கவில்லை. முகலாய அரசவையிலேயே சேவைக்கமர்ந்த லீடெஸ் அதன்பின் இங்கிலாந்து திரும்பவே இல்லை. மற்றவர்கள் மேற்கு, கிழக்கு ஆசிய நாடுகளின் சந்தைகளுக்கு அருமையாக நெசவு செய்யப்பட்ட பருத்தித் துணிகளை அளித்த நிலமான வங்காளத்துக்குப் பயணித்தனர்.

ஃபிட்ச் ஆக்ராவிலிருந்து கிளம்பி பனாரஸுக்கும் வங்காளத் துறைமுக நகரான சப்த கிராமுக்கும் பயணித்து, அபாயகரமான சுந்தரவனக் காடுகளைத் தாண்டி பாக்லா என்ற இடத்தை அடைந்தார். அவர் நிலமார்க்கமான பயணத்தையோ கப்பல் மார்க்கத்தையோ குறிப்பிடவில்லையாதலால், பாக்லா என்ற இடம் மேக்னா ஆற்றின் அல்லது அதன் துணையாறுகளின் ஒன்றான டெண்டூலியாவின் முகத்துவாரப் பகுதியில் இருந்தது என்று ஊகிக்கலாம். முகலாய அரசவை அதிகாரியும் வரலாற்றாசிரியருமான அபுல் ஃபஸலின் அய்ன்-ஈ-அக்பரி, ஃபிட்ச் வந்த சில ஆண்டுகளுக்குப் பிறகு, அந்த நகரம் பேரலைகளால் அழிக்கப்பட்டு அதில் இருந்த இரண்டு லட்சம் பேர் உயிரிழந்ததாகக் குறிப்பிடுகிறது.

பாக்லா பின்னாளில் ஒரு முகலாய ஜமீந்தாரியாக, வேறொரு பாதுகாப்பான இடத்தில், மீண்டெழுந்தது. பழைய பாக்லாவிலிருந்து ஃபிட்ச் வங்காள முகத்துவாரப் பகுதியில் இருந்த ஸ்ரீபூர், சோனா கிராமம் என்ற இரண்டு அரசுகள் வழியாகச் சென்று பர்மாவில் இருந்த பெகு என்ற நகரை அடைந்தார். இந்தப் பயணம் முழுவதும் அவர் கண்ட வர்த்தகப் பொருட்களைப்பற்றி மிகுந்த கவனத்துடன் ஃபிட்ச்

குறிப்பெடுத்திருந்தார். கொச்சினின் மிளகு, மலுக்காவின் (இந்தோனேசியாவின் ஒரு பகுதி) கிராம்புகள், கோல்கொண்டாவின் வைரங்கள், பெகுவின் பவழம் போன்ற பொருட்களிலிருந்து 'பருத்தியின் உற்பத்தியின் பிரதான மையமான வங்காளம், இந்தியா, இலங்கை, பெகு, மலாக்கா, சுமத்ரா ஆகிய நாடுகளுக்கு உணவளிக்கும் அரிசி' வரையான குறிப்புகள் அதில் இடம்பெற்றிருந்தன. பெகுவிலிருந்து ஃபிட்ச் இங்கிலாந்துக்குக் கடல் மார்க்கமாகப் பயணித்து 1591-ம் ஆண்டு ஏப்ரல் மாதம் அங்கு சென்றடைந்தார்.

குழுவின் சாதாரணப் பயணிகளில் ஒருவராக இருந்த மாஸ்டர் ரால்ஃப் ஃபிட்சின் பயணக்குறிப்புகள் அச்சில் இடம்பெற்றவுடன் அவர் அக்குழுவின் மிகப் பிரபலமானவரானார். அந்தப் புத்தகத்தில் இடம் பெற்ற நிலவமைப்புகளைப் பற்றிய சில விவரங்கள் வெனிஸின் வர்த்தகரான சிஸார் ஃபெடிரிசியின் குறிப்புகளிலிருந்து பெறப் பட்டவை. ஆயினும் ஆங்கிலேயர் ஒருவரால் முதன் முதலில் எழுதப் பட்ட இந்தியப் பயணக்கட்டுரையாக இது அமைந்தது. அதன் கதா நாயகனானார் ஃபிட்ச்.

இந்தக் குழு நாடு திரும்பிய பத்தாண்டுகளுக்குப் பிறகு ஷேக்ஸ்பியர் இதைப்பற்றிய குறிப்பொன்றை அவருடைய நாடகமான மாக்பெத்தில் புகுத்தியது அவரது காலத்தில் இந்தக் குழுவின் பயணம் எத்தகைய ஆர்வத்தை ஏற்படுத்தியது என்பதற்கு ஒரு சான்று. வர்த்தகத்துக்கு இந்தப் பயணம் நேரடியாக எதுவும் செய்யாவிட்டாலும், முகலாய இந்தியாவுக்கும், ட்யூடர் இங்கிலாந்துக்கும் இடையில் வர்த்தக ஒப்பந்தம் ஒன்று சாத்தியம் என்ற கருத்தை விதைத்தது இந்தப் பயணமே. பல ஆண்டுகளுக்குப் பிறகு நெறிப்படுத்தப்பட்ட வர்த்தகர்களின் குழுவான கிழக்கிந்திய கம்பெனியின் மூலம் இந்த நோக்கம் நிறைவேறியது.

ஜேம்ஸ் லங்காஸ்டர்

ஃபிட்ச் இங்கிலாந்து திரும்புவதற்கு மூன்று வாரங்கள் முன்பு, பிரபலமான வணிகர்களில் ஒருவரும், கடலோடியுமான ஜேம்ஸ் லங்காஸ்டர் தான் மேற்கொண்ட மூன்று பயணங்களில் முதலாவதை லண்டன் வர்த்தகர்கள் உதவியுடன் ஆரம்பித்தார். எந்த நேரத்தில் இப்பயணத்தை அவர் ஆரம்பித்தாரோ தெரியவில்லை, அவரது இரண்டு கப்பல்களில் ஒன்று நன்னம்பிக்கை முனைக்கு அருகில் ஒரு பெரிய அலையினால் கவிழ்க்கப்பட்டது. மற்றொரு கப்பலை மின்னல் தாக்கியது. ஸன்ஸிபாரில் தங்களோடு சேர்த்துக்கொண்ட குஜராத்திய மாலுமி ஒருவரின் உதவியால் அவர்கள் ஒருவழியாக மலாக்கா ஜலசந்தியை அடைந்தனர்.

இந்தப் பயணத்தின் குறிப்பிடத்தக்க வெற்றி என்று சொல்லக்கூடியது அவர்களுக்குப் பினாங்கில் கிடைத்தது. பட்டாடைகளையும் வாசனைப் பொருட்களையும் ஏற்றி வந்த ஒரு போர்ச்சுகீசிய கப்பலை அங்கு அவர்கள் கைப்பற்றினர். பினாங்கிலிருந்து திரும்பிவரும் வழியில் செயிண்ட் ஹெலனாத் தீவில் வித்தியாசமான அனுபவம் அவர்களுக்கு ஏற்பட்டது. மரண தண்டனை அடைந்து தனித்து விடப்பட்ட மாலுமி ஒருவரை அங்கு அவர்கள் காப்பாற்றினர். ராபின்சன் குருசோவைப்போல் ஒரு வருடத்துக்கும் மேலாக அங்கு அவர் தனிமையில் வாழ்ந்து கொண்டிருந்தார். ஆனால், சிறிது நாட்களில் அந்த மாலுமி இறந்துவிட்டார். ஆங்கிலேயர்களைக் கண்ட ஆனந்தத்தினால்தான் அவர் இறந்துவிட்டார் என்று காரணம் சொல்லப் பட்டது. ஆயினும் ஒரு நன்மையைச் செய்துவிட்டே அவர் தன் உயிரைநீத்தார். அதிகம் உணவுப் பொருட்கள் இல்லாத அந்தக் கப்பலுக்கு அவர் இறக்கும் முன் நாற்பது ஆடுகளைப் பரிசளித்தார்.

லங்காஸ்டர் அதன்பின் மேற்கிந்தியத் தீவுகளை நோக்கிப் பயணம் செய்து, வழியில் தன்னுடைய கப்பலை பிரேசிலுக்கு அருகில் இழந்து, பிரஞ்சுக் கப்பலொன்றில் வெறும்கையுடன் 1594ம் ஆண்டு திரும்பினார். இந்தப் பயணம் வர்த்தகரீதியாகத் தோல்வியடைந்தாலும், பினாங்கில் ஏற்பட்ட மோதல் கீழைக்கடற் பகுதிகளில் போர்ச்சுகீசியர்களின் பலவீனத்தை ஆங்கிலேயருக்கு உணர்த்தியது.

இப்பயணத்தின் மூலம் லங்காஸ்டர் ஒரு கப்பலின் தலைவராகத் தன் திறமையை நிரூபித்தார். துணிச்சலான கடலோடியாகவும், அட்லாண்டிக் பெருங்கடலிலும் இந்தியப் பெருங்கடல் வழிகளிலும் அனுபவம் உள்ள ஒரே மாலுமியாக அவர் தன்னை நிலைநிறுத்திக் கொண்டார். அவர் இங்கிலாந்தில் பிறந்திருந்தாலும் போர்ச்சுகீசியர்கள் மத்தியில் வளர்ந்ததால் அந்த மொழியை நன்கு அறிந்திருந்தார். அதன் காரணமாக, அடுத்த மாதமே போர்ச்சுகீசியர்களுக்குச் சங்கடத்தை உண்டாக்கும் நோக்கத்துடன் பிரேசிலுக்குச் செல்லும் ஒரு கடற் பயணத்தை மேற்கொள்ளப் பணிக்கப்பட்டார்.

அந்த நோக்கம் ஓரளவுக்கு நிறைவேறினாலும், திறமையான தளபதிகள் ஒருவரை அவர்கள் இழக்க நேரிட்டது. இதனால் கிழக்கு நாடுகளை நோக்கிய அவர்களின் அடுத்த பயணம் தாமதமாகியது. போர்ச்சுகீ சியர்களை எதிர்கொள்ள தங்கள் வலுவை அதிகரித்துக் கொள்ள வேண்டிய அவசியத்தையும் அது உணர்த்தியது.

1599ல், நகரின் செல்வந்தர்கள் மற்றுமொரு பயணத்துக்கான உதவி களைச் செய்ய ஆயத்தமாக இருந்தனர்.

ஃபௌண்டர்ஸ்ஹால்

1599ம் ஆண்டு செப்டம்பர் 24ம் தேதி லண்டனில் உள்ள ஃபௌண்டர்ஸ் ஹாலில் நகரின் செல்வந்தர்கள், கடலோடிகள், படைவீரர்கள், முக்கியஸ்தர்கள் ஆகியோர் அடுத்த பயணத்துக்கான நிதியையும் நடைமுறைகளையும் நிர்ணயிப்பதற்காக ஒன்று கூடினர். அங்கிருந்த கடலோடிகளில் லங்கஸ்டார், ஃபிட்ச், ஜான்டேவிஸ், ஹென்றி மிடில்டன் மற்றும் காவண்டிஷ், ட்ரேக் ஆகியோரின் குழுக்களிலுள்ள மாலுமிகள் என்று பலதரப்பட்டோர் இருந்தனர். அவர்கள் அந்தப் பயணத்தின் வெற்றியைப்பற்றி சந்தேகம் கொண்டிருந்த வர்த்தகர்களை மனம் மாற்றும் முயற்சியில் இறங்கினர். அங்கிருந்த செல்வந்தர்களில், லீவண்ட் கம்பெனியை உருவாக்கிய ரிச்சர்ட்ஸ் டேப்பரும், ஃபிட்சின் நண்பரான எல்டெரடும் பயணத்துக்குச் சாதகமாக இருந்தனர். அதற்குப்பின் நடந்த கட்சித் தாவல்களுக்குப் பிறகு, புதிதாக உருவாக்கப்பட்டது லீவண்ட் கம்பெனியின் ஒரு புது உருவம் என்று சொன்னால் அது தவறாகாது.

இந்தியாவின் வாசனைப் பொருட்களால் கிடைக்கும் லாபத்தைப்பற்றி மட்டுமல்லாமல், கிழக்கிலுள்ள போர்ச்சுகீசியர்களின் வர்த்தக மையங்கள் குறைவானதாகவும் போதிய பாதுகாப்பு வசதிகள் இல்லாமல் இருப்பதும் அங்கு கூடிய வர்த்தகர்களுக்கு எடுத்துரைக்கப் பட்டது. அடுத்த சில நாட்களில் திரட்டப்பட்ட நிதி குறிப்பிடத்தக்க அளவான 70000 பவுண்டை எட்டியது. கம்பெனியின் இயக்குனர்கள் தேர்ந்தெடுக்கப்பட்ட இரு குழுக்களாகப் பிரிக்கப்பட்டனர். ஒன்று கடற் பயணத்துக்கான ஏற்பாடுகளைக் கவனித்தது. மற்றொன்று அரசிடம் பேச்சுவார்த்தை நடத்தி வர்த்தகத்துக்கான உரிமத்தைப் பெறுவதில் முனைந்தது.

ஒரு புதிய கம்பெனியை உருவாக்குவதற்காக 215 உறுப்பினர்களால் கையெழுத்திடப்பட்ட விண்ணப்பம் அரசியிடம் அளிக்கப்பட்டது. ஆனால், எளிதில் அனுமதி கிடைக்கவில்லை. அரசி புதிய நிறுவனத்துக்கு ஆதரவாக இருந்தாலும், பார்லிமெண்டின் கத்தோலிக்க ஆதரவாளர்கள் ஸ்பானிய அரசிடம் மோதலை ஏற்படுத்தக்கூடிய இந்த முயற்சியை விரும்பவில்லை. இந்தக் கொள்கைரீதியான மோதலின் விளைவுகளில் ஒன்றாக இந்தியாவையும் தென்கிழக்கு ஆசியாவையும் பற்றிய ஓர் அறிக்கை சமர்ப்பிக்கப்பட்டது. வாய்மொழியாகவும் ஏடுகளிலிருந்தும் பெறப்பட்ட தகவல்களின் அடிப்படையில் தயாரிக் கப்பட்ட அந்த அறிக்கையில் டியூவிலிருந்து மணிலாவரையிலான அரசுகள், தலைவர்கள், இடங்கள் போன்ற பல விஷயங்கள்கொண்ட பட்டியல் ஒன்று இடம்பெற்றிருந்தது. அதன் இறுதியில் இவ்வாறு

குறிப்பிடப்பட்டது: 'செல்வ வளங்கள் அளவில்லாமல் நிறைந்துள்ள இந்த இடங்களிலும் மற்ற பகுதிகளிலும் ஸ்பானியர்களும், போர்ச்சுகீசியர்களும் கோட்டைகளையோ, கொத்தளங்களையோ, அரண்களையோ கொண்டிருக்கவில்லை என்று நாங்கள் உறுதியாகக் கூறுகிறோம்.' அந்த அறிக்கை சர்ச்சையை ஒரு முடிவுக்குக் கொண்டு வந்தது. 1600ம் ஆண்டின் இறுதி நாளன்று, பயணத்துக்கான ஏற்பாடுகள் கிட்டத்தட்ட முடிவடைந்த நிலையில், அரசி சாசனம் ஒன்றை வர்த்தகர்களிடம் அளித்தார். 'சொஸைட்டி ஆஃப் அட்வெஞ்சர்ஸ் டு த ஈஸ்ட் இண்டீஸ்' என்ற பெயருடன் அதுவரையில் அழைக்கப்பட்ட அந்த கம்பெனி 'த கம்பெனி ஆஃப் த மெர்சண்ட்ஸ் ஆஃப் லண்டன் டிரேடிங் டு த ஈஸ்ட் இண்டீஸ்' என்ற பெயரில் தனது வர்த்தகத்தை ஆரம்பித்தது.

அரசின் சாசனம் எவ்வாறு பயனளிக்கும்? அது ஒரு நிறுவனம் சட்டப்படிச் சொத்துக்களை அது செயல்படும் இடங்களில் அதன் பெயரில் வாங்கும் அனுமதியை அளிக்கிறது. தன்னுடைய செயல்பாட்டு விதிகளையும் அது வகுத்துக்கொள்ள இந்தச் சாசனம் வழிசெய்கிறது. கிழக்கிந்திய கம்பெனி அது செயல்படும் இடங்களில் வர்த்தகம் செய்யும் உரிமத்தையும் அந்த உரிமத்தை உள் ஒப்பந்தமாக வழங்கும் உரிமையையும் கொண்டிருந்தது. கிழக்கிந்திய கம்பெனியின் ஆட்சிக்குழுவில் உள்ள பங்குதாரர்களால் நியமிக்கப்பட்ட பயிற்சியாளர்கள், பங்குதாரர்களின் மைந்தர்கள், அவர்களால் பணியில் அமர்த்தப்பட்டவர்கள் ஆகியோர் மட்டுமே வர்த்தகம் செய்ய அனுமதிக்கப்பட்டனர்.

கிழக்கிந்திய கம்பெனி நாட்டின் வெளியே தங்கத்தை எடுத்துச் செல்லவும் அனுமதி பெற்றிருந்தது. ஆனால், எந்த அளவு தங்கம் வெளியே எடுத்துச் செல்லப்படுகிறதோ குறைந்தபட்சம் அதே அளவு தங்கமாவது உள்ளே வரவேண்டும் என்பது எழுதப்படாத விதியாக இருந்தது. வருகிற லாபத்தை எப்படி அரசியும் கிழக்கிந்திய கம்பெனியும் பங்கு பிரித்துக்கொள்ளவேண்டும் என்பது தெளிவுபடுத்தப்படவில்லை. ஆனால், பறிமுதல் செய்யப்பட்ட பொருட்கள் 50:50 என்ற அளவில் அவர்களுக்குள் பங்கு பிரிக்கப்படவேண்டும் என்ற புரிந்துணர்வு இருந்தது. இந்தச் சாசனம் அடிக்கடி மறுபரிசீலனைக்கு உட்பட்டது. வர்த்தகம் செய்ய உரிமையுள்ள பகுதி ஒருபுறத்தில் நன்னம்பிக்கை முனையையும் மற்றொரு புறத்தில் மெகல்லன் ஜலசந்தியையும்கொண்டு சுமார் 10000 மைல்கள் கடலால் பிரிக்கப்பட்டிருந்தது.

இந்த ஃபௌண்டர்ஸ் ஹால் குழுவில் எல்லாக் கடலோடிகளும் வர்த்தகர்களும் கலந்துகொள்ளவில்லை. அவர்களில் ஒருவரான

எட்வர்ட் மிச்சல் போர்ன் அரசவையில் செல்வாக்கு உடையவர். அதனால் நிறுவனத்தின் தலைமைப் பொறுப்பைப் பெற முயன்றார். அது ஏற்படுத்தக்கூடிய அபாயத்தை உணர்ந்த நகரின் வர்த்தகர்கள், அவர்களில் ஒருவர்தான் அந்தப் பொறுப்பேற்கவேண்டுமே தவிர ஒரு 'பெரிய மனிதரல்ல' என்று வலியுறுத்தினர். முடிவில் அவர்களது விடாமுயற்சியே வென்றது. ஆனால் மிச்சல் போர்னின் தலையீடு களும் புறக்கணிக்கத் தக்கதல்ல என்பதைப் பின்னால் பார்க்கலாம்.

ரெட் டிராகன்

கவர்னர் என்றும் ஜெனரல் என்றும் அழைக்கப்பட்ட பெரும் பதவிகளுடன் லங்காஸ்டர், கிழக்கிந்திய கம்பெனியின் முதல் வர்த்தகப் பயணத்தின் தலைமைப் பொறுப்பை ஏற்றுக்கொண்டார். முதல் பயணத்தில் ஐந்து கப்பல்கள் இருந்தன. அதில் ஆகப் பெரியது ரெட் டிராகன் என்ற கப்பல். அக்கப்பல் 600 டன் எடையும் 202 மாலுமிகளையும் கொண்டது. அதை லங்கஸ்டரே தலைமை வகித்து நடத்தினார். மற்ற நான்கு ஹெக்டர், அசென்ஷன், சூசன் மற்றும் உணவுப்பொருள் ஏற்றிச் சென்ற ஒரு கப்பல். இவற்றில் சூசன்தான் முதலில் கிழக்கிந்திய கம்பெனியால் வாங்கப்பட்ட கப்பல். ரெட் டிராகனைத் தவிர மற்ற கப்பல்கள் 240லிருந்து 300 டன் எடை யுடையவை. 300 ஆட்களை அவை ஏற்றிச்சென்றன. தலைமைக்கப்பல் வலுவானதாகவும் அதிக ஆயுதங்களை உடையதாகவும் இருந்தது. வெப்ப மண்டலக் கடற்பகுதிக்கு அப்போது சென்ற கப்பல்களில் மிகப் பெரியதாக இருந்தது.

இந்தக் கப்பல்களில் எந்த வர்த்தகப் பொருட்கள் எடுத்துச் செல்லப் பட்டன என்று பார்ப்போம். இருபது நாள் கடல் பயணம் என்ற அனுமானத்தில் 6600 பவுண்ட் மதிப்புள்ள உணவுப் பொருட்கள் எடுத்துச் செல்லப்பட்டன. 'முதலீடு' என்று குறிப்பிடப்பட்டிருந்தவை உண்மையில் அயல் நாட்டு அரசர்களுக்கான பரிசுப் பொருட்கள்தான். அதன் மதிப்பு 4500 பவுண்ட். வியாபாரப் பொருட்களாக இரும்பு, தகரம், நெசவாடைகள், மற்ற ஆடைவகைகள் ஆகியவை இருந்தன. பெரிய செலவு பிடித்தவற்றில் முதன்மையாக இருந்தது வர்த்தகம் நடைபெறவும், அவ்வப்போது பரிசுகள் அளிக்கவும், மாலுமிகளுக்கு சம்பளம் அளிக்கவும் எடுத்து வரப்பட்ட தங்கம்தான்.

அரசியின் சாசனப்படி கிழக்கிந்திய கம்பெனியின் முதல் நான்கு பயணங்களுக்கு 30,000 பவுண்ட் மதிப்புள்ள தங்கத்தை எடுத்துச்செல்ல உரிமை இருந்தது. இந்த முதலாம் முயற்சிகளில் லாபத்தைக் கணக்கிடுவது கடினமாக இருந்தது. மாலுமிகளுக்குத் தரவேண்டிய

பணப்பட்டுவாடாவில் ஒருவித நீக்குப்போக்கு அனுமதிக்கப்பட்டது. கிடைக்கும் லாபத்தைப் பொறுத்து அந்த லாபத்தின் ஒரு பகுதி ஊக்கத்தொகையாகவும் வழங்கப்பட்டது. உதாரணமாக, அக்காலத்தில் மிகப் பிரபலமான கடலோடிகளில் ஒருவரான சாண்ட் ரிட்ஜைச் சேர்ந்த ஜான் டேவிஸ் என்ற பைலட் மேஜருக்கு, பயணம் 100% லாபம் அடைந்தால் 500 பவுண்டுகள் வழங்கப்படும். லாபம் 200% என்றால் அவருக்குக் கிடைப்பது அதுபோல் இருமடங்கு.

அவருக்கு நிர்ணயிக்கப்பட்ட சம்பளமான 100 பவுண்டுகளைத்தவிர டேவிஸுக்கு அவரது கணக்கில் 200 பவுண்டுகள்வரை வர்த்தகம் செய்யவும் அனுமதி இருந்தது. லாபம் சம்பாதிப்பதைப்பற்றிய தெளிவான விதிகள் ஏதும் வரையறுக்கப்படவில்லை. வர்த்தகத்துக்கும் கொள்ளைக்கும் இடையே உள்ள எல்லைக்கோடு மெல்லியதாகவே இருந்தது. எல்லா மாலுமிகளும் போருக்குத் தயாராகவே இருந்தனர். தேவையில்லாத தகராறுகள் தவிர்க்கப்பட்டாலும், அதிகம் பாதுகாக் கப்படாத தனிக் கப்பல்களைத் தாக்கிக் கொள்ளையடிப்பதில் மாலுமிகளுக்குத் தயக்கமேதும் இருக்கவில்லை.

கடலோடிகளையும் மாலுமி-படைவீரர்களையும் தவிர ஃபாக்டர்கள் என்று அழைக்கப்பட்ட வணிகர்களும் இருந்தனர். அவர்கள் கிழக்கிந்திய கம்பெனியின் சார்பில் கிழக்கிந்திய கம்பெனியின் பணத்தைக்கொண்டு வர்த்தகம் செய்ய அனுமதிக்கப்பட்டவர்கள். அவர்களுக்கு ஊக்கம் அளிக்கும் ஒரு முயற்சியாக, 'அட்வெஞ்சர்' என்று அழைக்கப்பட்ட ஒரு குறிப்பிட்ட தொகை அவர்கள் தனி வர்த்தகம் செய்ய அளிக்கப்பட்டது. அட்வெஞ்சர் என்பதின் பொருள் உறுதியில்லா விளைவுகளைத் தரக்கூடிய தனிப்பட்ட முயற்சி.

1601ம் ஆண்டு பிப்ரவரிமாதம், வுல்விச்சிலிருந்து முதற் பயணம் துவங்கியது. நன்னம்பிக்கை முனைவரை அமைதியாக இருந்த அந்தப் பயணம், முனையை அடைந்தவுடன் மாலுமிகளை ஸ்கர்வி என்னும் நோய் தாக்கியதால், ஐந்து கப்பல்களையும் செலுத்தத் தேவையான ஆட்கள் இன்றித் திண்டாடியது. நான்கு கப்பல்களுடன் தொடர்ந்த பயணம், இந்தியப் பெருங்கடலில் நல்ல பருவநிலை உதவியுடன் முன்னேறியது. ஆயினும் வர்த்தகத்தின் பயன்கள் தொலைதூரத்தில் இருந்தன.

லங்காஸ்டர் நன்னம்பிக்கை முனையிலிருந்து சுமத்ராவிலிருந்த அட்சே என்று அழைக்கப்பட்ட அஷய முனைக்கு மிளகை நாடிச் சென்றார். மிளகை விளைவிக்கும் தீவுகள் அமைந்த நாடுகள் ஏற்கெனவே ஐரோப்பியர்களுடன் வர்த்தகத்தில் ஈடுபட்டிருந்தன. ஆனால் உலகின் அந்தப் பகுதிக்கு ஆங்கிலேயர்கள் யாரும் வரவில்லை. அட்சேயின்

சுல்தான் லங்கஸ்டரை அன்புடன் வரவேற்றார். பெரிய யானைகள் அவரையும் அவரது உதவியாளர்களையும் அரண்மனைக்கு அழைத்துச் சென்றன. அங்கு நகைகளை அணிந்த நடனமாதர்களுடன்கூடிய பெரும் விருந்து காத்திருந்தது. எல்லாம் சரிதான். ஆனால், மிளகு எங்கே?

சந்தையில் ஆங்கிலேயர்களுக்கு மிகக் குறைவான அளவே மிளகு கிடைத்தது, அதுவும் அவர்கள் எதிர்பார்த்ததைவிட அதிக விலைக்கு. அதில் பெருமளவு போர்ச்சுகீசியர்களாலும் டச்சுக்காரர்களாலும் ஏற்கெனவே வாங்கப்பட்டிருந்தது. அங்கே பொருட்களைத் தொடர்ந்து சேமிக்கக்கூடிய அளவில் ஒரு வர்த்தகமையம் அமைக்கலாம். ஆனால், அந்த மையத்தை மற்ற ஐரோப்பியநாடுகளின் தாக்குதலிலிருந்து பாதுகாக்கத் தகுந்த ஏற்பாடுகள் செய்யப்படவேண்டும். ஏற்கெனவே அரண்களுடன் கூடிய வர்த்தகமையம் அமைக்க போர்ச்சுகீசியர்கள் கொடுத்த மனு அரசரால் ஏற்றுக்கொள்ளப்படவில்லை. நல்ல வேளையாக இதற்கு வேறொரு தீர்வு இருந்தது.

அரசரிடம் ஒரு சுமூக உறவை ஏற்படுத்திக்கொண்ட லங்காஸ்டர் போர்ச்சுகீசியர்களைத் தாக்க அவரது அனுமதியை வேண்டினார். அவருக்கு ஒரு போர்ச்சுகீசியப் பெண்ணைப் பிடித்துத்தரவேண்டும் என்ற நிபந்தனையின்பேரில் அரசரும் அதற்கு ஒப்புக்கொண்டார். சில நாட்களுக்கு உள்ளாகவே, வழக்கத்தைவிட அதிக எடையான 900 டன் எடையுள்ள, மிளகும் கிராம்பும் நிறைந்திருந்த போர்ச்சுகீசியக் கப்பலை ஆங்கிலேயர்கள் வழிமறித்துத் தாக்கிக் கைப்பற்றினர். அதன் மூலம் லங்காஸ்டர் அந்தப் பயணத்துக்கான முதலீட்டைவிடப் பெரும் லாபத்தை அடைந்தார். அரசரிடமிருந்து கொண்டாட்டத்துடனும் நல்லெண்ணத்துடனும் பயணக்குழு விடைபெற்றது. இதில் வருந்தத்தக்க விஷயம் என்னவென்றால், முரட்டு மாலுமிகளும் வீரர்களும் நிறைந்த அந்த இடத்தில் அரசருக்குத் தகுதியான ஐரோப்பியப் பெண் கிடைத்திருக்கவில்லை.

லங்காஸ்டர் அடுத்து சுண்டா ஜலசந்தியை நோக்கி, மேற்கு ஜாவாவிலுள்ள பாண்டம் என்ற இடத்துக்கு விரைந்தார். பாண்டம் சுல்தானுடன் வர்த்தக ஒப்பந்தமும் செய்துகொண்டார். அப்போதைய பல ஒப்பந்தங்களைப்போல், தகுந்த பாதுகாப்பு ஏற்பாடுகள் இல்லாததால் அதன் பயன் அதிகமாக இல்லை. இங்கிலாந்துக்குத் திரும்பிச் செல்லும் பயணம் நன்னம்பிக்கை முனை அருகே புயல் தாக்கியதால் பெரும் சிக்கலில் மாட்டிக்கொண்டது. மிகுந்த சேதம் அடைந்த கப்பலை விட்டுவிட்டுச் செல்லலாம் என்ற யோசனைகளை மீறி லங்காஸ்டர் பயணத்தைத் தொடர்ந்தார்.

அந்தக் குழு செப்டம்பர் 1603ல் லண்டனை அடைந்தபோது அரசி காலமாகியிருந்தார். அவர்கள் கொண்டுவந்த மிளகின் மதிப்பே ஒரு

மில்லியன் பவுண்டுக்குமேல் இருக்கும். மற்ற பொருட்கள் அந்த மதிப்பை மேலும் கூட்டின. லங்காஸ்டர் ஒரு நாயகனாகத் திரும்பினார். கிழக்கிந்திய கம்பெனியும் அப்போதைய வர்த்தக நிறுவனங்கள் எதுவும் அடையாத ஒரு மகத்தான துவக்கத்தைப்பெற்றது.

முதற் பயணம் முடிந்த சில மாதங்களுக்குள்ளாகவே, போட்டியாளரான மிச்சல் போர்ன் அரசவையில் தமக்கிருந்த செல்வாக்கைப் பயன்படுத்தி சீனாவுக்கும் ஜப்பானுக்குமான ஒரு பயணத்துக்கு அனுமதி வாங்கினார். ஆனால் விதி விளையாடியது. அந்தப் பயணத்தில் டச்சுக்காரர்களுடன் ஒரு மோதலும் ஜப்பானியர்களுடன் பல சிறு போர்களும் ஏற்பட்டுச் சிறந்த மாலுமியான டேவிஸ் உட்படப் பலரை அவர் இழக்க நேரிட்டது. ஆனால் கிழக்குக் கடற்பகுதியில் கிழக்கிந்திய கம்பெனியின் ஏகபோக உரிமைக்குச் சவாலாக ஒரு புதுப்பாதை அமைத்தார். வரலாற்றின் பக்கங்களில் ‘குறுக்கு சால் ஓட்டிய முதல் நபர்’ என்று பெயர் பெற்றார்.

புதிய வணிக உத்தி

அடுத்த பதினைந்து ஆண்டுகளில் மிளகுக்காகப் பதினைந்து பயணங்கள் மேற்கொள்ளப்பட்டன. போகப்போக இந்தப் பயணங்கள் நிதானமும் திட்டமிடலுக்கு ஏற்ப நடப்பவையாகவும் ஆகிவிட்டன. அபாயங்களும் குறைந்தன. வர்த்தகத்தைப்பற்றிய அறிவும் அதிகரித்துக் கொள்ளைகளைவிட வர்த்தகமே இந்தப் பயணங்களின் முதன்மை இலக்காக மாறியது. முதலில் அதற்குத் தேவையான கப்பல்களை கிழக்கிந்திய கம்பெனி விலைக்கு வாங்கியது. ஆனால் பயணங்களின் அபாயத் தன்மையினால், அதற்கான காப்பீடுகளையும் சேர்த்து கப்பல்களின் விலைகள் மிக அதிகமாக இருந்தன. அதனால் கிழக்கிந்திய கம்பெனி கப்பல்களைக் கட்டும் பணியில் இறங்கியது.

சிறிய கப்பல்களைக்கொண்ட பயணங்கள் சந்தித்த தோல்விகளினால், பெரிய கப்பல்கள் கட்டப்பட்டன. அதற்காக கிழக்கிந்திய கம்பெனி டெட்ஃபோர்டில் ஒரு கப்பல்கட்டும் தளத்தைக் குத்தகைக்கு எடுத்தது. ஆகப் பெரிய கப்பல் என்ற அந்தஸ்தைப்பெற்ற 1000 டன் உடைய ‘ட்ரேட்ஸ் இன்க்ரீஸ்’ என்ற கப்பல் 1609ம் ஆண்டு கட்டப்பட்டது. இது ஒரு டன் பொருட்களின் லாபத்துக்கும் ஒரு கப்பலை உற்பத்தி செய்வதற்கு ஆகும் செலவுக்கும் இடையிலான விகிதத்தைக் குறைத்தது. ஆனாலும் பிற நடைமுறைச் செலவுகள் அதிகரித்தன. 1630ல் கிழக்கிந்திய கம்பெனி டெட்ஃபோர்ட் தளத்தை விட்டுவிட்டுக் கப்பல்களை வாடகைக்கு எடுக்க ஆரம்பித்தது. ஆனாலும் அதே இடத்திலேயே தனியார் சார்பில் கப்பல்கள் கட்டப்பட்டு வந்தன.

திறனுள்ள கடலோடிகளிலிருந்து தேர்ந்தெடுக்கப்பட்ட தளபதிகளின் குழு முன்னெப்போதையும்விட அதிகமாக இருந்தது. இந்தப் பயணங்களினால் கிடைக்கும் லாபங்கள் என்னவாக இருக்கும் என்றறியாத முந்தைய தலைமுறைகளைப்போல் இல்லாமல், 1610களில் சேர்ந்த மாலுமிகளுக்கு லாபங்களின் அளவு தெளிவாகத் தெரிந்திருந்தது. பயணங்களுக்கான ஆட்சேர்ப்பு அதிகரித்துக்கொண்டே வந்தது. அதில் பெரும்பாலானோர் ஸ்பானிஷ், டச், அராபிக், போர்ச்சுகீஸ் போன்ற கடற் பயணங்களுக்குத் தேவையான மொழிகளில் வல்லுனராக இருந்தனர்.

பழைய அட்லாண்டிக் வர்த்தகர்களின் கூட்டம் இந்தியப் பெருங் கடலுக்குத் தேவையான கடற் தளபதிகளை அளிக்கும் பயிற்சிப் பள்ளியாக இருந்தது. முதற் தலைமுறை பயணிகளான லங்காஸ்டர் போன்றவர்கள் கிழக்கிந்திய கம்பெனியின் இயக்குநர்களாகச் சேர்ந்தனர். அவர்களுடைய அனுபவம் முந்தைய இலக்கில்லாத பயணங்கள்போல் இல்லாமல், தெளிவான பொருளாதார நோக்கங் களுடன்கூடிய பயணங்களைத் திட்டமிட உதவியாக இருந்தது. பாதிரியார்கள், மருத்துவர்கள், இசைக்கருவிகள், ஷேக்ஸ்பியரின் நாடகங்களை நடத்தக்கூடிய வசதி மற்றும் ஒழுங்கு படுத்தப்பட்ட மாலுமிகள் ஆகிய வசதிகள் உள்ளதாகக் கப்பல்கள் இருந்தன.

எல்லாவற்றுக்கும் மேலாக நிறுவனம் முழுவதுமே லாபத்தில் இயங்கியது. முதற் பயணத்தின்போது பங்குதாரர்களுக்குத் தரப்பட்ட நிகரலாபம் 300 சதவிகிதமாக இருந்தது. அதன்பின் 1616ம் ஆண்டு வரையான அனைத்துப் பயணங்களின்போதும் பங்குதாரர்களுக்குத் தரப்பட்ட லாபம் ஒவ்வொரு வருடமும் 200 சதவிகிதமாக இருந்தது.

ஆயினும் முதல் பதினைந்து ஆண்டுகளில் பல சிக்கல்களைக் கிழக்கிந்திய கம்பெனி சந்தித்தது. அதனுடைய சட்டங்கள் மாறாமல் நிலையாக இருந்ததென்னவோ உண்மை. அதன் முதல் ஆளுநர், வர்த்தகரும் ஆட்சிக்குழுவின் மூத்த உறுப்பினருமான தாமஸ் ஸ்மித், 1621ம் ஆண்டுவரைப் பொறுப்பில் நீடித்தார். சாசனத்தில் குறிப்பிட்டதுபோல் கிழக்கிந்திய கம்பெனியும் ஒவ்வொரு வருடமும் ஒரு பயணத்தையாவது மேற்கொண்டது. இவ்வளவு சாதகமான அம்சங்கள் இருந்தாலும், மூன்று முக்கியத் தடைகளை கிழக்கிந்திய கம்பெனி சந்திக்கவேண்டியிருந்தது. அவற்றில் முதலாவது,தேவையான முதலீடு. மிளகை வைத்துச் செய்யப்படும் வர்த்தகம் அபாயம் நிறைந்தது. ஒரு மோசமான பயணம் கிழக்கிந்திய கம்பெனியை திவாலாக்கப் போதுமானதாக இருந்தது. முதலீட்டாளர்கள் தங்களது பணத்தைப் பற்றிய கவலையால், முழுவதுமாக முதலீடு செய்யாமல், நடப்புப் பயணம் நிறைவடையும்வரை காத்திருந்தனர்.

ஒவ்வொரு பயணத்தில் முடிவிலும் அடுத்த பயணத்துக்காக கிழக்கிந்திய கம்பெனி கிட்டத்தட்ட திருவோடு ஏந்த வேண்டியிருந்தது. இரண்டாவது பிரச்னை ஆடம்பரப் பொருள்களின் தேவை நிலையில்லாமல் மாறிக்கொண்டே இருந்தது. கிழக்கிலிருந்து கொண்டுவரப்பட்ட அதிக விலையுள்ள மசாலாப் பொருள்களுக்கு வாடிக்கையாளர்கள் அதிகமாக இல்லை. பிளேக் நோயினால் சிலர் இறந்த பிறகு, பொருட்களின் கையிருப்பு அபரிமிதமாக அதிகரித்தது.

மூன்றாவது பிரச்னை தனிப் பயண அமைப்பு முறையினால் உண்டானது. நிதியுதவி அளிப்பதில் பெரும் இழப்புக்கான வாய்ப்புகள் அதிகம் இருந்ததால், முதலீட்டாளர்களிடையே கருத்து வேறுபாடுகள் இருந்தன. எனவே அவர்கள் பல குழுக்களாகப் பிரிந்திருந்தனர். ஒவ்வொரு குழுவும் தனித்தனியாகப் பயணங்களை நிதியுதவி செய்து நடத்தின. இதனால் நிதியுதவி செய்தவர்கள், தாங்கள் வழங்கிய பணத்துக்கேற்ப லாபங்களைக் கவர்ந்து செல்வதிலேயே குறியாக இருந்தனர். இதனால் முயற்சிகள் ஒருமுகப்படவில்லை. நிறுவனத்தின் பொருளாதார நலன்களை விட்டுக் கொடுக்க வேண்டிவந்தது.

இப்படியான தனித்தனியான பயணங்கள், பொது நலன் சார்ந்து ஒற்றுமையாக எடுக்கப்படவேண்டிய ராஜ தந்திர முடிவுகளையும் பாதித்தன. மேலும் ராணுவச் செயல்பாடுகள் எல்லாம் தனிப்பட்ட தளபதிகளின் விருப்பு வெறுப்புக்கு ஏற்ப நடக்க வேண்டிவந்தது. இது ஒட்டுமொத்த கிழக்கிந்திய கம்பெனி நிர்வாகத்தை அபாயத்துக்குள்ளாக்கியது.

மேற்கண்ட அனைத்து சிக்கல்களையும் தீர்க்க, கிழக்கிந்திய கம்பெனி தன்னை ஒரு கூட்டு முதலீட்டு நிறுவனமாக (Joint Stock company) 1612ல் அறிவித்துக்கொண்டது. மிகப் பிரமாண்ட தொகையாக 4,29,000 பவுண்ட் முதலீடாகவும் திரட்டப்பட்டது. இதனால் திவாலாகக்கூடிய அபாயம் குறைந்தது. மேலதிகாரிகளான ஆளுநர், துணை ஆளுநர் ஆகியோரின் பெயரிலேதான் ஆணைகள் வெளியிடப்பட்டன. எல்லாவற்றுக்கும் மேலாக, வணிகத்தின் அரசியல் நோக்கங்களை வலுவாக வடிவமைத்தது.

இது உள்நாட்டுச் சிக்கல்களைச் சரி செய்தாலும், வர்த்தக நிறுவனங்கள் வெளிநாட்டில் ஒரு பெரும் தடையைச் சந்திக்கத் தொடங்கின. முதற் பயணங்கள் அனைத்தும் தென் கிழக்காசிய மசாலாப் பொருட்களைப் பற்றிய ஆசைகாட்டியே தொடங்கப்பட்டன. அங்கு ஆதிக்கம் செலுத்திய போர்ச்சுகீசியர்களின் பலம் பெரும்பாலும் கடலிலேயே இருந்தது. ஆதலால் ராணுவத்தின் துணைகொண்டு அதைச் சமாளிக்கலாம். ஆனால், வர்த்தகத்தில் தங்களுக்கென்று ஒரு இடத்தை ஏற்படுத்திக்கொண்டு, ஒழுங்குபடுத்தப்பட்ட படைபலத்தைக்கொண்ட டச்சுக்காரர்களின் எதிர்ப்பைச் சந்திக்கக் கடினமாக இருந்தது.

டச்சுக் கிழக்கிந்திய கம்பெனி, ஆங்கிலக் கிழக்கிந்திய கம்பெனிக்கு இரண்டு ஆண்டுகள் பிந்தியது. அது ஆங்கிலக் கிழக்கிந்திய கம்பெனியின் அமைப்பிலிருந்து மாறுபட்டது. ஆரம்பத்தில் அது ஒரு கப்பல்களின் குழுமம். கப்பல்களின் உரிமையாளர்களான வணிகர்கள் முதலீட்டைத் திரட்டி ஒரு பொது நிர்வாகத்தை ஏற்படுத்தினர். இது பெரும்பாலும் ஆங்கிலேயர்களின் சவாலைச் சந்திக்கவே அமைக்கப் பட்டது. டச்சு கம்பெனியின் உருவாக்கமும் ஆங்கிலக் கிழக்கிந்திய கம்பெனியின் உருவாக்கம்போல் இல்லாமல் வேறுமுறையில் செய்யப் பட்டது. டச்சு மாநிலங்கள் சேர்ந்து செயல்பட ஆரம்பித்தவுடன் அரசரின் அதிகாரம் குறையத் தொடங்கியது. அதனால் முக்கிய வர்த்தக முடிவுகள் அரசவையின் ஒப்புதல் பெறாமல் எடுக்கப்பட்டன.

1595 முதல் *1599* வரை ஆம்ஸ்டர்டாம் மற்றும் ராட்டர்டாமின் வர்த்தகர்கள் அவர்களுக்குக் கிடைத்த எல்லாக் கப்பல்களையும் மசாலா வாசனைப் பொருட்களுக்காக அனுப்பினர். ஆங்கிலேய போர்ச்சுகீசிய மாலுமிகளைப்போல் அபாயகரமான நன்னம்பிக்கை முனை வழியைத் தேர்ந்தெடுக்காமல், தூரம் அதிகமான, அதேசமயம் அபாயம் அதிகமில்லாத மெகல்லன் ஜலசந்தி வழியாகத் தெற்கு பசிபிக்கை சென்றடைந்தனர். அவர்களுடனான உறவும் எதிர்ப்பும் ஆங்கிலக் கிழக்கிந்திய கம்பெனிக்கு மேற்குப் பசிபிக் பகுதியில் பெரும் சவாலாக இருந்தன. எனவே, மசாலா வாசனைப் பொருட்களை வாங்க வேறு வழிகளை கிழக்கிந்திய கம்பெனி தேட ஆரம்பித்தது.

இந்தோனேசியாவின் மசாலா வாசனைப் பொருட்களை வாங்கப் போட்டியிட்ட மேற்கு ஐரோப்பிய அரசுகள் அந்த வர்த்தகத்தில் இந்தியாவின் பங்கை உணர்ந்திருந்தனர். தென் கிழக்கு ஆசியாவில் அதிகம் விற்கும் பொருள் இந்தியாவின் பருத்தி ஆடைகள். தவிர மசாலா வாசனைப் பொருட்கள் நிறைந்து திரும்பும் கப்பல்கள் இந்தியத் துறைமுகங்களில் உணவுக்காகவும் பழுதுபார்ப்பதற்காகவும் தங்கிச் செல்லவேண்டியிருந்தது. எனவே இந்தியாவுக்கும் தூரக் கிழக்கு நாடுகளில் உள்ள வர்த்தக மையங்களுக்கும் ஒரு கூட்டுறவை ஏற்படுத்தவேண்டியிருந்தது. ஆங்கிலேயர்களைப் பொறுத்தவரை பாண்டம் நகருக்கு இந்தியாவில் ஒரு தோழமை நகர் தேவையாக இருந்தது. அதற்குச் சரியான இடமாக விளங்கியது சூரத் நகரம். சூரத் அமைந்திருந்த இடமும், பொருட்களைச் சேமிக்கச் சரியான இடம் என்று அதற்கிருந்த நற்பெயரும் அந்நகர் தேர்வானதற்கு முக்கியக் காரணங்கள். ஆனால், சூரத் முகலாய அரசின் பகுதியாக இருந்தது ஒரு சிக்கலை ஏற்படுத்தியது.

३. இந்தியாவே இலக்கு

கிழக்கிந்திய கம்பெனி ஆரம்பிக்கப்பட்டதிலிருந்தே, அதன் இயக்குநர்கள் அவர்களால் 'மகா முகலாய அரசு' என்று அழைக்கப் பட்ட இந்திய அரசோடு தொடர்பு ஏற்படுத்திக்கொள்ளவேண்டியதன் அவசியத்தை உணர்ந்திருந்தனர். கிழக்கிந்திய கம்பெனியின் வெற்றிக்குச் செழிப்பான வர்த்தகமும் அதை எதிர்ப்புகளிடமிருந்து தற்காத்தலும் அவசியம் என்பதையும் அதை ஆயுதப் போராட்டத்தால் மட்டும் சாதிக்க முடியாது என்பதையும் அவர்கள் நன்கு உணர்ந் திருந்தனர். அவர்களுக்கு முன்னால் வந்த டச்சுக்காரர்கள் பெரும் பாலும் படைபலத்தைக் கொண்டும், சில இடங்களில் லஞ்சத்தைக் கொண்டும் தேவைகளை நிறைவேற்றியும் இந்தியாவில் காலூன்றி யிருந்தனர். ஆனால், ஆங்கிலேயர்கள் அதற்கு ஒருபடி மேலே சென்று, இந்திய ஆட்சியாளர்களிடம் ராஜதந்திர உறவை ஏற்படுத்திக்கொள்ள முயற்சி செய்தனர்.

ஜான் மில்டென்ஹாலும் வில்லியம் ஹாக்கின்ஸும்

கிழக்கிந்திய கம்பெனி ஆரம்பிக்கப்படுவதற்கு ஒருவருடம் முன்னால், அரசால் நிதியுதவி செய்யப்பட்ட பயணம் ஒன்று ஜான் மில்டென்ஹால் தலைமையில் ஆக்ரா நகரை வந்தடைந்தது. மில்டென்ஹால் தரைவழியில் பயணம் செய்து 1603ம் ஆண்டு ஆக்ரா வந்தடைந்தார். அவர் அங்கு அன்பாக வரவேற்கப்பட்டு, முறைப்படியான ஆனால் அதிக உபயோகமில்லாத வர்த்தக உரிமம் ஒன்றைப் பெற்றார். அக்பரின் அவையில் இருந்த போர்ச்சுகீசியர்களும் ஜேஷுவிட்களும் அவரது நோக்கத்தை முறியடிக்கச் சதிசெய்தனர். இதற்குள், மில்டென்ஹால் பாரசீக மொழியைக் கற்றறிந்தார். எனவே அவர் 1608ம்

ஆண்டு இங்கிலாந்து திரும்பியதும், லீவண்ட் கம்பெனி அவரை பெர்சியாவில் தங்களது பிரதிநிதியாக நியமித்தது.

அவரது கடைசி வருடங்கள் பிரச்னைகளில் கழிந்தன. சிலகாலத்துக்கு கிழக்கிந்திய கம்பெனி அவரை தொடர்புகொள்ள முடியவில்லை. அதனால் அவரை ஒரு பாரசீக உளவாளி என்று கிழக்கிந்திய கம்பெனி கருதியது. அந்த நாட்களில் அவர் ஒரு பாரசீகப் பெண்மணியை மணந்து இரண்டு குழந்தைகளையும் பெற்றிருந்தார். கிழக்கிந்திய கம்பெனி முகவர்கள் அவரை மீண்டும் பஞ்சாபில் சந்தித்தனர். மில்டென்ஹால் ஆஜ்மீரில் இறந்தபோது, அவர் மகளைத் திருமணம் செய்வதாக உறுதியளித்திருந்த பிரஞ்சுக்காரர் ஒருவரைத் தனது வாரிசாக அறிவித்திருந்தார். அவரது வருங்கால மருமகன் மில்டென்ஹாலின் கணக்குப் புத்தகங்களையும் மற்ற ஆவணங்களையும் தீயிட்டு எரித்து அவரது நற்குணத்தைப் பறைசாற்றும் எந்த சாட்சியும் இல்லாது செய்துவிட்டார்.

ஆகஸ்ட் 1608ம் ஆண்டு வணிகரும் கப்பல் தலைவரும் ஆன வில்லியம் ஹாக்கின்ஸின் தலைமையில் ஒரு குழு முகலாய அரசுடன் தொடர்பு ஏற்படுத்திக்கொள்ளும் நோக்கில் சூரத் நகரை வந்தடைந்தது. இந்த ஹாக்கின்ஸ் அநேகமாக 1577ம் ஆண்டு அட்லாண்டிக்குச் சென்ற டிரேக்கின் குழுவில் சிறுவனாக இருந்த ஹாக்கின்ஸாகவே இருக்க வேண்டும். அச்சமயம் போர்ச்சுகீசும் இங்கிலாந்தும் சமாதானமாக இருந்த நிலையிலும், போர்ச்சுகீசியர்கள் அவரைத் தடுக்க முயற்சித்தனர். ஒருவழியாக ஹாக்கின்ஸ் ஆளுனர் மகர்ராப் கானுடன் தொடர்பு ஏற்படுத்திக்கொண்டபோது, அவரது கையிருப்பில் பெரும் பகுதி பரிசுப்பொருட்கள் வாங்குவதில் கரைந்து போனது.

அதற்குப் பெரிதாக எந்தப் பலனும் கிடைக்கவில்லை. கவர்னரின் அதிகாரம் நகரின் எல்லைவரையே நீடித்த காரணத்தால், ஆக்ராவரை தரைவழிப் பயணத்தை மேற்கொள்வது என்று ஹாக்கின்ஸ் முடிவெடுத்தார். ஆப்கானியப் பிரபு போன்று உடையணிந்து பதான் குதிரைவீரர்கள் அடங்கிய உதவிக்குழுவுடன் 1609ம் ஆண்டு ஆக்ராவை அடைந்தார்.

இந்தக் குழுவுக்குத் தெரியாமல், பேரரசர் ஜஹாங்கீர் அதன் பயணம் பற்றிய தகவல்களைக் கேட்டறிந்துகொண்டிருந்தார். அவருடன் ஒரு சந்திப்பு உடனடியாக ஏற்பாடு செய்யப்பட்டு வெற்றிகரமாக நிறைவுற்றது. ஆங்கில அரசர் முதலாம் ஜேம்ஸின் கடிதத்தினுடைய மொழிபெயர்ப்பை ஜஹாங்கீர் நிதானமாகக் கேட்டறிந்தார். குழுவிட மிருந்து பரிசுப்பொருட்களைப் பெற்று, தமது விருந்தினர்களுடைய அழகிய உருவத்தைப் பற்றியும் ஒரு சில வார்த்தைகள் சொன்னார்.

அந்தக் குழு அராபிய மொழியை அறிந்திருந்தது பற்றிப் பேருவகை கொண்ட ஜஹாங்கீர் தமது உரையாடலை அராபிய மொழியிலேயே நிகழ்த்தினார்.

ஆங்கிலேயருக்கு சூரத்தில் ஒரு தொழிற்சாலையைத் தொடங்க உரிமம் அளித்தார். அந்த உரிமம் கொடுத்ததில் மட்டும் திருப்தி அடையாத ஜஹாங்கீர், அவரின் புதிய நண்பரை மேலும் கௌரவப்படுத்த விரும்பி, 400 குதிரைப் படை வீரர்களின் மன்சப்தார் என்ற விருதையும் வழங்கி அமெரிக்கப் பெண் ஒருவரையும் ஹாக்கின்ஸுக்கு மணப்பெண்ணாகத் தேர்ந்தெடுத்தார்.

ஆக்ராவில் இருக்கும்போது ஹாக்கின்ஸ் தமது மேலதிகாரிகளுக்கு எழுதிய கடிதங்கள் தமது சித்தத்தை அடிக்கடி மாற்றிக்கொண்ட குடியும் சர்வாதிகார மனோபாவமும் கொண்ட ஒருவரைப் பற்றிய சித்திரத்தை அளிக்கின்றன. இந்தக் கடிதங்களைப் பற்றி ஜஹாங்கீருக்குத் தெரியவந்ததாலோ அல்லது மகர்ராப் கானும் போர்ச்சுகீசியர்களும் அவரது மனத்தைக் குழப்பியதாலோ, ஜஹாங்கீருக்கு ஹாக்கின்ஸின் மேல் எவ்வளவு வேகமாக நட்புணர்வு வளர்ந்ததோ அதேபோல வெறுப்பும் ஏற்பட்டது. சூரத்தில் அவரது பெயரில் தொடங்கப்பட்ட தொழிற்சாலை தொடர்ந்து நடந்தாலும், ஹாக்கின்ஸ் 1611ல் பாண்டம் சென்ற ஒரு கப்பலில் இந்தியாவை விட்டு வெளியேறினார்.

கிழக்கிந்திய கம்பெனி இந்தியாவுக்கு அனுப்பிய மற்றொரு பயணம் எதிர்பாராதவகையில் மேற்கொள்ளப்பட்டது. ஏடனில் காலூன்றி அங்கே வர்த்தக உரிமையைப் பெறுவதுதான் கிழக்கிந்திய கம்பெனியால் அனுப்பப்பட்ட ஆறாவது குழு மேற்கொண்ட அந்தப் பயணத்தின் உண்மையான நோக்கம். அந்நகரம் அப்போது ஓட்டாமான் அரசின் பொறுப்பில் இருந்தது. சண்டையில் முடிந்த அப்பயணத்தின் தளபதி ஹென்றி மிடில்டன், ஆகாவிடம் பணயக் கைதியாகப் பிடிபட்டார். அங்கிருந்து தப்பி, தாபோல் மற்றும் சூரத்தை அடைந்தார். அங்கே தங்கியிருந்து அவர் பெரிதாக ஏதும் சாதிக்க வில்லை. காரணம் ஏடனுக்குத் திரும்பி தன்னைத் தோற்கடித்தவர் களைப் பழிவாங்கவேண்டும் என்பதுதான் அவருடைய இலக்காக இருந்தது.

அவரது தோழர்களின் அங்கீகாரம் பெறாத அந்த முயற்சியும் தோல்வி யடைந்தது. மனம் தளராத மிடில்டன் பாண்டம் சென்று ஹாக்கின்ஸின் துணையோடு மீண்டும் ஏடனை நோக்கிச் சென்றார். வரும் வழியில் கப்பலில் ஏற்பட்ட தொற்றுநோயினால் ஹாக்கின்ஸ் இறக்க நேரிட்டது. தவறான முடிவுகள் எடுக்கப்பட்ட, அதிர்ஷ்டமில்லாத அந்தப் பயணத்தில் மிடில்டனும் 1611ம் ஆண்டு தனது முடிவைச் சந்தித்தார்.

ஹாக்கின்ஸின் விதவை மனைவி, லண்டன் திரும்பி ஒரு கடலோடியை மறுமணம் செய்துகொண்டார். அனேகமாக அது அம்பாய்னாவில் 1623ல் டச்சுக்காரர்களால் கொல்லப்பட்ட காபிரியேல் டவர்சனாக இருக்கக்கூடும். கடைசியாக ஹாக்கின்ஸின் மனைவி சூரத்தில் காணப் பட்டபோது ஆங்கிலேயர்களுடன் தனது ஓய்வூதியம் பற்றிய விவாதத்தில் ஈடுபட்டிருந்தார்.

தாமஸ் பெஸ்டும் நிக்கோலாஸ் டௌண்டனும்

ஆங்கிலேயர்களின் முக்கிய நோக்கத்தை நிறைவுசெய்யாத மேலும் இரண்டு பயணங்கள் நடைபெற்றன. ரஷ்யாவிலும் லீவண்டிலும் கப்பல்களைச் செலுத்திய அனுபவமுள்ள நாற்பத்தொரு வயது தாமஸ் பெஸ்ட் பத்தாவது குழுவின் தலைவராக டிசம்பர் 1611ல் நியமிக்கப் பட்டார். அவர் சூரத்தில் தரையிறங்கியதுமே போர்ச்சுகீசியர்களால் தாக்கப்பட்டார். அதன்பின் நடைபெற்ற இரண்டு போர்களிலும் பெஸ்ட் வெற்றி பெற்று அதனால் முகலாயப் பேரரசரிடமிருந்து வர்த்த கத்துக்கான அனுமதியையும் ஆங்கிலேயருக்குப் பெற்றுத் தந்தார்.

இரண்டாவது முறை, படுதோல்வியைச் சந்தித்த ஆறாவது குழுவின் தலைவரான நிக்கோலஸ் டௌண்டன், 1614ல் சூரத்துக்கு வர்த்தக வாய்ப்புகளைத் தேடிச் சென்ற குழுவின் தலைவராக நியமிக்கப்பட்டு மீண்டுமொரு பயணத்தைத் துவங்கினார். கோவாவின் வைஸ்ராயாக இருந்த ஜெரானிமோ த அஸிவேடோ தலைமையில் ஒரு படை ஆங்கிலேயர்களை விரட்டியடிக்கத் தயாரானது. குறைந்த எண்ணிக்கையைக் கொண்டிருந்தாலும், துப்பாக்கி சுடுவதில் சளைக்க வில்லை ஆங்கிலேயர்கள். ஐந்தே வீரர்களை இழந்த ஆங்கிலேயருக்கு எதிராக 500 பேரைப் பறிகொடுத்த டான் ஜெரானிமோ தோல்வியை ஒப்புக்கொண்டு கோவா திரும்பினார்.

இந்தப் போர், மேற்குக் கடற்கரையில் போர்ச்சுகீசியரின் ஆதிக்கத்தைக் கிட்டத்தட்ட முடிவுக்குக் கொண்டுவந்தது. முகலாய அதிகாரி களுக்கும் போர்ச்சுகீசியர்களுக்கும் உள்ள உறவு மோசமடைந்திருந்து. எனவே, இப்போர்களில் போர்ச்சுகீசியர்களின் தோல்வி, முகலாயர் களால் வரவேற்கப்பட்டது. தங்குதடையற்ற வர்த்தகத்துக்கு அனுமதி வழங்கும் வழக்கமான கடிதத்தை டௌண்டனும் பெற்றார். ஆனால், மோசமான உடல்நிலை காரணமாக பாண்டமில் அவர் உயிர்துறந்தார்.

1612ல் ஒரு சிறிய வர்த்தகக் குழு சூரத்தில் ஆங்கிலேயர்களின் வர்த்தக மையத்தை நிர்வகித்துவந்தது. அதன் தலைவராக இருந்த தாமஸ் கெர்ரிஜ் அவரது குறிப்புகளில் கத்திகள், வாட்கள், ஆடைகள், ஈயம், பாதரசம் ஆகியவற்றுக்கு சூரத்தில் ஓர் உடனடிச் சந்தை இருந்ததாகக்

கூறியிருக்கிறார். பதிலாக, இண்டிகோ சாயம், மருத்துவப் பொருட்கள், பருத்தி நூல், குறிப்பாக தென்கிழக்கு ஆசியாவில் எளிதாக விலை போன காலிகோ என்ற வெள்ளை நிற பருத்தித் துணி ஆகியவற்றை அவர் கொள்முதல் செய்தார். கெர்ரிஜ் புல்டாக் வகை நாய்களை அனுப்புமாறு அவரது ஆங்கிலேய அதிகாரிகளைக் கேட்டுக் கொண்டார்.

இந்திய அரசர்களுக்கு அவை ஒரு நல்ல வெகுமதியாக இருந்தன. அதற்கு முன்பாக, 1609ம் ஆண்டிலோ அல்லது 1610ம் ஆண்டிலோ அந்த தொழிற்சாலையைச் சேர்ந்த ஆல்ட்வர்த் என்பவர் பொரொட்ச் (இன்றைய பரூச்) மற்றும் போத்ரா (வடோதரா) வழியாக அஹமதா பாத்துக்கு ஒரு பயணம் மேற்கொண்டார். அவர் தரமான, விலை மலிவான இண்டிகோ சாயமும், காலிகோ துணிகளும் இந்த நகரங்களில் கிடைப்பதாகவும் அவற்றைத் தொடர்ந்து கொள்முதல் செய்ய ஆக்ராவில் ஒரு நிலையான தூதரகமும், கைவசம் அதிகப் பணமும், நல்ல படைபலமும் தேவை என்று குறிப்பிட்டிருக்கிறார்.

சூரத்தில் இருந்த வணிகர்கள் ஓர் அரசு ஆணை மட்டும் நடைமுறையில் அதிக அளவு உதவ முடியாது என்று அறிந்திருந்தனர். ஒவ்வொரு முறையும் ஆங்கிலேயக் கடற்படை சூரத்தை விட்டுப் புறப்பட்டவுடன் அங்கே தங்கியிருந்தவர்கள், உள்ளூர்விதிகள் என்ற பெயரில் பல்வேறு பிரச்னைகளை எதிர்கொண்டனர். அவற்றில் இருந்து தப்பிக்க கவர்னருக்கும் அவரது அரசவை அதிகாரிகளுக்கும் பணம் தரவேண்டி யிருந்தது. பெஸ்டும் டௌண்டனும் சாதித்தது, ஆங்கிலேயர்களின் கடற்படை வலிமையை முகலாயர்களுக்குக் காட்டியதுதான். முகலாயர்களிடம் கடற்படை இல்லாததால், அது அவர்களுக்கு முக்கிய மானதாக இருந்தது. இந்தப் புகழைப் பின்புலத்தில் வைத்துக்கொண்டு ஆங்கிலேயர்கள், இங்கிலாந்து அரசுக்கும் முகலாய அரசுக்குமான நேரடித்தொடர்பு ஒன்றை உருவாக்க முயற்சி செய்தனர். இதன்மூலம், முகலாய அரசுடன் சம அளவில் பேச்சுவார்த்தைகளை மேற்கொள்ள முடியும் என்பது அவர்களின் நோக்கம். தவிர, வர்த்தகத்தை மேம்படுத்த கடலோடிகளால் மட்டும் முடியாது, அதற்கு ராஜதந்திரம் தெரிந்த ஒருவர் வேண்டும் என்றும் கருதப்பட்டது. தாமஸ் ரோ இதற்காகத் தேர்ந்தெடுக்கப்பட்டார்.

தாமஸ் ரோ

ரோ (1581 - 1644) எஸ்ஸெக்ஸில் இருந்த நிலச்சுவான்தார்களின் குடும்பத்திலிருந்து வந்தவர். ஆக்ஸ்போர்டில் மெட்ரிக் படிப்பை (பன்னிரண்டு வயதில்!) முடித்து, மிடில் டெம்பிள் என்ற அரசு அதிகாரிகளுக்கான பள்ளியில் ஐந்து வருடங்கள் மாணவராகக்

காலங்கழித்துவிட்டு, இருபது வயதில் அரசுப் பணியில் அமர்ந்தார். பணியில் வேகமாக முன்னேற்றம் பெற்ற அவரிடம் துணிச்சலான, சிக்கலான வேலைகள் ஒப்படைக்கப்பட்டன.

அவற்றில், ஆண்டெஸ் காடுகளில் மறைந்திருப்பதாகக் கருதப்பட்ட தங்க நகரமான எல் டொராடோவைக் கண்டறிதலும், எலிசபெத் அரசியின் நிலைகுலைந்திருந்த நிதிநிலையைச் சரிசெய்தலும் அடங்கும். தைரியமான அதே சமயம் நேர்மையான அதிகாரி என்று அவர் எடுத்திருந்த பெயர் இறுதிவரை நீடிக்கிறது. 1614ல் அரசர் அவரை இந்தியாவுக்குத் தூதராகத் தேர்ந்தெடுத்ததும், எல் டொராடாவை அடைவதைப் போன்றே சிரமமான அச்செயலைச் செய்ய அவருக்கு எந்தத் தயக்கமும் ஏற்படவில்லை.

ரோவின் நோக்கம் முழுவதுமாக நிறைவேற நான்கு ஆண்டுகள் ஆயின. இந்த ஆண்டுகளில் ரோ ஜஹாங்கீரின் முகாமை ஆஜ்மீரிலிருந்து மாண்டு வரை பின் தொடர்ந்தார். அரசரின் விருப்பையும் வெறுப்பையும் மாறி மாறி சம்பாதிக்க நேரிட்டது. இந்த மாற்றங்கள் அரசருக்கு அளிக்கப்பட்ட பரிசுகளை ஓரளவுக்குச் சார்ந்திருந்தன. ஆங்கில மாஸ்டிஃப் வகை நாய்கள், அயர்லாந்தின் க்ரேஹவுண்ட் வகை நாய்கள், சிவப்பு வைன் ஆகியவை அரசரைப் பெரிதும் கவர்ந்தன. ஒரு மூடப்பட்ட அரங்கில் நடைபெற்ற போட்டியில் மாஸ்டிஃப் நாய்கள் யானையை ஆக்ரோஷமாகத் தாக்குவதைக் கண்டு மகிழ்ச்சியடைந்த அரசர், அவற்றுக்கு வெள்ளிக் கரண்டிகளால் உணவு அளிக்கவும், அவற்றை தொந்தரவு செய்யும் ஈக்களைத் துரத்தவும் பணியாட்களை நியமித்தார். ஆனால், ஆங்கிலேயர்கள் மதிப்பு மிக்கதாகக் கருதிய வழக்கமான பரிசுப் பொருட்களான துணிகள், படங்கள், பெட்டிகள் ஆகியவை அரசரை ஈர்க்கவில்லை.

இளவரசர் குர்ரமின் (ஷாஜகான்) விருப்பம் ஆங்கிலேயருக்கும் போர்ச்சுகீசியருக்கும் இடையே மாறிமாறி வந்தது ரோவின் நோக்கத்துக்கு மற்றொரு தடையாக இருந்தது. தலைமை அமைச்சரான அசஃப் கானுக்கும் ஆங்கிலேயருக்குத் தனிப்பட்ட உரிமைகள் கொடுப்பதில் தயக்கம் இருந்தது. முகலாயர்களுடன் பேச்சுவார்த்தை நடத்த மொழியும் ஒரு பெருந்தடையாக இருந்தது. ரோ முகலாயர்களுடன் போர்ச்சுகீஸ் பாதிரி ஒருவர் மூலமாகவே தகவல்களைப் பரிமாறிக்கொண்டார். அந்தப் பாதிரியார் ரோவின் லத்தீனை பாரசீக மொழியில் மொழிபெயர்த்துச் சொல்லிவந்தார். பேச்சுவார்த்தை நடத்துவோருக்கு இரண்டு மொழிகளும் அன்னிய மொழிகள். தவிர, கிழக்குக் கடற்கரைத் துறைமுகமான மசூலிப்பட்டினத்தில் இருந்த டச்சுக்காரர்கள் இந்தத் தூதைக் குலைக்கத் தங்களாலான முயற்சிகளைச் செய்தனர்.

ரோ வெற்றிபெற்றார் என்றால் அதற்குக் காரணம் அவர்களது முன்னோடிகளைப் போலல்லாமல் அவர் வித்தியாசமானவராக இருந்ததுதான். அவர் கடலோடி வணிகரல்ல. அவர் அரசு அதிகாரி என்பதை அவரது தோற்றமும் நடையுடை பாவனைகளும் தெளிவாகக் காட்டின. தன்னுடைய மென்மையான அணுகுமுறையாலும், குர்ரத்தோடு உறுதியாகப் பேச்சுவார்த்தைகளை மேற்கொண்டும், ஜஹாங்கீர் மற்றும் ஆசிப்கானுடன் தனது உறவுகளைச் சிறிது சிறிதாக மேம்படுத்தியும் வர்த்தகத்துக்கான உரிமத்தை அரசரிடமிருந்து ரோ பெற்றார்.

ஏட்டளவில் ரோ அடைந்தது அவரது முன்னோடிகளான பெஸ்டும் டௌண்டனும் பெற்றது போன்ற ஆணையே. ஆனால் ரோவினுடைய நோக்கம், அரசரை ஒரு நீண்டகாலச் செயல்திட்டத்துக்குச் சம்மதிக்க வைப்பது. எனவே அவர் ஒப்பந்தத்தை முழுமையானதாகவும் இரு தரப்பையும் கட்டுப்படுத்தக்கூடுவதாகவும் அமைக்க விரும்பினார். விரிவாகவும் துல்லியமாகவும் எழுதப்பட்ட விதிமுறைகளும் ஷரத்துக் களும் அந்த ஒப்பந்தத்துக்கு வலுவைச் சேர்த்து அது எழுதப்பட்ட காரணத்தின் தீவிரத்தை உள்ளூர் ஆங்கில அதிகாரிகளுக்கு உணர்த்தின. மேலும் அதில் இரண்டு தரப்பினருக்கும் உள்ள கடமைகளும் சரியாகப் பிரிக்கப்பட்டிருந்தன.

ஜஹாங்கீரின் கையொப்பத்துக்கென ரோவால் தயாரிக்கப்பட்ட அந்த ஆவணம் முழுமையாக அமையாவிட்டாலும் அதுதான் முதல் முறையாக தனிப்பட்ட வர்த்தகத்துக்கென அரசால் அதிகாரபூர்வமாக உருவாக்கப்பட்ட ஆவணம். இந்தியாவைப் பொறுத்தவரை அது ஒரு முற்றிலும் புதிய துவக்கம். முன்னர் தயாரிக்கப்பட்ட ஒருதலைப் பட்சமான அரசு ஆணைகள் போலல்லாமல் இரு அரசுகளிடையே முறையாக ஏற்பட்ட ஒப்பந்தம் அது.

டச்சுக்காரர்களுடன் மீண்டும் மோதல்கள்

1610ல் இந்தியப் பெருங்கடலில் ஆங்கிலேயர்களும் டச்சுக்காரர்களும் தங்களது ஆதிக்கத்தைச் சிறிது சிறிதாக அதிகரித்துக்கொண்டிருந்தனர். இந்த இரு ஆயுதம் தாங்கிய எதிரிகளின் இடையே ஏற்பட்ட போட்டி வன்முறையில் வெடிக்குமளவுக்குப் பல சந்தர்ப்பங்கள் ஏற்பட்டன. ஆயினும் அவை ஒரு முடிவான போருக்கு அவர்களை இட்டுச் செல்லாததற்கு இரு காரணங்கள் இருந்தன. ஒன்று போர்ச்சுகீசியர்கள் மேல் அவர்கள் இருவருக்கும் உள்ள பொதுவான வெறுப்பு. மற்றொன்று அந்தப் போரில் வெற்றி பெறும் அரசு இந்தியப் பெருங் கடலின் ஆதிக்கத்தைக் கைப்பற்றுவதோடு மட்டுமல்லாமல், வேறு யாரும் தலையெடுக்க முடியாத நிலையை உருவாக்கிவிடும். எனவே

அந்த அபாயத்தை இரு அணிகளும் எதிர்கொள்ள விரும்பவில்லை. அவர்கள் இருவரும் அடிதடியில் பலமுறை ஈடுபட்டாலும், அடியோடு ஒரு அணியை அழிக்கக்கூடிய போரில் ஈடுபடவில்லை.

ரோவினுடைய பயணம் முடிவடையும்போது, டச்சுக்காரர்கள் ஜாவாவில் வலுவான நிலையில் இருந்தனர். டச்சுக்காரர்களும் ஆங்கிலேயர்களும் ஐரோப்பாவில் நண்பர்களாக இருந்தனர். ஆனால், கிழக்காசியக் கடற்பகுதியில் டச்சுக் கப்பல்கள் ஆங்கிலக் கப்பல்களை காணும்போதெல்லாம் விரட்டியடித்தன. அதனால் வாசனைப் பொருட்களின் வர்த்தகத்தில் அவர்களின் ஆதிக்கம் மிகுந்து விளங்கியது.

இந்த இரண்டு கடற்படைகளும் ஒருவருக்கொருவர் சமநிலையில் இருந்ததால், இரண்டு கிழக்கிந்திய கம்பெனிகளையும் இணைத்து ஒரு புதிய வலுவான நிறுவனம் ஒன்றை ஏற்படுத்த மேற்கொள்ளப்பட்ட முயற்சி யாருக்கும் ஆச்சரியத்தை அளிக்கவில்லை. இந்த யோசனை டச்சுக்காரர்களிடமிருந்து 1615ம் ஆண்டு வந்தது. ஆனால் ஆங்கில விசாரணையாளர்கள் டச்சு நிறுவனங்கள் பெருமளவு கடனில்தான் நடத்தப்படுகின்றன என்பதைக் கண்டறிந்த பின்னர் அந்த யோசனை கைவிடப்பட்டது.

அடுத்த ஏழெட்டாண்டுகள் இந்த வித்தியாசமான உறவுமுறையில், அதாவது ஐரோப்பாவில் நட்பு, தென்கிழக்காசியாவில் மோதல்கள் என்ற நிலையில் சென்றன. இதில் ஒரு பெரும் திருப்பம் 1623ம் ஆண்டு ஏற்பட்டது. அம்பாய்னாவைக் கைப்பற்ற முயன்ற குற்றத்துக்காக கிழக்கிந்திய கம்பெனியின் அதிகாரி டவர்சன் என்பவரும் அவரோடு ஒன்பது ஆங்கிலேயர்களும் ஒரு ஜப்பானிய கடலோடியும் டச்சுக்காரர் களால் கொல்லப்பட்டனர். வர்த்தகப் போட்டி கட்டுப்பாடில்லாமல் முற்றியதின் விளைவே இது.

இங்கிலாந்தில் இது அம்பாய்னா படுகொலை என்று வர்ணிக்கப்பட்டு டச்சுக்காரர்களின் துரோகச்செயல் பலவிதமாக விமர்சனத்துக்கு உள்ளானது. முடிவில் இருதரப்பும் சமாதானமாகப் போனதற்கு போர்ச்சுகீசியர்களிடமுள்ள பொதுவான பயமே காரணம். ஆனாலும் இந்தக் கூட்டணி மகிழ்ச்சியான கூட்டணியாக நீடிக்கவில்லை. டச்சுக் கவர்னர் ஒருவர் சொன்னது போல, 'மொத்தத்தில் தகராறு செய்யும் மனைவியைத் தலையில் கட்டிவிட்டனர்'

பாரசீகத் திட்டம்

அதே சமயம் மேற்காசியாவில், பாரசீக அரசில் தங்களது வர்த்தக உரிமையைப் பற்றிய மோதல் போர்ச்சுகீசியர்களுக்கும்

ஆங்கிலேயர்களுக்கும் இடையில் உருவாகிக்கொண்டிருந்தது. பாரசீக வளைகுடாவின் நுழைவுத் துறைமுகமாக இருந்தது ஹோர்முஸ் நகரம். அது வண்டிகள் மூலம் செய்யப்படும் தரை வழி வணிகம் கடல் வணிகத்தைச் சந்திக்கும் ஒரு இடமாகும். விலையுயர்ந்த பட்டாடைகளை பாரசீகம் ஐரோப்பாவுக்குத் தந்துகொண்டிருந்தது.

இந்திய மன்னர்களிடையே அதிக விலை போகக்கூடிய குதிரைகளுக்கும் அதுதான் மூலமாக விளங்கியது. ஆக, பாரசீக, இந்திய, இந்தோனேசிய வர்த்தகச் சங்கிலியின் முதலாம் கண்ணியாக இருந்தது அது. பாரசீகத்தில் வாங்கப்பட்ட குதிரைகள் இந்தியப் பருத்திக்கு ஈடாக வழங்கப்பட்டன. அந்தப் பருத்தியாடைகளைக் கொண்டு இந்தோனேசியாவில் மசாலா வாசனைப்பொருட்கள் கொள்முதல் செய்யப்பட்டன. இந்த ஏற்பாட்டின் ஒரே சிக்கல் ஹோர்முஸ் நகரிலும் வளைகுடாவிலும் போர்ச்சுகீசியர்களின் ஆதிக்கம் நிறைந்திருந்ததுதான்.

இந்தியாவைப் போலவே, வளைகுடாவிலும் ஆங்கிலேயர்கள் படை பலத்தை ஆதாரமாகக் கொண்ட தூதரக உறவை அடிப்படையாக வைத்து வர்த்தகத்தை நிலைநிறுத்த முயன்றனர். ராபர்ட் ஷெர்லி (அல்லது ஷிர்லி) ஆங்கிலேயர்களால் பாரசீக மன்னர் ஷா அப்பாஸோடு பேச்சுவார்த்தை நடத்த நியமிக்கப்பட்டார். பிரபுக்களின் வம்சத்தைச் சேர்ந்த கடலோடியான ஷெர்லி பாரசீகத் தலைநகரை இருப்பிடமாகக் கொண்டிருந்தார். ஒரு செர்காஸிய பிரமுகரின் மகளையும் மணந்துகொண்டிருந்தார். 1608ல் அவர் ஷா அரசரால் முதலாம் ஜேம்ஸின் அரசவைக்குத் தூதராக நியமிக்கப்பட்டார். அங்கே அவர் ஒரு பாரசீக அரசவை உறுப்பினரைப்போல் ஆடை ஆபரணங்களுடனும் தமது செர்காஸிய மனைவியுடனும் வந்து ஆச்சரியத்தை ஏற்படுத்தினார்.

1615ல் அவர் போர்ச்சுகலுக்கும் ஸ்பெயினுக்கும் தூதராக அனுப்பிவைக்கப்பட்டார். இந்தத் தூதுகளின் நோக்கமும் ஷெர்லி அவற்றை வெற்றிகரமாக அடைந்தாரா என்பது பற்றியும் சரியாகத் தெரியவில்லை. ஆனால் அவர் 1620ம் ஆண்டு திரும்பியதும் பாரசீக அரசுப் பணியில் இருந்து நீக்கப்பட்டார். சிறிது காலத்தில் அவர் இறந்தும் போனார். கிழக்கிந்திய கம்பெனியின் வாய்ப்புகளை பாரசீகத்தில் நிலைநிறுத்த முயன்றதில் அவருக்கு ஒரு மறைமுகமான பங்கு இருந்தது.

இந்திய முகலாய அரசிடமிருந்து வர்த்தக உரிமத்தை ரோ பெற்றது போல் பாரசீகத்தில் இரண்டாண்டுகளுக்கு முன்பு எட்வார்ட் கோனாக் உரிமம் பெற்றுச் சாதனை நிகழ்த்தியிருந்தார். அரசவையில் கோனாக்குக்கு நல்ல வரவேற்பு இருந்தது. அந்த ஒப்பந்தம் மதுவோடு

கொண்டாடப்பட்டது. அந்த நிகழ்வின்போது ஷா மன்னர் இங்கிலாந்துக்கு நிர்ணயிக்கப்பட்ட விலையில் 3000 பேல்கள் பட்டு அனுப்புவதாக கோனாக்கிடம் ஒப்புக்கொண்டார். இந்த நெருக்கத்துக்கு முக்கியக் காரணம் ஆங்கிலேயர்களுடன் சேர்ந்து கொண்டு போர்ச்சுகீசியர்களை வளைகுடாவிலிருந்து விரட்ட ஷா அரசர் எண்ணியதுதான்.

இதில் முக்கியத் திருப்பம் 1620ம் ஆண்டு டிசம்பரில் ஏற்பட்டது. ஆண்ட்ரூ ஷில்லிங்கின் தலைமையில் சூரத் நோக்கிச்சென்று கொண்டிருந்த கடற்பயணக் குழு லிஸ்பனில் இருந்து வந்து கொண்டிருந்த ருய் ஃப்ரெய்ரே த அண்ட்ரேட் தலைமையிலான குழுவைச் சந்தித்தது. அப்போது ஏற்பட்ட கடும் போரில் ஆங்கிலத் தளபதி உயிரிழந்தாலும் போரின் முடிவு இரு தரப்புக்கும் சமமாகவே இருந்தது. அண்ட்ரேட் சரணடைந்ததை அடுத்து ஹோர்முஸ் ஏப்ரல் 1621ல் வீழ்ந்தது. அதன்பின் கிழக்கிந்திய கம்பெனி தனது வர்த்தகத்தை ஹோர்முஸ் (குதிரைகள்), சூரத் (மசாலா வாசனைப் பொருட்களுக்கு ஆடைகள்), பாண்டம் (மசாலா வாசனைப் பொருட்கள்) ஆகிய இடங்களின் வழியாகத் தடையில்லாமல் தொடர்ந்தது. இந்த மும்முனை வர்த்தகத்தில், கிழக்கிந்திய கம்பெனியின் கவனம் அதிகமாகத் தென்கிழக்கு ஆசியாவில் இருந்தது. ஆனாலும், இந்திய வர்த்தகமும் வளர்ந்துவந்தது.

1640ம் ஆண்டுவரை கிழக்கிந்திய கம்பெனியின் இந்திய நடவடிக்கைகள் அனைத்தும் சூரத்தை மையமாகக் கொண்டே இயங்கின. முகலாயர்களோடு உறவு மிகுந்த நட்போடு இல்லா விட்டாலும் கூட நிதானமான அளவில் இருந்தது. வில்லியம் மெத்வொல்ட், ஜான் வெட்டெல் என்ற இரு தனி மனிதர்களால் இந்தியாவின் மேற்குக் கடற்கரையைத் தனதாக்கிக் கொண்டது கிழக்கிந்திய கம்பெனி. சூரத்தின் முதல் தலைவரான மெத்வொல்ட் மேற்குக் கரையை வந்தடைந்தபோது அந்தப் பிரதேசம் பஞ்சத்தாலும் கொள்ளையாலும் நிலைகுலைந்து போயிருந்தது.

அவர் வருவதற்குச் சில காலம் முன், கிழக்கிந்திய கம்பெனி கோழிக் கோட்டை ஆண்ட ஸாமொரின்னுடன் தொடர்புகொண்டு கேரளாவி லிருந்து வாசனைப் பொருட்கள் வாங்குவதற்கும் கூட்டு முயற்சியில் கோவாவில் இருந்த போர்ச்சுகீசியர்களைத் துன்புறுத்துவதற்கும் தேவையான ஏற்பாடுகளைச் செய்திருந்தது. ஆனால், இதனால் மலபார் கொள்ளையர்களால் அவர்கள் தாக்கப்பட்டனர். கொள்ளைகளைத் தடுக்க இயலாவிட்டாலும், மெத்வொல்ட் போர்ச்சுகீசியர்களுடன் சமாதானப் பேச்சுவார்த்தை நடத்துவதில் வெற்றியடைந்தார். அவர்

மூலமாகத்தான் பம்பாயில் துறைமுகம் அமைப்பதற்கும் முதலில் முயற்சிகள் மேற்கொள்ளப்பட்டன.

மெத்வொல்ட் இங்கிலாந்து திரும்பி கிழக்கிந்திய கம்பெனியின் முழுநேர இயக்குநராகப் பொறுப்பேற்றார். ஜான் வெட்டெல் சூரத் பாரசீகத் தொடர்பைப் பலப்படுத்தினார். கப்பல் காப்டனான அவர், ஹோர்முஸ் போரின் நாயகர்களில் ஒருவர். 1630களில் கிழக்கிந்திய கம்பெனியால் பலமுறை வர்த்தக-கடல் பயணங்களுக்கு அனுப்பப் பட்டார். இறுதியில் தனிப்பட்ட வர்த்தகத்தை மேற்கொண்டதற்காகக் கண்டிக்கப்பட்டார்.

1640லிருந்து மேலே பார்த்த மும்முனை வர்த்தகம் தோல்வியடையத் தொடங்கியது. பல ஆங்கிலேயர்கள் பாரசீகத்தில் நோயினால் மடியத் தொடங்கினர். டச்சுக்காரர்களின் சதிவேலைகளும் ஆங்கிலேயர்களை மேலும் பலவீனமடையச் செய்தன. இஸ்பகானில் இருந்த ஆங்கில அதிகாரி வில்லியம் கிப்சனின் மறைவை அடுத்து அவரது கணக்குகள் சோதனையிடப்பட்டன. அதில் அவர் டச்சு வணிகர்களுடன் சேர்ந்து தனி வர்த்தகத்தில் ஈடுபட்டது தெரியவந்தது. துரோகம் துஷ்பிரயோ கத்துடன் கைகோர்த்துக்கொண்டது. பாரசீகத்தின் உட்புறங்களில் ஆர்மீனிய வர்த்தகர்கள் ஆதிக்கம் செலுத்தினர்.

அவர்களுடன் நட்பு கொண்டவர்களே கடல் வணிகத்திலும் வெற்றிபெற முடிந்தது. இதிலும் டச்சுக்காரர்கள் திறமையானவர்களாக இருந்தனர். இறுதியாக, ஆங்கில உள்நாட்டுப் போர் (1642 - 51) பாரசீகத்திலிருந்து பெறப்பட்ட பட்டாடைகள் போன்ற ஆடம்பரப் பொருட்களுக்கான சந்தையை வெகுவாகக் குறைத்தது. எனவே, பாரசீகத்தின் நிலை மும்முனை வர்த்தகத்தில் குறைவடைந்ததை அடுத்து, பருத்தி ஆடைகளுக்கும், வாசனைப் பொருட்களுக்கும் குதிரைகள் அல்லாத வேறு பொருட்களை ஆங்கிலேயர்கள் ஈடாகக் கொடுக்கவேண்டியிருந்தது. வெள்ளி அந்த இடத்தைப் பிடித்துக் கொண்டு மாற்றுப் பண்டமாற்றுப் பொருளாக முன்னேற்றமடைந்தது.

கூட்டணியில் குழப்பம்

வெட்டேல் விதிமுறைகளுக்கு மாறாக தனிவர்த்தகத்தில் ஈடுபட்டது வளர்ந்துவரும் ஒரு பிரச்னையைச் சுட்டிக்காட்டியது. ஆரம்பத்தி லிருந்தே கிழக்கிந்திய கம்பெனி அதனுடைய ஏகாதிபத்தியத்தை விரும்பாத திறனாளர்களைச் சமாளிக்கவேண்டியிருந்தது. முதல் முப்பது ஆண்டுகளில், தங்களது ஒப்பந்தகாலம் முடிவடைந்து நாடு திரும்பாத கிழக்கிந்திய கம்பெனியின் பணியாளர்கள் தனி

வர்த்தகத்தில் ஈடுபட்டு வந்தனர். தன்னிச்சையாக வர்த்தகத்தில் ஈடுபட்ட மற்றவர்கள், அரசவையில் ஒரு தொகையைச் செலுத்திவிட்டு கிழக்குக் கடற்பகுதியில் வர்த்தகம் செய்யும் உரிமையைப் பெற்றனர். உள்நாட்டிலும் வெளிநாட்டிலும் அதிகவிலையுள்ள போர்த்தள வாடங்களை வாங்கியதால் பணக்கஷ்டத்தில் தவித்த முதலாம் சார்லஸ் அதுபோன்ற உரிமையைப் பணத்துக்காக விற்க முயன்றார்.

இதுபோன்ற செயல்களில் ஈடுபடுபவர்களைத் தடுப்பதும் தண்டிப்பதும் கடினம் என்பதை உணர்ந்த கிழக்கிந்திய கம்பெனி, சமரசத் திட்டமொன்றை முன்வைத்தது. அதன்படிக் குறிப்பிட்ட சில பொருட்களைத்தவிர மற்றவை தனி வர்த்தகத்தில் அனுமதிக் கப்பட்டன. ஆனால் அதற்கு, வர்த்தகர்கள் தகுந்த உரிமத்தைப் பெற வேண்டும். மேலும், வெளிநாட்டு வர்த்தகம் அல்லாத ஒரே பிரதேசத்தில் உள்ள துறைமுகங்களுக்கிடையே தனி வர்த்தகம் அனுமதிக்கப்பட்டது.

1635ம் ஆண்டு, லண்டனின் பட்டு மற்றும் ஆடைகளின் முதன்மை வர்த்தகர்களில் ஒருவரான வில்லியம் கோர்ட்டென், அரசவையில் செல்வாக்குள்ள எண்டிமியன் போர்ட்டருடன் சேர்ந்து ஒரு புதிய கிழக்கிந்திய கம்பெனிக்கான ஆணையை அரசரிடமிருந்து பெறுவதில் முனைந்தார். புதிய கிழக்கிந்திய கம்பெனியின் நோக்கம், போர்ச்சுகீசிய ஆதிக்கமுள்ள பகுதிகளான கோவா, மலபார், சீனா, ஜப்பான் போன்ற நாடுகளில் வர்த்தகத்தில் ஈடுபடுவது, ஆஸ்திரேலி யாவில் வர்த்தக மையம் ஒன்றை அமைப்பது, மடகாஸ்கரில் ஒரு காலனியை ஏற்படுத்துவது ஆகியவை. இந்தப் புதிய கூட்டு முயற்சி, நகரின் முக்கிய வர்த்தகர்களுள் ஒருவரான பால் பிண்டரால் நிதியுதவி பெற்று தங்கத்தை எடுத்துச் செல்ல அனுமதியும் பெற்றது.

பழைய கிழக்கிந்திய கம்பெனி கால்பதிக்காத இடங்களில் தனது வர்த்தகத்தைப் புதிய கிழக்கிந்திய கம்பெனி மேற்கொள்ளலாம் என்பதே அந்த அனுமதிக்கான காரணமாகக் கூறப்பட்டது. பழைய கிழக்கிந்திய கம்பெனி இதைக்கண்டு ஆத்திரமடைந்தாலும், புதிய நிறுவனத்தைத் தடுத்து நிறுத்த அதனால் இயலவில்லை. ஒரு லட்சத்து இருபது ஆயிரம் பவுண்டுகள் என்ற மிகப் பெரிய மூலதனத்தோடு ஜான் வெட்டெல் தலைமையில் புதிய கிழக்கிந்திய கம்பெனியின் முதல் பயணம் ஆரம்பித்தது.

அந்தப் பயணத்திலிருந்த முக்கியமான ஒரு நபர் பீட்டர் முண்டி. அவரால் தான் வெட்டெல் பற்றிய தகவல்களும் அவர்கள் சென்ற இடங்களைப் பற்றிய விவரங்களும் கிடைத்தன. அக்குழு முதல் பயணத்தில் பல இடங்களைச் சென்றடைந்தது. அவற்றில்

முக்கியமானது கன்டோன். வெற்றி தோல்விகள் சமமாகவே இருந்த அப்பயணத்தின் முடிவைக் காண கோர்ட்டென் உயிரோடு இருக்க வில்லை. கொள்ளையர்களின் தாக்குதலாலும் கப்பல்கள் மூழ்கிய தாலும் பெருமளவு சரக்கு இழப்பு ஏற்பட்டது. இருந்தாலும் அவர்கள் திரும்ப எடுத்துவந்த பொருட்களின் அளவு பழைய கிழக்கிந்திய கம்பெனியின் இயக்குநர்களை எச்சரிக்கையடைய வைத்தது. அந்த முதல் பயணத்தின் மற்றொரு முக்கிய அம்சம் அவர்கள் சீனக்கடற் கரைக்குச் சென்ற முதல் ஆங்கிலேயக் குழு என்பதுதான்.

மசூலிப்பட்டினம், கோவாவுக்கான அடுத்த பயணத்தில் திரும்பும் வழியில் வெட்டேல் மர்மமான முறையில் மறைந்துவிட்டார். ஒரு நேரடிச்சாட்சியின் படி வெட்டேல் டச்சுக் கப்பலொன்றுக்கு அழைக் கப்பட்டு அங்கு கொண்டாட்டங்கள் முடிந்த பின் கப்பலிலிருந்து வீசியெறியப்பட்டார் என்று சொல்லப்பட்டது. இதை டச்சுக்காரர்கள் செய்திருக்கக்கூடுமென்றாலும், அவர் மறைவுக்கான ஏற்றுக்கொள்ளக் கூடிய காரணம் நன்னம்பிக்கை முனையருகே 1639ம் ஆண்டு குளிர்காலத்தில் ஏற்பட்ட கப்பல் விபத்துதான்.

அதிலிருந்து, புதிய கிழக்கிந்திய கம்பெனி பல துரதிருஷ்டவசமான சம்பவங்களைச் சந்தித்தது. வாரிசுரிமையின் பெயரில் வந்த கடனோடு, வில்லியம் என்றே அழைக்கப்பட்ட கோர்ட்டனின் இரண்டாவது மைந்தன் தன் தந்தையின் நிறுவனத்தைத் தொடர்ந்து நடத்தினார். ஆனால், அரசர் ஆதரவு இருந்தும்கூட, அவரது நிலைமை வீழ்ச்சி யடைந்தது. புதிய கிழக்கிந்திய கம்பெனியின் நடவடிக்கைகளைத் தடுப்பதற்குத் தன்னாலான எல்லா முயற்சிகளையும் பழைய கிழக்கிந்திய கம்பெனி செய்தது.

இதைத் தடுப்பதற்காக வில்லியம் நாடாளுமன்றத்துக்கு மனு செய்தும் பலனில்லாமல் போனது. 1643ம் ஆண்டு டச்சுக்காரர்கள் மலாக்கா ஜலசந்தியில் அவரது கப்பல்கள் சிலவற்றைக் கைப்பற்றினர். கடன் காரர்களிடமிருந்து தப்பிக்க கோர்ட்டென் இத்தாலிக்குத் தப்பியோடி, திவாலான நிலையில் 1655ம் ஆண்டு இறந்தார். அப்போது புதிய கிழக்கிந்திய கம்பெனி பழைய கிழக்கிந்திய கம்பெனியுடன் ஐக்கியமாயிருந்தது!

4. மதராஸ், பம்பாய், கல்கத்தா

வர்த்தகத்தைப் பொறுத்தவரை ஹோர்முஸ் ஒரு சிக்கலான இடமாகவே விளங்கிவந்தது. போர்ச்சுகீசியர்கள் மீதான ஆங்கிலேயரின் வெற்றி, ஏற்கனவே தள்ளாடிக் கொண்டிருந்த அந்த இடத்தை முற்றிலும் வீழ்த்தி விட்டது. மற்றொரு புறம், ஹோர்முஸ்ஸில் ஆங்கிலேயர் அடைந்த வெற்றி, கொங்கணத்தில் சண்டையை மேலும் தீவிரமாக்கியது. பல வருட அமைதிக்குப் பிறகு, 1626ல் ஆங்கிலேயரும் டச்சுக்காரரும் சேர்ந்து பம்பாய் வளைகுடாவில் உள்ள பாசின் என்ற இடத்தின் மீது போர் தொடுத்தனர். போர்ச்சுகீசியரின் வசமிருந்த அது, முக்கியத்துவம் மிகுந்த இடத்தில் இருந்தாலும், அதன் கோட்டை பாதுகாக்கப் படாமலும் மீனவர்கள் மட்டுமே வசிக்கும் இடமாகவும் இருந்தது.

ஆங்கில-டச்சுப் படை கோட்டையைத் தாக்க வரும் முன் அங்கிருந்த போர்ச்சுகீசியர்கள் வெளியேறிவிட்டனர். வந்தவர்களுக்குச் சில மூட்டை அரிசி மட்டுமே கிடைத்தது. அப்போதிலிருந்து ஆங்கில போர்ச்சுகீசியப் போர்களின் தீவிரம் இந்தியாவில் குறைந்தது. 1634ம் ஆண்டு இருவரும் செய்துகொண்ட சமாதான உடன்படிக்கை மூலம், ஒரு நீண்ட அமைதிக்காலம் தொடங்கியது.

இந்தப் போர்கள் மூலம் கிழக்கிந்திய கம்பெனியின் அதிகாரிகள், வர்த்தகம் நடைபெறும் இடங்களில் கோட்டைகள் கட்டவேண்டிய அவசியத்தை உணர்ந்தனர். இது ஒரு புதுக் கருத்து அல்ல. போர்ச்சுகீசியர்கள் ஏற்கனவே பின்பற்றியதுதான். 1630ல் இந்தியப் பெருங்கடலில் ஏற்பட்ட சண்டைகள் ஒரு முடிவுக்கு வந்தாலும், ஆங்கிலேயர்களை விட டச்சுக்காரர்களின் படைபலம் அதிகமாக இருந்தது. ஷாஜஹானின் மறைவும், 1660ல் அதற்குப் பின் ஏற்பட்ட வாரிசுரிமைப் போட்டிகளும், ஒரு பாதுகாப்பற்ற தன்மையை வளர்த்தன.

1632லிருந்து, 1690 வரை, அரண்களால் பாதுகாக்கப்பட்ட மூன்று குடியிருப்புகள் ஏற்பட்டன. மதராஸ், பம்பாய், கல்கத்தா ஆகிய மூன்று நகரங்களும் வரிசையாக உருவாக்கப்பட்டன. வர்த்தகம், கடல் பாதுகாப்பு, அரசியல் ஆகியவற்றின் முக்கிய கேந்திரங்களாக விளங்கிய இந்த மூன்று இடங்களும் பதினெட்டாம் நூற்றாண்டில் கிழக்கிந்திய கம்பெனியின் வர்த்தக வளர்ச்சிக்கும், நாடு பிடிக்கும் முயற்சிகளுக்கும் அடித்தளமிட்டன.

மதராஸ்

ஆண்டனி ஹிப்போனின் தலைமையில் 1611ல் ஏற்பட்ட கிழக்கிந்திய கம்பெனியின் ஏழாவது பயணத்தில், சோழமண்டலக் கரையில் பழவேற்காடு அருகே ஒரு தொழிற்சாலையை ஏற்படுத்த முயற்சி மேற்கொள்ளப்பட்டது. அங்கு டச்சுக்காரர்கள் ஏற்கனவே இடம் பிடித்திருந்தனர். அவர்களுடன் சேர்ந்து கடல் வணிகத்தைப் பிரித்துக் கொள்ளலாம் என்ற எண்ணத்தில்தான் இந்த முயற்சி. ஆனால், டச்சுக்காரர்கள், அந்தப் பகுதியை ஆண்ட ராணியிடம் முறையிட்டதைத் தொடர்ந்து, இம்முயற்சி தோல்வியடைந்தது. ஹிப்போன் தன் பயணத்தை வடக்கு திசையில் தொடர்ந்து கிருஷ்ணா நதியின் முகத்துவாரத்தை அடைந்தார்.

இக் கடற்கரை புயல்களால் அடிக்கடி தாக்கப்பட்டிருந்தாலும், அவர் இறங்குவதற்குத் தேர்ந்தெடுத்த இடம் பாதுகாப்பாக இருந்தது. அந்தப் பயணத்தைப் பற்றி மேலும் தகவல்கள் கிடைக்கவில்லை. அங்கு ஒரு குடியிருப்பு 1687 வரை இருந்தது. அதன்பின் பயணிகளுக்கு அடிக்கடி வந்த காய்ச்சலினால், அது கலைக்கப்பட்டது. ஹிப்பான் சென்றதற்கு மூன்று ஆண்டுகளுக்குப் பிறகு, பழவேற்காடுக்குச் சென்ற மேலும் ஒரு பயண முயற்சி தடை செய்யப்பட்டது. ஆங்கிலேயர்களுக்கு ஒரு பெரும் விருந்தை அளித்த பிறகு, டச்சுக்காரர்கள் அவர்கள் அங்கு வர்த்தகம் செய்வதைத் தடுத்துவிட்டனர்.

ஆண்டனி ஹிப்போனும் அவரது துணைவர்களும் தமது பயணத்தைத் தொடர்ந்து மசூலிப்பட்டினத்தில் ஒரு சிறிய, நிரந்தரமான மையம் ஒன்றை அமைத்தனர். அங்கிருந்த கோட்டையை கோல்கொண்டாவின் பிரதிநிதிகள் ஆண்டுகொண்டிருந்தனர். அவர்கள் எந்த ஒரு ஐரோப்பிய நாட்டின் தனிப்பட்ட அதிகாரத்துக்கும் உட்படாமல், அந்தக் கோட்டையைச் சுதந்திரமாக வைத்திருக்க நினைத்தனர். கோல்கொண்டாவின் ஆதிக்கம், மசூலிப்பட்டினத்தின் மீது முழுவதுமாக 1632ல் ஏற்படும்வரை இந்த நிலை நீடித்தது.

அதன் பின்னரே ஆங்கிலேயர் அங்கு நிம்மதியாக வர்த்தகம் செய்ய முடிந்தது. இதற்கிடையில் சில காலம், ஆங்கிலேயர் ஆர்மகான் என்ற ஒரு மோசமான இடத்தில் இருக்கவேண்டியிருந்தது. அவர்கள் 1632ல் மசூலிப்பட்டினத்துக்குத் திரும்ப வந்தபோது, அவர்களுக்கு ஆடைகளை அளித்த நெசவாளர்களும் சாயம்போடுபவர்களும் 1630ம் ஆண்டு பஞ்சத்தில் மடிந்து போயிருந்தனர்.

இக் காலகட்டத்தில் இந்தோனேசியாவின் பாண்டம் நகருடனான வர்த்தகத்தில் சோழமண்டலத்தின் பங்கு முக்கியத்துவம் பெற்று வந்தது. மிளகுக்கு ஈடாகப் பருத்தித் துணியை சோழமண்டலம் வழங்கியது. தவிர, ஐரோப்பாவிலும் ஆசியாவிலும் அதிக வரவேற்புப் பெற்ற, கையால் வரையப்பட்ட சித்திரங்களைக் கொண்ட ஆடைகளும் சோழமண்டலத்தில் தயாரிக்கப்பட்டன. சோழமண்டலத்தின் மற்றொரு முக்கிய வர்த்தகப் பொருளாக, கோல்கொண்டாவின் வைரங்கள் விளங்கின. ஒரு வர்த்தகப் பொருளாக மட்டுமின்றி ஐரோப்பாவுக்கும் இந்தியாவுக்கும் பணப் பட்டுவாடா செய்வதற்காகவும் இந்த வைரங்கள் பயன்படுத்தப்பட்டன.

1632ல் கிழக்கிந்திய கம்பெனியின் அதிகாரியான ஃப்ரான்ஸிஸ் டே (1605 - 70) ஆர்மகானில் உருக்குலைந்து இருந்த தொழிற்சாலைக்கு வருகை தந்தார். அந்த இடத்தைச் சுற்றிலும் பகைவர்கள் சூழ்ந்திருந்ததால் தொழிற்சாலை அமைக்கப் பாதுகாப்பான இடமொன்றை அவர் தேடினார். மசூலிப்பட்டினத்திலிருந்து பாண்டிச்சேரி செல்லும் வழியில் மதராசப்பட்டினம், சின்னப்பட்டினம் என்ற இரு கிராமங்களுக்கு இடையே உள்ள இடத்தைத் தேர்ந்தெடுத்தார் அவர்.

ஒரு போர்ச்சுகீசிய தேவாலயத்துக்கும் குடியிருப்புக்கும் அருகில் இருந்த அந்த இடம், அதன் ஆட்சியாளரான தாமர்ல வேங்கடாத்ரியிடமிருந்து வாங்கப்பட்டது.

அந்த இடத்தின் சிறப்புகள் பற்றி மசூலிப்பட்டினத்திலிருந்த தனது நண்பர்களுக்கு டே எடுத்துச் சொன்னார். அங்கு ஆடைகள் மலிவாகக் கிடைத்தன. தரையிறங்கத் தோதான கடற்கரைஇருந்தது. வர்ணம் தீட்டப்பட்ட ஆடைகளும் அருகிலேயே கிடைத்தன. எல்லாவற்றுக்கும் மேலாக, ஆட்சியாளர் அவர்களிடம் நட்புப் பாராட்டினார். டே மீண்டும் அங்கு வருவதற்கு முன் ஒரு கோட்டை கட்டிக்கொடுக்கவும் உறுதியளித்தார். அதற்கு ஈடாக பாரசீகக் குதிரைகளையும் கேட்டார்.

டே மீண்டும் 1640ல் வந்தபோது, அங்கு பனை ஓலைகளைக் கொண்ட கோட்டை கட்ட முயற்சிகள் நடந்துகொண்டிருப்பதைக் கண்டு அதிர்ச்சியடைந்தார். தாமே கோட்டை ஒன்றைக் கட்டத் தீர்மானித்து,

உறுதியான பொருட்களைக் கொண்டு அந்த வேலையைத் தொடங்கினார். அநேகமாக செயின்ட் ஜார்ஜ் தினத்தில் அந்த வேலை தொடங்கப்பட்டிருக்கலாம். இது லண்டனில் இருந்தவர்களுக்குப் பிடிக்கவில்லை. எனவே, டே தனது சொந்தப் பணத்தை இதற்காகச் செலவழிக்க வேண்டியதாயிற்று.

அந்தக் கோட்டை கட்டுவதைத் தடுக்கவோ, டே வைத் தண்டிக்கவோ அதிகாரம் சூரத்தின் அதிகாரிகளிடம் லண்டனால் அளிக்கப் பட்டிருந்தது. சூரத்தின் அதிகாரிகளோ, சோழமண்டலத்திலிருந்த தமது அதிகாரிகள் நன்கு யோசித்த பிறகே அங்கு கோட்டை கட்ட முன்வந்திருக்கவேண்டும் என்று நம்பினர். இவ்வாறு சூரத்தும் மசூலிப்பட்டினமும் கிழக்கிந்திய கம்பெனியின் தலைமையிடமான லண்டனைப் புறக்கணித்து டேவுக்கு உதவியதால்தான் செயின்ட் ஜார்ஜ் கோட்டை சாத்தியமானது.

மேலிடத்திலிருந்து வந்த ஒரு கடும் ஒழுங்கு நடவடிக்கை தடுக்கப் பட்டதற்கு அந்த இடத்துக்கு வர்த்தகத்தில் கிடைத்த உடனடி வெற்றிகள்தான் காரணம். சில மாதங்களுக்கு உள்ளாகவே, பல நெசவாளர் குடும்பங்கள் அங்கு வந்து குடியேறத் துவங்கின. போர்ச்சுகீஸ் பகுதியான சான் தோமிலிருந்து வணிகர்களும் கைவினைத் தொழிலாளர் களும் பிரிட்டிஷ் பகுதிக்குக் குடியேறினர். புதிய கோட்டையைக் கண்டு போர்ச்சுகீசியர்கள் முணுமுணுத்தா லும், பழவேற் காட்டிலிருந்த டச்சுக்காரர்கள் எச்சரிக்கை அடைந்தாலும் இருவரும் ஆங்கிலேயரைத் தாக்க முற்படவில்லை.

பாண்டம் நகருக்குத் தேவையான ஆடைகளை அனுப்ப மதராஸ் தவறவில்லை. பிரெஞ்சு கேப்புசின் துறவியான ஃபாதர் எப்ராயிம் த நேவேர்ஸ் என்பவர் கத்தோலிகர்களும் மற்றவர்களும் வழிபட அங்கு ஒரு தேவாலயத்தைக் கட்டினார். இப்போது சென்னை செல்பவர் களுக்கு ஆச்சரியத்தை அளிக்கும்விதமாக, 1630ல் மதராஸ் வந்த ஒரு ஸ்பானியப் பயணி, 'வானிலை அருமையாக இருந்தது' என்று குறிப்பிட்டிருக்கிறார்.

ஒழுங்கு நடவடிக்கைக்காக இங்கிலாந்துக்கு 1641ம் ஆண்டு கோடை காலத்தில் டே அழைக்கப்பட்டார். விசாரணையின் முடிவில் அவரது முடிவை அங்கீகரித்து ஒரு கற்றைக் கடிதங்களுடன் திருப்பி அனுப்பப் பட்டார். ஆனாலும் கிழக்கிந்திய கம்பெனியின் கௌரவத்தைக் காப்பாற்றும்விதத்தில் டேவும் மற்ற அதிகாரிகளும் அதிகம் செலவு செய்ததற்காகக் கண்டிக்கப்பட்டனர். கிழக்கிந்திய கம்பெனியின் சோழமண்டலத் தலைமையிடம் மசூலிப்பட்டினத்திலிருந்து மதராஸுக்கு 1642ம் ஆண்டு மாற்றப்பட்டது.

இந்த முடிவுக்காக மசூலிப்பட்டினத்திலிருந்த அதிகாரி ஆண்ட்ரூ கோகனின் ஆதரவு டேவுக்குக் கிடைத்தது. கோகன் செல்வாக்கான வராகவும் அதிகாரமுள்ளவராகவும் இருந்ததால் இந்த ஆதரவு முக்கிய மானதாகிறது. 1657ல் செயின்ட் ஜார்ஜ் கோட்டை பாண்டம் நகரின் அதிகாரத்திலிருந்து விடுபட்டுச் சுதந்தரமான வர்த்தக கேந்திரமாக மாறியது. டே 1645ம் ஆண்டு இங்கிலாந்து திரும்பினார். அதற்குப் பின் அவரது வாழ்க்கையைப் பற்றியும் பணிகளைப் பற்றியும் அறியக் கிடைக்கவில்லை.

சூரத்தையும் மசூலிப்பட்டினத்தையும் பொறுத்தவரை, ஆங்கிலேயர் அங்கு தங்கி வர்த்தகம் நிகழ்த்தும் உரிமையை மட்டும் பெற்றிருந் தார்கள். ஆனால் மதராஸில் அவர்கள் அந்த இடத்துக்கே உரிமை யாளர்கள். அப்படிச் சொல்வது அபாயகரமானதாக இருந்தாலும், ஒரு சிறு பகுதியின் உரிமை அவர்களுக்கு இருந்தது என்பதை மறுக்க முடியாது. அந்த அதிகாரத்தை உள்ளூர் ஆட்சியாளர்கள் உதவி இல்லாமல் நிலைநிறுத்த விரும்பிய மதராஸிலிருந்த கிழக்கிந்திய கம்பெனி அதிகாரிகள், அவர்களுடைய நிலங்கள் இருக்கும் பகுதியைச் சுற்றி ஆறு சதுர மைல்கள் அளவு ஒரு சுவரைக் கட்டி, பாதுகாப்பு அரணையும் அமைத்தனர். இந்தச் சுவருக்கும் அரணுக்கும் ஆன செலவும் வீண் என்று லண்டனில் உள்ளோர் நினைத்தனர். இந்தியாவின் முதல் காலனி நகரம் இந்தச் சுவருக்குள்தான் அமைக்கப் பட்டது. சுவருக்கு வெளியே கைவினைத் தொழிலாளர்களும் மற்ற வேலையாட்களும் குடியேறினர். பின்னால் 1670களில் ‘வொயிட் டவுன்’ மற்றும் ‘ப்ளாக் டவுன்’ என்று அழைக்கப்பட்ட, கறாராக எல்லைகள் வகுக்கப்பட்ட இவ்விரு பகுதிகளும், ஜான் ஃபிரயேரால் கிறிஸ்டியன் டவுன் என்றும், ஹீதேன் டவுன் என்றும் அழைக்கப் பட்டன.

தனி வணிகரான தாமஸ் ப்ரோவ்னி 1670ல் எழுதிய குறிப்பொன்றில், இரண்டு குடியிருப்புகளும் மொத்தமாக 40,000 பேரைக் கொண்டி ருந்தன என்று கூறுகிறார். ஒரு வர்த்தக நகருக்குச் சரியான அளவில்தான் அக்காலத்தில் அது இருந்தது. அங்கிருந்த செல்வந்தர்களில் தமிழ் கைவினைத் தொழிலாளர்களும் தெலுங்கு வணிகர்களும் இருந்தனர்.

சோழமண்டலக் கடற்கரையிலிருந்த ஐரோப்பியக் குடியிருப்புகள் அடிக்கடி எல்லைத் தகராறுகளில் சிக்கிக்கொண்டன. ஆங்கிலேயர் களுக்கு மதராஸின் உரிமையை வழங்கிய சந்திரகிரி அரசு 1640ல் வாரிசுரிமைப் போர்களால் முடங்கியது. கோல்கொண்டா, பீஜப்பூர் சுல்தான்கள், மதுரை, தஞ்சை, செஞ்சி நாயக்கர்கள் ஆகியோர் தக்காணத்தின் தெற்குப் பகுதியின் உரிமையைக் கைப்பற்றுவதற்காகப்

போர்களில் ஈடுபட்டனர். இந்த அரசுகள் ஆங்கில டச்சுக் குடியிருப்பு களை மாறி மாறி ஆதரித்தும் எதிர்த்தும் வந்தன.

1646ல் புதிய ஆபத்து ஒன்று வடக்கிலிருந்து வந்தது. மிர் ஜூம்லாவின் தலைமையில் வந்த முகலாயப் படை ஒன்று நாயக்கர்களைத் தோற்கடித்து மதராஸிலிருந்து இரண்டு நாள் பயண தூரத்தில் வந்து தங்கியது. ஆங்கிலேயர்களுக்குத் தொடர்ந்து வர்த்தகம் செய்யும் உரிமையை வழங்கிய பிறகு மிர் ஜூம்லா திரும்பிச் சென்றார். அவருடைய படை ஐரோப்பிய படைத்தலைவர்களையும் ஆயுதங்களை இயக்கக்கூடியவர்களையும் நம்பியிருந்ததால் இந்த முடிவு எடுக்கப்பட்டிருக்கலாம் முக்கியமாக ஐரோப்பியர்களிடம் இருந்த படைபலம் எதிரிகளின் படையெடுப்புகளைச் சமாளிக்கக்கூடியதாக இருந்ததும் இதற்குக் காரணமாக இருந்திருக்கலாம்.

ஆங்கில அரசியலின் நிழல் 1665ல் மதராசின் மீது பதிந்தபோது ஒரு வித்தியாசமான பிரச்னை எழுந்தது. அப்போது செயின்ட் ஜார்ஜ் கோட்டையின் தலைவராக, கிழக்கிந்திய கம்பெனியின் திறமையான அதிகாரிகளில் ஒருவரான எட்வர்ட் வின்டர் இருந்தார். ஒரு சிறிய கடற்படை ஒன்றை அமைத்து அதன்மூலம் டச்சுக்காரர்களின் ஆதிக்கத்தைத் தடுக்க நினைத்த வின்டரின் திட்டம், லண்டனில் ஆட்சேபத்தைக் கிளப்பியது. இம்முயற்சியைத் தடுக்க ஜார்ஜ் ஃபாக்ஸ்கிராப்ட் என்ற நிதான குணமுள்ள அதிகாரி அனுப்பப்பட்டார்.

ஃபாக்ஸ்கிராப்ட் அவரது மகனான நதானியலோடு வந்திறங்கியபோது, விண்டரும் அவரது ஆட்களும் அவருக்கு சுமூகமான வரவேற்பை அளிக்கவில்லை. அதன்பின் நடந்த தகராறு, இங்கிலாந்தில் அரசரின் ஆதரவாளர்களுக்கும் மக்களாட்சியை விரும்பிய 'லெவலர்'களுக்கும் இடையே நடந்த சண்டையை நினைவுபடுத்தியது. விண்டர் அரசரின் ஆதரவாளர்கள் பக்கமும் நதேனியல் லெவலர்களின் பக்கமும் இருந்தனர். இந்த உள்நாட்டுக் கலக்கம் முடிவுக்கு வந்தபோது ஃபாக்ஸ்கிராப்ட் சிறையில் அடைக்கப்பட்டார். அடுத்த மூன்று வருடங்களுக்கு, லண்டனில் இருந்து வந்த எச்சரிக்கைகளைப் பொருட்படுத்தாமல் மதராஸை விண்டரே ஆட்சி செய்தார்.

1668ல் கிழக்கிந்திய கம்பெனி ஒரு கப்பல் படையை அனுப்பவே, விண்டர் பதவி இழக்க வேண்டியதாயிற்று. அரசின் விசாரணைக் கமிஷனுக்கு இந்த விவகாரம் சிக்கல் நிறைந்ததாக இருந்தது. வின்டரின் பக்கம் உள்ளவர்கள் தாங்கள் அரசருக்காக கிழக்கிந்திய கம்பெனியின் வளங்களைப் பயன்படுத்தி மதராஸைப் பாதுகாத்ததாகக் கூறினர். இருந்தாலும் அவர் கிழக்கிந்திய கம்பெனியின் ஆணைகளை மதிக்க வில்லை என்பதென்னவோ உண்மை. 1672ல் இவ்விரண்டு

முக்கியஸ்தர்களும், அதாவது விண்டரும் ஃபாக்ஸ்கிராப்டும், லண்டன் பயணமானபோது, இப்பிரச்னை ஒரு முடிவுக்கு வந்தது. ஆனால், இந்தத் தகராறைத் துவக்கியதற்காக வின்டருக்கு எந்தத் தண்டனையும் அளிக்கப்படவில்லை.

பம்பாய்

1661ம் ஆண்டு இரண்டாம் சார்லஸுக்கும் இன்ஃபான்டா காதரீனுக்கும் நடந்த திருமணத்தின் மூலம் ஆங்கில போர்ச்சுகீசியர் இடையேயான அமைதிப் பேச்சுவார்த்தைகள் வெற்றியை எட்டின. இருநாட்டுத் தூதர்களும் பல்வேறு திருமண உறவுகளை முன்வைத்து விவாதித்து இறுதியில் இந்த இருவருக்கும் திருமணம் செய்வதென்ற முடிவை எடுத்தனர். இதை முன்னெடுத்துச் செல்ல முக்கிய காரணமாக இருந்தது தெற்காசியாவில் நிலவிய அமைதியின்மைதான். போர்ச்சுகீசியர்கள் டச்சுக்காரர்களின் ஆதிக்கத்தை வெறுத்தனர். டச்சுக்காரர்கள் ஆங்கிலேயரைப்போல போர்ச்சுகீசியர்களுடனான சண்டைகளை முடிவுக்குக் கொண்டுவர முனையவில்லை. போர்ச்சுகீசியர்கள் வசம் 170 ஆண்டுகள் இருந்த இலங்கையை டச்சுக்காரர்கள் 1656ல் கைப்பற்றினர். எனவே கோவாவைக் கைப்பற்றுவது அவர்களுக்கு அவ்வளவு சிரமமான காரியமாக இருந்திருக்காது.

கிழக்கிந்திய கம்பெனியைப் பொறுத்தவரை முகலாயர்களிடமிருந்து உரிமம் கிடைத்தாலும் சரி இல்லையென்றாலும் சரி, சூரத்திலும் கிழக்குக் கடற்கரை நகரங்களான பாலஸோர் மற்றும் ஹுக்ளியிலும் உள்ளூர் அரசர்களையே அவர்கள் நம்பியிருக்க வேண்டியிருந்தது. இந்திய எல்லைகளிலிருந்து தொலைவில் நன்கு பாதுகாக்கப்பட்ட தொழிற் சாலை ஒன்றை அமைப்பதே இதற்கான ஒரே தீர்வாக இருந்தது. சித்திகளின் ஆதிக்கத்தில் இருந்த கொங்கணத்தைச் சேர்ந்த ராஜாபூரில் ஒரு தொழிற்சாலையும் அமைக்கப்பட்டது. ஆனால் பம்பாய், அதன் இயற்கை அரணான வளைகுடாவினாலும் அங்கிருந்த துறைமுகத்தாலும் சிறந்த இடமென்று சூரத்தின் ஆட்சிமன்ற உறுப்பினர்களால் கருதப்பட்டது.

இரண்டாம் சார்லஸ் இந்த ஏற்பாட்டை அங்கீகரித்து பிரகான்சாவைச் சேர்ந்த காதரீனை மணந்து, அதற்காக போர்ச்சுகீசிய அரசரிடமிருந்து பம்பாயை வரதட்சிணையாகப் பெற்றார்! ஏழு வருடங்களுக்குப் பிறகு கிழக்கிந்திய கம்பெனிக்கு அந்நகரைப் பரிசாக வழங்கினார். கொங் கணத்தில் அதிகரித்து வரும் ஆங்கில ஆதிக்கத்தின் அடையாளமாக இந்தப் புதிய துறைமுகத்தின் வரவு இருந்தது.

பம்பாய் கிழக்கிந்திய கம்பெனியின் கைக்கு மாற்றப்பட்டது உடனடி யாக எந்த விளைவையும் ஏற்படுத்தவில்லை. அந்தத் தீவை

கிழக்கிந்திய கம்பெனி கையகப்படுத்த ஆரம்பித்தபோது பல சிக்கல்கள் எழுந்தன. அங்குள்ள போர்ச்சுகீசியர்கள் ஆங்கில ஆதிக்கத்தை எதிர்த்தனர். அங்கிருந்த அரசுப் பிரதிநிதிகளோ கிழக்கிந்திய கம்பெனியின் அதிகாரிகளை மதிக்கவில்லை. ஏற்கனவே அங்கு வசித்துவந்த போர்ச்சுகீசியர்கள் ஒரு ஆட்சிமுறையையும் அதை நடத்த நில உரிமை, வரி வசூல் போன்றவற்றையும் மேற்கொண்டிருந்தனர்.இந்த வருமானங்களை இழக்க நேரிடும் என்ற காரணத்தால் அவர்கள் ஆங்கிலேயர் வருகையை எதிர்த்தனர்.

பம்பாயின் கடற்பகுதியும் அடிக்கடி ஆங்கிலேயர் எளிதில் அடைய முடியாத மலபார், டியு பகுதிகளைச் சேர்ந்த கொள்ளையர்களால் தாக்கப்பட்டு வந்ததால், பாதுகாப்பற்றதாக இருந்தது. பம்பாயை அடைய விரும்பிய டச்சுக்காரர்களுக்கும் இந்தப் பரிமாற்றம் திருப்தியை அளிக்கவில்லை. இது தவிர முகலாயர்களும் அந்த இடத்துக்கு உரிமை கோரி வந்தனர். இவ்விருவருக்கும் படைபலம் அதிகமாக இல்லாத காரணத்தால் வெளிப்படையாகப் போரில் ஈடுபடவில்லை. ஆயினும் பம்பாய் ஆக்கிரமிக்கப்படும் அபாயம் முற்றிலும் நீங்கவில்லை.

இந்தக் குழப்பத்தை அதிகரிக்கும்விதமாக, சிவாஜியின் படைகள் வேறு பம்பாய்க்குள் நுழைய முற்பட்டன. தக்காணத்தில் ஏற்கனவே முகலாயர்களுக்கும் சிவாஜிக்கும் போர் நடந்துகொண்டிருந்தது. முகலாயர்களின் நகரமான சூரத், சிவாஜியின் படைகளின் தாக்குதலுக்கு அடிக்கடி உள்ளாகியது. பம்பாயிலும் சூரத்திலும் உள்ள பணக்கார வர்த்தகர்கள் கிழக்கிந்திய கம்பெனியின் கீழோ அல்லது அதன் பாதுகாப்பைப் பெற்றோ இயங்கி வந்தாலும் இந்தப் படையெடுப்புகளை நினைத்து அச்சம் கொண்டிருந்தனர். அந்த சமயத்தில் நடந்த சிறு சண்டைகளில், சில ஆங்கிலேயர்கள் மராத்தியர்களினால் கைது கூடச் செய்யப்பட்டிருந்தனர்.

ஜார்ஜ் ஆக்செண்டன் (1620-69), ஜெரால்ட் ஆங்கியர்(1635-77) ஆகியோரது முயற்சியால் கிழக்கிந்திய கம்பெனி இந்தச் சிக்கல்களிலிருந்து விடுபட்டது. ஆக்செண்டன் கென்ட் நகரைச் சேர்ந்த ஒரு செல்வந்தர்களின் குடும்பத்தில் பிறந்தவர். 1632ல் ஒரு பாதிரியாரின் பணியாளாகத் தனது 12ம் வயதில் இந்தியாவுக்கு வந்து சேர்ந்தார். அவருக்கு ஹிந்துஸ்தானியில் இருந்த மொழியறிவால் பகுதி நேர மொழிபெயர்ப்பாளராக அகமதாபாத்திலும் சூரத்திலும் நியமிக்கப்பட்டார்.

1641ல் சூரத்தில் ஒரு பணியாளராகச் சிறு சம்பளத்தில் வேலைக்குச் சேர்ந்தார். அவரது இந்திய வாழ்க்கையின் அடுத்த இருபது வருடங்கள்

பெரும்பாலும் வர்த்தகப் பயணங்களிலும் உள்ளூர் ஆட்சியாளர்கள் மற்றும் போட்டிக் கிழக்கிந்திய கம்பெனிகளுடனான பேச்சுவார்த்தை களிலும் கழிந்தது. வணிக வெற்றியும் அரசியலறிவும் அவரை இந்தியாவின் முக்கியமான பொறுப்பான சூரத்தின் தலைவர் பதவிக்கு 1661ம் ஆண்டு உயர்த்தின.

அதன்பின் வந்த இரண்டு ஆண்டுகளை பம்பாயின் பிரச்னைகளைத் தீர்ப்பதில் கழித்தார் அவர். ஜனவரி 1664ம் ஆண்டு அவரது வாழ்க்கையின் குறிப்பிடத்தக்க ராணுவரீதியான சவாலை எதிர்கொள்ள வேண்டியிருந்தது. சிவாஜியின் படைகளிலிருந்து சூரத்தைக் காப்பதுதான் அது. கிழக்கிந்திய கம்பெனியின் பண்டகசாலையைச் சூறையாடிப் போருக்குத் தேவையான நிதி திரட்டுவது சிவாஜியின் படையெடுப்பின் நோக்கமாக இருந்தது. கிழக்கிந்திய கம்பெனியின் பணியாளர்கள் உறுதியாகப் போரிட்டு அதன் சொத்துக்களைக் காப்பாற்றினர். சிவிலியன்கள் ஈடுபட்ட இந்தப் போரை ஆக்செண்டன் முன்னின்று நடத்தினார். இந்தப் போர் முடிந்ததும், முகலாய ஆளுநரும் ஆங்கிலேயர்களும் மேலும் நெருங்கினர். ஆனால் இப்போது நிலைமை தலைகீழாக மாறியிருந்தது.

கிழக்கிந்திய கம்பெனியின் வரலாற்றில் முதல் முறையாக முகலாயர்கள் ஆங்கிலேயர்களைச் சார்ந்து இருக்கவேண்டியிருந்தது. பம்பாயின் உரிமையைப் பொறுத்தவரை அரசு ஆதரவாளர்கள் - கிழக்கிந்திய கம்பெனி நிர்வாகிகள் இடையே இருந்த இழுபறியை, கிழக்கிந்திய கம்பெனிக்கு முழு அதிகாரத்தையும் வழங்கும் கடிதங் களைப் பெற்றதன் மூலம் ஆக்செண்டன் முடிவுக்குக் கொண்டுவந்தார் (1668). அதற்கு அடுத்த ஆண்டில் அவர் சூரத்தில் இறந்தார்.

ஒரு ஐரிஷ் மதபோதகக் குடும்பத்திலிருந்து வந்த ஆங்கியர், கிழக்கிந்திய கம்பெனியின் சேவைக்கு 1661ல் தனது இருபத்தாறாவது வயதில் அமர்த்தப்பட்டார். அவரும் சூரத்தில் பணியாளராக ஏழு வருடங்கள் இருந்தார். அவருக்கு மேற்குக் கடற்கரைப் பகுதியில் இருந்த அரசியலறிவின் காரணமாகப் பதவி உயர்வுகள் கிடைத்து, சூரத்தின் இரண்டாவது பெரிய பதவிக்கு உயர்ந்தார். 1669ல் ஆக்செண்டனின் மறைவுக்குப் பின், சூரத்தின் தலைவராகவும் பம்பாயின் ஆளுநராகவும் பொறுப்பேற்றுக் கொண்டார்.

ஐரோப்பிய அரசு முறைக்கு இந்தியாவில் அடித்தளம் அமைத்தவர் அவர்தான். நீதிமன்றங்களை அமைத்து, சட்டங்களை வகுத்து, நகரின் முக்கிய இனங்களைப் பிரதிநிதிகளாகக் கொண்ட நகர்மன்றம் ஒன்றையும் நிறுவி, நில உரிமையையும் வரி வசூலிக்கும் முறையையும் அறிமுகப்படுத்தினார். நகரத் திட்டமிடல், (கடலிலிருந்து) நில

மீட்டெடுப்பு, அரண் அமைத்தல் முதலிய பணிகள் தொடங்கப் பட்டன. கிழக்கிந்திய கம்பெனியின் நடவடிக்கைகளை பம்பாயி லிருந்து சூரத்துக்கு மாற்றும்படி ஆங்கியர் அவரது மேலதிகாரிகளிடம் வற்புறுத்தினார். இந்த அறிவுறுத்தலின் முக்கியத்துவம் 1684ல், ஆங்கியர் இறந்து ஏழு ஆண்டுகளுக்குப் பின்தான் அங்கீகரிக்கப் பட்டது.

ஆங்கியர் இறந்தபோது, கிழக்கிந்திய கம்பெனியின் படைகளும் கப்பல்களும் ரிச்சர்ட் கீக்வின் என்ற கப்பல் காப்டனிடம் இருந்தன. அவர் 1672ன் ஆங்கில டச்சுப் போர்களில் செயின்ட் ஹெலனா தீவைப் பாதுகாத்த அனுபவம் உடையவர். மராத்தியத் தாக்குதலுக்கு உள்ளாகும் அபாயம் பம்பாய்க்குத் தொடர்ந்து இருந்தது. மராத்தியர் களும் தங்கள் கடற்படையைப் பலப்படுத்தி வந்தது ஆங்கிலேயர் களைக் கவலையடையச் செய்தது. மராத்தியர்களுடனான பேச்சு வார்த்தையை விட ராணுவ ரீதியான தற்காப்பை கீக்வின் அதிகம் விரும்பினார்.

அவர் ஒரு தாக்குதலை எந்நேரமும் எதிர்பார்த்துக்கொண்டிருந்ததால், அக்டோபர் 1679ல் மராத்தியர்கள் பம்பாயைத் தாக்கியபோது அதைத் திறமையாகத் தடுத்துக் காப்பாற்றினார். ஆனால், அவரது ராணுவச் செலவுகளால் எரிச்சலடைந்திருந்த கிழக்கிந்திய கம்பெனி இந்தச் சண்டை நடப்பதற்கு முன்பே, அவரைத் தளபதி பதவியிலிருந்து நீக்க ஆணை பிறப்பித்திருந்தது. கீக்வின் அவரது பக்க நியாயத்தைத் திறமையாக எடுத்துரைத்து அடுத்த இரண்டு ஆண்டுகளில் மீண்டும் காப்டன்-லெப்டினன்ட் ஆகப் பதவியேற்றார். இதைத் தொடர்ந்து செலவுகளைப் பற்றிய மேலும் ஒரு விசாரணை ஆரம்பித்தது. அதன் முடிவில் கீக்வின் பம்பாயை அரசின் நேரடிக் கட்டுப்பாட்டுக்கு உட்பட்ட பகுதியாக அறிவித்து தானே அதன் தலைவர் என்றும் பிரகடனப்படுத்தினார்.

ஆனாலும் அவருக்கு நகரவாசிகளிடையே பெருத்த ஆதரவு இருந்ததில் ஆச்சரியமில்லை. 'கலகக்காரர்கள்' என்று கிழக்கிந்திய கம்பெனி கருதிய கீக்வின் குழுவுக்குச் சாதகமாக இரண்டு அம்சங்கள் இருந்தன. ஒன்று மராத்தியப் படையெடுப்பு குறித்த அச்சம். இரண்டாவது, குறுக்கு சால் ஓட்ட நினைத்தவர்களின் பேராதரவு கீக்வினுக்கு இருந்தது. இந்த இரண்டு காரணங்களினால் பம்பாய் 'கலகக்காரர்' களின் கையில் 1684 வரை இருந்தது. அந்த வருடம் சூரத்தின் தலைவராகப் பதவியேற்றுக்கொண்ட ஜான் சைல்ட், பம்பாய்க்கு வந்து ஒரு சமாதானப் பேச்சுவார்த்தையை ஆரம்பித்தார். லண்டனில் இருந்து அரைமனதான ஆதரவே சைல்டுக்கு இருந்தது. முடிவில் கீக்வின்

ராஜினாமா செய்யத் தீர்மானித்து லண்டன் பயணமானபோது, அவருக்கு அரசரின் மன்னிப்பும் கிடைத்தது. மேற்கிந்தியத் தீவுகள் செல்லும் கடற்படை ஒன்றின் காப்டனாகவும் நியமிக்கப்பட்டார்.

கல்கத்தா

ரால்ப் ஃபிட்ச் வங்காளத்தில் காலடி எடுத்து வைத்த ஐம்பது ஆண்டுகளுக்குப் பிறகு கிழக்கிந்திய கம்பெனி தன் கவனத்தை அங்கு திருப்பியது. கிழக்கிந்திய கம்பெனி மேற்கொண்ட வர்த்தகத்துக்குச் சாதகமான அம்சங்கள் வங்காளத்தில் அதிகமாக இருந்தன. பருத்தி ஆடைகள் அதிக எண்ணிக்கையிலும் குறைந்த விலையிலும் அங்கு கிடைத்தன. அங்கு உள்ள நீர்வழிப்பாதைகள் பொருட்களைக் கொண்டு செல்வதற்குச் சாதகமாக இருந்தன. அந்தப் பிரதேசத்திலிருந்து அரகன், பர்மா, தென்கிழக்கு ஆசிய நாடுகள் ஆகியவற்றுக்கு வர்த்தகத் தொடர்புகள் ஏற்கனவே ஏற்பட்டிருந்தன.

கங்கை டெல்டாப் பகுதியில் இருந்ததால், உணவு உற்பத்தியும் அபரிமிதமாக இருந்து, உணவுப் பொருட்கள் மலிவாகக் கிடைத்தன. இதனால், ஒரு தொழிற்சாலையைத் தொடங்கி நடத்துவது செலவு அதிகம் பிடிக்காத நடவடிக்கையாக இருந்தது. வங்காளத்தில் ஆங்கிலேயர்களின் முதல் முக்கிய முயற்சி, 1633ல் ஒரிஸ்ஸாவின் கடற்கரை நகரான பாலசோரில் அவர்கள் ஒரு பார்லித் தொழிற் சாலையைத் தொடங்கியதுதான். வங்காளத்துக்குள் அவர்கள் முறையாகக் காலடி எடுத்துவைக்க 1656 வரை காத்திருக்க வேண்டி யிருந்தது. அதற்கான வாய்ப்பை 1645லிருந்து முகலாய அரசவையில் மருத்துவ அதிகாரியாக இருந்த காபிரியேல் பௌட்டன் ஏற்படுத்திக் கொடுத்தார்.

அரசவையில் முதன்மைப் பெண்மணியான முப்பது வயதான இளவரசி ஜஹனாரா ஒருநாள் அவர் தந்தையின் அரண்மனையிலிருந்து அவருடைய இருப்பிடத்துக்குத் திரும்பிக்கொண்டிருந்தபோது அவருடையை மஸ்லின் ஆடை மெழுகுவர்த்தி ஒன்றினால் தீப்பற்றிக்கொண்டதாம். அவருடைய தோழிகள் அவரைக் காப்பற்ற முயற்சித்தபோது அவர்களுடைய ஆடைகளிலும் தீப்பற்றிக்கொண்டது. தோழிகள் இருவரும் விபத்தில் இறந்துவிட, ஜஹனாரா மிகவும் கவலைக்கிடமான நிலையில் உயிர் தப்பினார். அதன்பின் மரணப்படுக்கையில் கிடந்ததாகச் சொல்லப் படும் அவர் உயிர் பிழைத்தது பெரும் ஆச்சரியம். இருவிதமான காரணங்கள் இதற்குச் சொல்லப்படுகின்றன. ஒன்று, அவரது நிலையைக் கண்டு துன்புற்று அவரது படுக்கையின் அருகே இருந்து கவனித்துக்கொண்ட அவர் தந்தை ஷாஜகானின் பிரார்த்தனைகள்.

இரண்டு, பௌட்டனின் மருத்துவத் திறன். இளவரசியின் உயிரைக் காப்பற்றியதற்கான பரிசாக பௌட்டன் ஆங்கிலேயர்கள் வங்காளத்தில் ஒரு தொழிற்சாலையைத் தொடங்கும் உரிமையைப் பெற்றார் என்று சொல்லப்படுகிறது.

இந்தக் கதையும், பௌட்டனின் மருத்துவத் திறன்களும் கேள்விக் குரியவையே. எனினும் வங்காளத்தில் ஆங்கிலேயர் தொழில் தொடங்குவதற்கான பேச்சுவார்த்தைகளில் பௌட்டன் இடம் பெற்றார் என்பதென்னவோ உண்மை. ஷாஜகான் போர்ச்சுகீசியரை வெறுத்ததால், ஆங்கிலேயர் பக்கம் சாய்ந்தார். ஹுக்ளியிலிருந்து போர்ச்சுகீசியர்கள் வெளியேற்றப்பட்டதற்குப் பின் இருந்த வெற்றிடத்தை ஆங்கிலேயர்களைக் கொண்டு நிரப்ப ஷாஜகான் எண்ணினார். எனவே, ஹுக்ளியின் தொடங்கப்பட்ட கிழக்கிந்திய கம்பெனியின் முதல் தொழிற்சாலையை அடுத்து பாலசோரில் உள்ள தொழிற்சாலையும் விரிவாக்கப்பட்டது. அதன் பின் காசிம்பஜார், பாட்னா ஆகிய இடங்களில் புதிய தொழிலகங்கள் அமைக்கப்பட்டன.

1660 லிருந்து 1680 வரை வங்காளத்தில் கிழக்கிந்திய கம்பெனியின் தொழில்கள் வளர்ச்சியடைந்தன. அதற்கு கிழக்கிந்திய கம்பெனி டாக்கா மஸ்லின்களிலும் பீகாரின் வெடியுப்பிலும் காட்டிய ஆர்வமே முதன்மைக் காரணம். ஆனால் வங்காளத்தின் பிரச்னைகள் வேறுமாதிரியாக இருந்தன. சோழமண்டலத்தைப் பொறுத்தவரை முகலாயர் ஆட்சி இருக்கவில்லை, சூரத்தில் அது கட்டுப்பாடுகளற்று இருந்தது. ஆனால், வங்காளம் மத்திய அரசின் ஆட்சியாளர்களால் நியமிக்கப் பட்ட பிரதிநிதிகளால் கட்டுக்கோப்புடன் ஆட்சி செய்யப்பட்டு வந்தது. இந்தப் பாடத்தை ஷாஜகான் மறைந்த பிறகு, 1657ல், கிழக்கிந்திய கம்பெனி ஒரு விலை கொடுத்துக் கற்றுக்கொண்டது.

வங்காளத்தின் ஆளுநரும் வர்த்தகக் கலங்களைச் சொந்தமாக வைத்திருப்பவருமான மிர் ஜும்லா, கொடுக்கப்படாத கடனுக்கு ஈடாக கிழக்கிந்திய கம்பெனி ஒரு இந்தியக் கப்பலைக் கைப்பற்றியதைக் கடுமையாகக் கண்டித்தார். நல்லவேளையாக, அவர் உள்நாட்டுப் போராட்டத்தைக் கட்டுப்படுத்தப் போய்விட்டதால் இந்த விவகாரம் முற்றவில்லை. ஆனால், கிழக்கிந்திய கம்பெனி ஒரு நல்ல பாடம் கற்றுக்கொண்டது.

1670ல் ஒரு புதிய தொல்லை ஏற்பட்டது. முகலாய அரசின் முக்கிய வர்த்தக முகமாக வங்காளம் விளங்குகிறது என்பதைக் கேள்விப்பட்டு, ஐரோப்பாவிலிருந்து பல தனி வர்த்தகர்கள் காசிம்பஜார், ஹுக்ளி போன்ற கங்கை முகத்துவாரப் பகுதிகளில் குடியேற ஆரம்பித்தனர். ஒரு உறுதியான அரசு இருந்ததைக் கண்ட அவர்கள், வங்காளப்

பிரதிநிதியான ஷயிஸ்டா கானையும், அவரது சுங்க அதிகாரியான பாலசந்திர தாஸையும் அணுகி அதிக வர்த்தக உரிமைகளைக் கோரினர். அதற்கு ஈடாக அவர்கள் செலுத்துவதாக உறுதியளித்திருந்த சுங்கம், கிழக்கிந்திய கம்பெனி செலுத்துவதாகக் கூறியிருந்த தொகையை விட அதிகமாக இருந்தது.

உள்ளூர் ஆட்சியாளர்களிடம் வெற்றிகரமாகப் பேச்சுவார்த்தை நடத்தியதால், கிழக்கிந்திய கம்பெனியைச் சிறிதும் மதிக்காமல் இந்த வர்த்தகர்கள் வங்காளமெங்கும் தமது நடவடிக்கைகளைத் தொடர்ந்து மேற்கொண்டனர். காப்டன் அலீ என்ற ஒருவர், டாக்காவிலிருந்து ஹூக்ளிக்கு ஆயுதங்களால் நன்கு பாதுகாக்கப்பட்ட, அலங்கரிக்கப் பட்ட வர்த்தகக் கலங்களை நடத்திச் சென்றார். அவருடைய கலம் சிவப்பு நிறத்தால் அருமையாக வர்ணம் தீட்டப்பட்டு இருந்தது. அவர் பாலசந்திர தாஸின் நெருங்கிய நண்பர் என்றும் கூறிக்கொண்டார். இவை கிழக்கிந்திய கம்பெனியை எரிச்சலடையச் செய்தன.

இந்த விவகாரம் 1682ம் ஆண்டு உச்சத்தை அடைந்தது. அந்த வருடம் வில்லியம் ஹெட்ஜஸ் என்பவரை கிழக்கிந்திய கம்பெனி வங்காள கவர்னராக நியமித்தது. ஹெட்ஜஸுக்கு விதிக்கப்பட்ட முக்கிய கடமைகளில் ஒன்று தனி வர்த்தகத்தை ஒடுக்கி ஷயிஸ்டா கானுடன் சாதகமான பேச்சுவார்த்தைகள் நடத்துவதுதான். கிழக்கிந்திய கம்பெனிக்கு வழங்கப்பட்ட வர்த்தக உரிமங்களில், ஏற்றுமதி / இறக்குமதி செய்யப்படும் பொருட்களுக்கு அதன் மதிப்பில் ஒரு குறிப்பிட்ட சதவிகிதம் சுங்கமாக வழங்கப்பட வேண்டும் என்று குறிப்பிடப்பட்டிருந்தது.

வழக்கமாக விதிக்கப்படும் சுங்கம் பொருட்களின் மதிப்பில் 3.5 சதவிகிதமாக இருந்தது. ஆனால், ஐரோப்பிய நிறுவனங்கள் இந்தச் சுங்கத்தை மனமுவந்து ஒன்றும் செலுத்தவில்லை. அது பற்றி உறுதி எதையும் அளிக்கவுமில்லை. இதற்கு இரண்டு காரணங்கள் இருந்தன. முதலாவதாகப் போர்கள், கலகங்கள், முக்கியமாக சந்தர்ப்பவாதம் ஆகியவற்றைப் பொறுத்து வரி விகிதம் மாறி வந்தது. இரண்டாவதாக, கம்பெனியின் வங்காள முதலீடே 600,000 பவுண்டுகளாக இருக்கும் போது, அதனிடமிருந்த வசூலிக்கப்பட்ட சுங்கம் 42000 பவுண்டாக இருந்தது. இதனால் லண்டனிலிருந்து ஹெட்ஜஸுக்குத் தரப்பட்ட ஆணை என்னவென்றால் அரசருடன் பேச்சுவார்த்தை நடத்தி இப்பிரச்னைக்கு ஒரு சுமுகத் தீர்வை எட்டுவது.

பிரபுக்களுக்கு லஞ்சம் கொடுத்துத் தனி வர்த்தகர்களை ஒடுக்கவேண்டும் என்பதுதான் அந்த ஆணையின் அடிநாதம். ஆனால், இந்த லஞ்சம் கொடுக்கும் விளையாட்டை எந்த அளவுக்கும் எடுத்துச் செல்லப்

போட்டியாளர்களும் தயாரக இருந்தனர். அப்போது எண்பது வயதை எட்டியிருந்த ஷயிஸ்டா கான், கிழக்கிந்திய கம்பெனியின் இந்தக் குழப்பமான நிலையை நன்கு பயன்படுத்திக்கொண்டார். ஒருபக்கம் கிழக்கிந்திய கம்பெனிக்கு சலுகைகள் அளித்துக்கொண்டே மறுபக்கம், கிழக்கிந்திய கம்பெனியின் போட்டியாளர்களுடனும் பேச்சுவார்த்தை நடத்துவதில் அவருக்கு ஒரு ஆனந்தம் இருந்தது. முடிவில், கிழ நவாப் என்று ஹெட்ஜஸால் அழைக்கப்பட்ட அவரிடமிருந்து கிழக்கிந்திய கம்பெனி வெற்று உறுதிமொழிகளையே பெற முடிந்தது.

இதனால், ஹெட்ஜஸ் அந்தப் பதவியில் நீண்டநாட்கள் நீடிக்காததில் ஆச்சரியம் ஒன்றும் இல்லை. தங்களில் ஒருவர் என்று கிழக்கிந்திய கம்பெனியின் இயக்குநர்களால் அவர் அழைக்கப்பட்டாலும், அவரின் அகங்காரம் வங்காளத்தின் அரசியலைப் பற்றிய புரிதலை அடைய முடியாமல் அவரைத்தடுத்துவிட்டது. கிழக்கிந்திய கம்பெனியின் அனுபவம் முதிர்ந்த அதிகாரியாக அப்போது வங்காளத்தில் இருந்தவர் ஜாப் சர்னாக்(1630-93). சர்னாக் இந்தியாவில் கிழக்கிந்திய கம்பெனிக்காக முப்பது வருடங்கள் பணிபுரிந்தவர். அவர் தமது பணியை ஹாஜிபூரிலும், பாட்னாவிலும் துவக்கியவர். இங்கிலாந்தில் துப்பாக்கி வெடிமருந்து தயாரிக்கப் பயன்படும் வெடியுப்பைக் கொள்முதல் செய்துவந்தவர்.

பாட்னாவில், தனது கணவனுடன் உடன்கட்டை ஏறும் தறுவாயி லிருந்த ஒரு இந்திய விதவையை மணந்து மூன்று மகவுகளையும் பெற்றெடுத்தவர். பாட்னாவில் இருக்கும்போது, இந்திய உடைகளை உடுத்த ஆரம்பித்தார். அது அவரது வாழ்நாள் முழுவதும் தொடர்ந்தது. பாரசீக மொழியிலும் இந்துஸ்தானியிலும் சரளமாகப் பேசக்கூடியவர். 1669ல் ஹூக்ளியிலிருந்த வங்காள நிர்வாகத்துக்கு இடம் பெயர்ந்த போது அங்கிருந்த பணியாளர்களில் ஐந்தாமிடத்தில் இருந்தார். 1685ல் வங்காளத்தின் இரண்டாவது பெரிய அதிகாரியாக உயர்ந்தார். சர்னாக் தனிப்பட்ட கருத்துகளைக் கொண்டவர். அவருடைய ஆளுமை மற்றும் அனுபவத்தின் காரணமாக ஹூக்ளி நிர்வாகத்தைத் தன் கட்டுக்குள் கொண்டுவந்தார். காசிம்பஜாரிலிருந்த ஆங்கிலத் தனி வர்த்தகர்களுடன் தொடர்புகளையும் கொண்டிருந்தார். எனவே, அவர் ஹெட்ஜஸின் தலைமையைப் பற்றியும் அப்போது நடந்து கொண்டிருந்த தனி வர்த்தகர்கள்-நவாப் இடையேயான தகராறுகள் பற்றியும் கவலைப்படவில்லை.

கிழக்கிந்திய கம்பெனியின் இயக்குநர்கள், ஹெட்ஜஸை நீக்குவதன் மூலம் இந்தப் பிரச்னையை ஒரு முடிவுக்குக் கொண்டுவந்தாலும், ஒரு பெரிய தவறையும் செய்தனர். முகலாயச் சக்கரவர்த்தியுடன்

செய்துகொண்ட ஒப்பந்தம் வங்காளப் பிரதிநிதியையும் கட்டுப் படுத்தும் என்று எண்ணி, ஷயிஸ்டாகானுடன் பேச்சுவார்த்தை நடத்த முன்வரவில்லை. இது தகராறைத் தீவிரமாக்கியது. இதை சர்னாக் சிறிதும் விரும்பவில்லை. அவருடைய சிறிய அனுபவமில்லாத படை, லண்டன் வர்த்தகர்களின் முரட்டுத்தனமான அணுகுமுறையினால் ஒரு போரில் இறங்கியது.

இந்தப் போரை ஒருவிதத்தில் எதிர்பார்த்து, லண்டனிலிருந்து ஒரு படை ஹூக்ளிக்கு அனுப்பப்பட்டது. மதராஸிலிருந்தும் உதவிப்படை ஒன்று செல்ல உத்தரவிடப்பட்டது. ஆனால், வங்காளத்தில் ஆங்கிலேயருடன் சேர்ந்த ஒரு சில நூறு சிப்பாய்கள், 40000 பேர் அடங்கிய முகலாயப் படைகளின் முன்பு சிறுதுளியெனக் காட்சியளித்தனர். இந்தப் படைகள், வங்காளத்தை வந்தடையுமுன்னர், அங்கு ஏற்பட்ட சிறு சண்டைகள், அங்குள்ள மக்களையும் வர்த்தகப் பொருட்களையும்பற்றி சர்னாக்கைக் கவலை கொள்ள வைத்தது. அந்தப் பொருட்களையும் ஆட்களையும் எவ்வளவு முடியுமோ அந்த அளவுக்கு நாட்டுப் படகுகளில் ஏற்றி ஆற்றில் அனுப்பிவைத்தார் சர்னாக்.

இந்தக் குழு சுடனூடி என்ற இடத்தை அடைந்ததும் அங்கிருந்த முகலாயப் படைகளால் தாக்கப்பட்டது. முகலாயர்களின் வலுவான பீரங்கிகளும் பட்டினியும் நோய்களும் ஆங்கிலக் குழுவை நிலைகுலைய வைத்தன. எல்லாம் அவர்களைக் கைவிட்ட நிலையில் ராஜபுத்திர வீரனான புரன் மால் (பாராமால், போரேமால் என்றும் அழைக்கப்படுவதுண்டு) குறுக்கிட்டு கிழக்கிந்திய கம்பெனியைக் காப்பாற்றினார். கிழக்கிந்திய கம்பெனிப் படையின் எண்ணிக்கையைப் பற்றித் தவறான தகவல் அளிக்கப்பட்டிருந்ததால், முகலாயத் தளபதியும் சமாதானத்துக்கு ஒப்புக் கொண்டார். அதன்பின் நடந்த பேச்சுவார்த்தைகளின்போது சர்னாக் ஒன்றே ஒன்றை மட்டும் வலியுறுத்தினார். வங்காளத்தில் ஒரு கோட்டை கட்ட அனுமதி வேண்டும் என்பதுதான் அது.

மூன்று வருடங்களுக்குப் பிறகு அவரது கனவு நிறைவேறியது. அந்த மூன்று வருடங்களும் கிழக்கிந்திய கம்பெனியின் வங்காள வர்த்த கத்துக்குச் சிக்கலான வருடங்களாகக் கழிந்தது. சூரத்தின் அருகே உள்ள கடற்கரையில் யாத்திரிகக் கப்பல்களின் மேல் தொடுக்கப்பட்ட கொள்ளைத் தாக்குதல், ஒரு தகராற்றை ஏற்படுத்தி, அதன்மூலம் ஔரங்கசீப்பின் கண்டனத்துக்கு கிழக்கிந்திய கம்பெனி ஆளானது. இது கிட்டத்தட்ட கிழக்கிந்திய கம்பெனியின் இந்திய நடவடிக்கைகளை 1689-90ல் ஒரு முடிவுக்குக் கொண்டுவந்தது. ஆங்கிலேயர் ஒரு மன்னிப்புக் கடிதத்தைக் கொடுத்தபின் இந்த விவகாரம் ஒரு முடிவுக்கு வந்தது.

அதைத் தொடர்ந்து ஔரங்கசீப் வங்காளப் பிரதிநிதியான இப்ராஹீம் கானுக்கு அனுப்பிய ஒரு கடிதத்தில், ஆங்கிலேயரை மன்னித்து வங்காளத்தில் ஒரு சிறிய அளவில் அவர்களது நடவடிக்கைகளைத் தொடர அனுமதிக்கவேண்டும் என்று குறிப்பிட்டார். சர்னாக் எதிர்பார்த்த சமயமும் அவருக்கு வாய்த்தது. 1690ல் சென்னையிலிருந்து சுடனூடிக்குத் திரும்பிய அவர், ஒரு ஜமீன் விற்பனையில் இறங்கினார். பேச்சுவார்த்தைகளின் முடிவில் கிழக்கிந்திய கம்பெனி மூன்று கிராமங்களுக்கு ஜமீந்தாராக ஆனது. சுடனூடி, கோபிந்தபூர், டிஹி-கல்குட்டா என்ற மூன்று கிராமங்களையும் அவற்றின் உரிமை யாளர்களான மஜூம்தார்களிடமிருந்து 1300 ரூபாய்க்கு கிழக்கிந்திய கம்பெனி வாங்கியது.

இவையெல்லாம் நடந்துகொண்டிருந்த போது, பாதுகாப்பான மதராஸுக்கு அடங்கி வங்காளம் செயல்படவேண்டும் என்று லண்டன் வலியுறுத்தியது. ஆனால் சர்னாக், மதராஸினால் வங்காளத்துக்கு ஆயுதப் பாதுகாப்பு அளிக்க முடியாது என்று நினைத்தார். மதராஸை ஒரு கூட்டாளியாகக் கருதவும் அவர் விரும்பவில்லை. அவரைப் பொறுத்தவரை மதராஸ் ஒரு வர்த்தகப்போட்டியாளர். ஃப்ரான்ஸிஸ் டேவைப் போலவே தன்னிச்சையாகத் தன்னுடைய முதலீட்டைக் கொண்டு ஒரு கோட்டை கட்ட முனைந்தார். வழக்கம்போல், கல்கத்தா கோட்டை கட்டப்பட்டவுடன் லண்டன் அதை அங்கீகரித்து,

சர்னாக்கை வங்காளத்தின் ஆளுநராகப் பிரகடனம் செய்தது. இந்த வித்தியாசமான அதிகாரத்தை மூன்று வருடங்கள் அனுபவித்து இறந்து போனார் சர்னாக். அந்த மூன்று வருடங்களில் அவர் மனம் தொடர்ச்சி யான பிரச்னைகளால் சிதைந்துவிட்டிருந்தது. பொதுவாழ்க்கையி லிருந்து விலகி உள்ளொடுங்கிக் கொண்டார். உணர்ச்சிவசப்படு பவராகவும், எதிர்வாதம் புரிபவராகவும் மாறிப்போனார். நகரின் நிர்வாகத்தையும் சரிவரக் கவனிக்காமல், மதராஸின் வழக்கறிஞர் களைப் பற்றிய பயத்திலேயே வாழ்ந்தார். அவருடைய வேலை யாட்களை அடித்து உதைத்தும், ஐரோப்பியப் பணியாளர்களுக் கிடையே சண்டைகளையும் தகராறுகளையும் தூண்டிவிட்டும் அதில் மகிழ்ச்சி கண்டார். இந்தக் குழப்பமான மனநிலையிலும் அவர் மனதை விட்டு அகலாத ஒரு விஷயம் அவரது காலஞ்சென்ற இந்திய மனைவியைப் பற்றிய நினைவுதான். அவர் மனைவியின் ஒவ்வொரு நினைவு நாளன்றும், இந்திய முறைப்படி சடங்குகளைச் செய்ய அவர் தவறியதில்லை.

இன்று கல்கத்தா இருக்கும் இடத்தில் முன்பு இருந்தது என்ன என்பதைப் பற்றி வரலாற்றில் சரியான குறிப்புகள் இல்லை.

வங்காளத்திலிருந்து கிடைக்கும் பழைய குறிப்புகளின்படி, பதினேழாம் நூற்றாண்டில் ஆற்றின் இருகரைகளிலும் (பெடார் மற்றும் சுடானுடி) குறிப்பிட்ட காலங்களில் இயங்கும் ஆடைச் சந்தைகள் இருந்தன. பண்டைய வங்காளத்தின் முக்கியத் துறைமுகமான சப்தகிராம் தனது முக்கியத்துவத்தை இழந்த பிறகு, இந்த இடங்கள் போர்ச்சுகீசிய வர்த்தகர்களால் முன்னெடுத்துச் செல்லப்பட்டு வளர்ச்சியடைந்தன என்று சொல்லலாம். ஆனால், கிழக்கிந்திய கம்பெனி வருவதற்கு முன் இந்த இடங்களுக்கு வணிகரீதியிலான எதிர்காலம் இருக்கவில்லை.

முன்வரலாறு எப்படி இருந்தாலும், கல்கத்தா விரைவில் வளர்ச்சி யடைந்து வங்காள வர்த்தகர்களிடையே, முக்கியமாக கிழக்கிந்திய கம்பெனியுடனும் மற்ற தனி வர்த்தகர்களுடனும் வர்த்தக நடவடிக்கை களை மேற்கொண்ட ஆடை வர்த்தகர்கள் மத்தியில் பிரபலமாக விளங்கியது. அந்த ஆடைவர்த்தகர்கள் கல்கத்தாவில் குடியேற ஆரம் பித்தார்கள். இங்கே ஆற்றில் ஹூக்ளியைவிட நீர் அதிகமாக ஓடியது, சில இடங்களில் அபாயகரமான சுழல்களும் இருந்தன. தேவையான போது கடலிலிருந்து படைகளை நகர்த்துவதற்கும் கல்கத்தா வசதியான இடமாக இருந்தது.

இப்போது பார்க்கும்போது சர்னாக், அப்போதைய கிழக்கிந்திய கம்பெனி அதிகாரிகளிடம் அதிகமாகக் காணப்படாத முன்னறிவுடன் செயல்பட்டார் என்று சிறப்பிக்கத் தோன்றும். ஆனால், சர்னோக் அப்படி ஒன்றும் தொலைதூர நோக்குடன் செயல்படுபவரல்ல. ஒரு சிக்கலான அரசியல் போராட்டத்தில் மாட்டிக்கொண்ட ஒரு வர்த்தகர் என்றுதான் நாம் அவரைக் கருதலாம். அதிலிருந்து விடுபட அவருக்கு படைபலமோ மற்ற அனுகூலங்களோ அதிகாரிகளிடமிருந்து ஒத்துழைப்போ கிடைக்க வில்லை. மற்ற பல பணியாளர்களைப் போலவே, தம்மைத் தானே காத்துக்கொள்ளும் நிலைக்குத் தள்ளப்பட்டவர் அவர்.

அந்தத் தருணத்தில் அவர் எடுத்த முடிவுகள், அதிர்ஷ்டம் அவர் பக்கம் இருந்ததினாலேதான் சரியானதாக அமைந்தது. ஆனால், அவருக்கு ஒரு சிறப்பு மட்டும் உண்டு. பணிக்காலம் மிகக் குறுகியதாக இருந்த உலகின் இப்பகுதியில், வர்த்தகர்களும் கடலோடிகளும் பல வருடங் களை இங்கு கழிக்க விரும்பாத இந்த இடத்தில், இந்தியாவை தன் சொந்த வீடுபோல் கருதியவர் சர்னாக். பின்னால் வந்த வரலாற்றா சிரியர்கள், லண்டனில் அவரது முந்தைய வாழ்க்கையை ஆராய முற்பட்டு இங்கிலாந்தில் அவருக்கு அதிகத் தொடர்புகள் இல்லை; எனவே அவருக்கு அங்கு திரும்பிச் செல்லவேண்டிய அவசியமும் ஏற்படவில்லை என்று கருதினர்.

அவரது வாழ்க்கையின் பெரும்பகுதியை இந்தியாவில் கழித்ததால் மட்டும் அவர் வித்தியாசமானவராக இருக்கவில்லை. அதுபோன்று பல ஆங்கிலேயர்கள் இருந்தனர். ஆனால் சர்னோக் ஒரு குறிப்பிட்ட தேவையைப் பூர்த்தி செய்தார். வங்காளம் அப்போதிருந்த நிலையில் அங்கு வேண்டியிருந்தது உள்ளூரில் நன்கு அறியப்பட்ட ஒருவரே யன்றி வெளிநாட்டு நிறுவனத்தின் பிரதிநிதி அல்ல. சர்னோக் அப்படிப் பட்ட ஒருவர். அவருக்கு வங்காளத்திலிருந்த வேர்கள் லண்டனி லிருந்தும் மதராஸிலிருந்தும் அவருக்கு வந்த ஆணைகளைப் புறக்கணிக்கச் செய்தன.

புதியதோர் உலகம்

இந்திய வர்த்தக உலகில் புதிய துவக்கமான இந்த மூன்று துறை முகங்களும் இந்திய ஆட்சியாளர்களால் நிர்வகிக்கப்பட்டு வந்த பழைய துறைமுகங்களிலிருந்து தொலைதூரத்தில், புதிய பகுதிகளில் அமைந்தவை. சோழமண்டலக் கரையில், மசூலிப்பட்டினத்தில் அல்லாமல் மதராஸில் புதிய நகரம் அமைந்தது. மேற்குக் கடற்கரையில் சூரத்தை விடுத்து பம்பாயிலும், ஆங்கிலேயர் ஏற்கனவே காலடி எடுத்து வைத்திருந்த ஹுக்ளியிலோ காஸிம்பஜாரிலோ அமையாமல் கல்கத் தாவிலும் கோட்டைகள் அமைந்தன. இந்திய அரசின் அதிகாரத்தி லிருந்து தொலைவில் அமைக்கப்பட்ட இந்த இடங்களின் முக்கியத்துவம் பதினெட்டாம் நூற்றாண்டில் அரசுகள் வலுவிழந்தபோது மேலும் அதிகரித்தது.

இந்த மூன்று நகரங்களும் கிழக்கிந்திய கம்பெனியில் வளர்ந்துவந்த ஒரு பலவீனத்தையும் சுட்டின. பதினேழாம் நூற்றாண்டின் இறுதியில் பம்பாய், சென்னை, கல்கத்தா ஆகிய மூன்றும்தலா ஒரு வர்த்தக மையத்தையும் ஒரு கோட்டையையும் கொண்டிருந்தன. இறுதியில் கட்டப்பட்டது கல்கத்தாவில் உள்ள ஃபோர்ட் வில்லியம்தான். ஒவ்வொரு தடவையும் லண்டனின் ஆணையை மீறியே கோட்டைகள் கட்டப்பட்டன. அங்கிருந்த இயக்குனர்கள் உள்ளூர் நிர்வாகிகளின் அளவுக்கு இந்தியாவை அறிந்திருக்கவில்லை. இங்குள்ள நிர்வாகிகளே அடித்தளத்தில் என்ன நடக்கிறது என்பதைத் தெள்ளத் தெளிவாக அறிந்திருந்தனர். சாதாரண வர்த்தகர்களிலிருந்து உயர் அதிகாரிகளாகும் பாதை 1600ல் திறந்திருந்தாலும் 1690ல் கிட்டத்தட்ட மூடப்பட்டது.

இது இந்த இரண்டு குழுக்களுக்கும் இடையே மனத்தளவில் இருந்த இடைவெளியை அதிகரித்தது. இப்படிப்பட்ட நம்பிக்கைக் குறைவுக்குத் தொலைதூரத்தில் இருந்த லண்டனுக்கு இந்தியாவைப் பற்றி அதிகம்

தெரியாதது மட்டும் காரணமல்ல, இந்தியாவில் இருந்தோர் மேற்கொள்ளும் நடவடிக்கைகளுக்கான உள்ளூர் நிலவரம் பற்றி அவர்கள் அதிகம் அறியாதது அதற்கு ஒரு காரணம். இதைக் கட்டுப்படுத்தவோ, சீர்திருத்தவோ முடியாத கிழக்கிந்திய கம்பெனி, தனது பணியாளர்களை மாற்றி மாற்றித் தண்டித்தும் புகழ்ந்தும் நாட்களைக் கடத்தியது.

அப்போது இங்கிலாந்து இருந்தநிலையில், இந்தக் கோட்டைகள் அரசரின் அதிகாரத்தின் அடையாளங்களாக அறியப்பட்டன. இக்கோட்டைகளைத் தங்கள் மேலதிகாரிகளால் அரைமனதாக அங்கீகரிக்கச் செய்த உள்ளூர் அதிகாரிகள் அரசரின் பக்கம் அதிகமாகச் சாய்ந்தனர். இது புதிய குடியிருப்புகளை, வர்த்தக மையங்களாக இல்லாமல் அரசரின் காலனிகளாக உருவாக்கியது. கிழக்கிந்திய கம்பெனியும் இதைச் சரிக்கட்ட அதிகம் முயலவில்லை. முகவர்கள் என்று அழைக்கப்பட்டு வந்த நிறுவனங்களின் தலைவர்கள், முடியாட்சி மீண்டும் ஏற்பட்டதும் தலைவர்கள் என்று அழைக்கப்பட்டனர். இந்தப் புதிய குடியிருப்புகளில், அவர்கள் ஆளுநர்களாகவும் பொறுப்பேற்றுக்கொண்டனர். அரசரின் கொடியான யூனியன் ஜாக், இந்த நகரங்களின் கட்டிடங்கள் மேல் பறக்கவிடப்பட்டது.

நகர நிர்வாகம், லண்டன் நிர்வாகத்தின் அடிப்படையில் மாற்றியமைக்கப்பட்டது. ஒரு மேயரும், அல்டெர்மான் என்ற நகர்மன்ற அதிகாரியும் நியமிக்கப்பட்டனர். அவர்கள் கிழக்கிந்திய கம்பெனியைச் சேர்ந்தவர்களாகவோ இந்தியர்களாகவோ இருந்தனர். அவர்கள் நீதி நிர்வாகத்தை மேற்கொண்டு, முக்கியத் தருணங்களில் சிறப்புப் பட்டைகளைக் கொண்ட ஆடை அணிகளை அணிந்தனர். வெள்ளிப் பூண் கொண்ட தடி மேயருக்கு முன்பாகக் கொண்டுசெல்லப்பட்டது.

மேயர்களின் நீதிமன்றம் என்று அழைக்கப்பட்ட வழக்கு மன்றங்களில் இவர்கள் நீதிபதிகளாக இருந்தனர். இங்கு ஆங்கிலப் பொதுச் சட்டத்தின் அடிப்படையில் வர்த்தகத் தகராறுகள் தீர்க்கப்பட்டன. இந்திய வர்த்தகர்கள் இந்த நீதிமன்றங்களையும் சட்டங்களையும் நாடிச் சென்றனர். அண்மைய தனது புத்தகம் ஒன்றில் வரலாற்றாசிரியர் கனகலதா முகுந்த் குறிப்பிட்டதுபோல, 'பல்வேறு பகுதிகளிலிருந்தும் சென்னைக்கு வந்த வர்த்தகர்களும் பல இனங்களைக் கொண்ட சமுதாயத்தின் வளர்ச்சியும் ஆங்கில நீதிமன்றங்களை வசதியானவையாகக் கருதச் செய்தன.'

1687ம் ஆண்டு அரசவை உறுப்பினர்கள் லண்டனின் தலைமைக்கும் அரசருக்கும் இடையே ஒரு சந்திப்பை ஏற்பாடு செய்தனர். அந்தச் சந்திப்பில் நிகழ்ந்தவை மதராஸின் ஆளுனரான எலிஹூ யேலுக்கு அனுப்பப்பட்டது. அதில் அரசர், மதராஸின் நிர்வாகம் பற்றிய

ஆணைகள் தம்மிடமிருந்து நேரடியாக வரலாமா என்று கேட்டிருந்தார். அதற்கு கிழக்கிந்திய கம்பெனியின் ஆளுநரும் இசைந்தார். ஆனால், அரசர் நேரடியாக அதிகாரிகளை இங்குள்ள பகுதிகளுக்கு நியமிக்க வேண்டாம் என்றும், அது கிழக்கிந்திய கம்பெனியின் அதிகாரத்தைக் குறைத்துவிடும் என்றும் கூறினார்.

இதைப் பற்றிச் சிந்தித்த அரசர், நிர்வாக சம்பந்தமான ஆணைகள் கிழக்கிந்திய கம்பெனியின் மூலமாக, ஆனால் அரசரின் பெயரில் வெளியிடப்படவேண்டும் என்று கூறினார். இவ்வாறு ஒரு கொள்கை முடிவு எடுக்கப்பட்டது. இம்முடிவு எடுக்கப்பட்டது சரியான சமயத்தில் என்றே கூறவேண்டும். ஏனெனில் ஒரு வருடத்துக்குப் பிறகு அரசரே பதவியிலிருந்து விலக நேரிட்டது.

5. குழப்பத்தினூடே வளர்ச்சி

1600களின் மத்தியிலுள்ள ஆண்டுகளில் அரசருக்கும் நாடாளு மன்றத்துக்கும் இடையே ஒரு சமநிலையை கிழக்கிந்திய கம்பெனி மேற்கொள்ள வேண்டியிருந்தது. உள்நாட்டுப்போர் நடைபெற்ற (1642 - 51) குழப்பமான காலகட்டமும், க்ளோரியஸ் ரெவல்யூஷன் என்று அழைக்கப்பட்ட 1688 புரட்சியும் கிழக்கிந்திய கம்பெனியை உருக் குலைக்கவில்லை என்றாலும் நீண்ட காலத் திட்டங்களைத் தீட்ட முடியாத நிச்சயமற்றதன்மையை உருவாக்கியது. இந்தக் கால கட்டத்தில் கையில் பணமில்லாத முதலாம் சார்லஸ் தனக்குத் தேவையான நிதியைப் பெறவேண்டி பல்வேறு நெருக்கடிகளைக் கிழக்கிந்திய கம்பெனிக்குத்தர ஆரம்பித்தார்.

ஒருவழியாக 1640ல் நடைபெற்ற ஸ்காட்லாந்துக்கு எதிரான ஆக்கிர மிப்பின் போது அவர் தன் முயற்சியில் வெற்றியடைந்தார். கிழக்கிந்திய கம்பெனி 600,000 பவுண்ட் அளவு மிளகைக் கடனாகத் தருமாறு வற்புறுத்தி, அதைச் சந்தையில் விற்று, 50000 பவுன் பணத்தைத் தனக்கெனத் திரட்டிக்கொண்டார் அரசர். இந்தப் பொருள்கள் கிழக்கிந்திய கம்பெனி வழக்கமாகச் சந்தையில் விற்கும் விலையை விடக் குறைந்த விலைக்கு விற்கப்பட்டன. அரசர் வாங்கிய கடனும் திருப்பிக்கொடுக்கப்படவில்லை. இந்தப் பிரச்னைகள் முடிந்து அரசு மீண்டும் நிலைத்த பின்னும், நஷ்டத்தில் ஒரு சிறு பகுதியே திரும்பக் கிடைத்தது.

1640களில் அரச விசுவாசிகளுக்கும் அவர் எதிரிகளுக்கும் மாறி மாறி ஏற்பட்ட வெற்றிகளின் காரணமாக இந்தியப் பொருட்களுக்கு உள்ள தேவை குறைந்தது. ஒலிவர் க்ராம்வெல்லின் ஆட்சியின்போது, இந்தியப் பெருங்கடலில் ஏற்பட்ட போட்டியின் காரணமாக, முதல்

ஆங்கில டச்சுப் போர் 1652ல் நிகழ்ந்தது. அதைத் தொடர்ந்து 1641ல் நடைபெற்ற சமாதானப் பேச்சுவார்த்தைகளின் போது, உரிய நஷ்ட ஈட்டைப் பெற்றுத் தருவதற்குத் தேவையான உறுதிமொழியையும் கிராம்வெல் வாங்கிவிட்டார். ஆனால் அது கொடுக்கப்படவே இல்லை. கிராம்வெல், கிழக்கிந்திய கம்பெனியின் சாசனத்தையும் 1657ல் புதுப்பித்து, கிழக்கிந்திய கம்பெனியை ஒரு கூட்டு முதலீட்டு நிறுவனமாக உருவாக்கி, அதை ஒரு உறுதியான இடத்தில் நிலை நிறுத்தினார்.

இருந்தாலும், உள்நாட்டில் நிலவிய அரசியல் ஸ்திரமற்ற தன்மையும், வெளிநாடுகளில் ஏற்பட்ட தகராறுகளும் சேர்ந்து, கிழக்கிந்திய கம்பெனியின் இயக்குனர்களை ஒவ்வொரு அடியையும் கவனமாக எடுத்து வைக்குமாறு அறிவுறுத்தியது. அவர்கள் தங்கள் அதிகாரிகளை நடவடிக்கைகளையும் முதலீடுகளையும் குறைத்துக் கொள்ளுமாறு வற்புறுத்தினர். இந்த எச்சரிக்கை இரண்டு விளைவுகளை ஏற்படுத்தியது. முதலாவதாக, கிழக்கிந்திய கம்பெனியின் எதிரிகளான தனி வர்த்தகர்கள் வலுப்பெற்றனர். இரண்டாவதாக, தலைமை அலுவலகத்தின் பலவீனம், கிளை அலுவலகங்களில் அவற்றை நிர்வகித்தவர்களின் அதிகாரத்தை அதிகரித்தது. லண்டன் அமைதியை விரும்பினாலும், நிறுவனத்தின் உத்வேகமும் துணிச்சலான முடிவு களை எடுக்கும் தன்மையும் இந்தியாவில் அதிகரித்தது. மூன்று புதிய குடியிருப்புகளும் அந்த உறுதிக்கு அடையாளமாக விளங்கின.

இந்த அத்தியாயத்தின் மையக் கருவாக அத்தகைய உள்நாட்டுக் குழப்பங்கள் விளங்குகின்றன.

தனிவர்த்தகமும் குறுக்கு சால் ஓட்டியவர்களும்

ஒரு கப்பலில் முதலீடு செய்யக்கூடிய திறன் படைத்த லண்டன் வர்த்தகர் களுக்கு, இந்தியப் பெருங்கடலுக்குப் பயணம் செய்ய, அதற்குத் தகுந்த அனுமதி இல்லாவிட்டாலும், தேவையான காரணங்கள் இருந்தன. இந்தியக் கரையில் அவர்கள் ஒரு சிறு வியாபாரிகளாகவோ நாட்டுப்புற வர்த்தகர்களாகவோ வணிகத்தில் ஈடுபட முடிந்தது. அதற்கு ஒத்துழைக்க, தங்களுடனான கூட்டு முயற்சியில் ஈடுபட விருப்பமுள்ள கிழக்கிந்திய கம்பெனியின் அதிகாரி ஒருவரை எப்படியாவது அவர்களால் கண்டறிய முடிந்தது. அத்தகைய கூட்டு ஒப்பந்தத்தில் முக்கிய இடம் பெறுவது (கிழக்கிந்திய கம்பெனியால்) தடை செய்யப் பட்ட பொருட்களின் வர்த்தகம்தான்!

கிழக்கிந்திய கம்பெனி மறுப்பேதும் தெரிவிக்காத, அனைவருக்கும் தெரிந்த ஒரு விஷயம், அது தன் பணியாளர்களுக்குக் குறைந்த அளவே

சம்பளம் கொடுத்தது என்பதுதான். அதை ஈடுகட்ட, அதன் பணியாளர்கள் கிழக்கிந்திய கம்பெனியின் வர்த்தகத்தைப் பாதிக்காத வரையில் தனி வர்த்தகத்தில் ஈடுபடலாம் என்ற அடிப்படைப் புரிதலும் இருந்தது. சில சமயம் கிழக்கிந்திய கம்பெனியின் பணியாளர்கள் 100 டன்கள் கொண்ட கப்பலைத் தனிப்பட்ட முறையிலோ கூட்டாகவோ சொந்தமாக வைத்திருந்தனர். இந்தக் கப்பல்களின் மூலமாக வங்காள விரிகுடா, சூரத், பாரசீகம் ஆகிய பகுதிகளிலுள்ள நாடுகளுக்கிடையில் வர்த்தகம் நடைபெற்று வந்தது.

அவ்வப்போது, கிழக்கிந்திய கம்பெனியின் பெரும் கப்பல்கள் பழுது பார்ப்பதற்காகவோ ஆட்களைச் சேர்ப்பதற்காகவோ கல்கத்தாவில் வருடம் முழுவதும் நிறுத்தப்படும்போது, உயர் அதிகாரிகள் அந்தச் சந்தர்ப்பங்களைத் தனிப்படக் கடல் வர்த்தகத்துக்குப் பயன்படுத்திக் கொள்வார்கள். ஆனால், ஒரு கட்டத்தில் இது கிழக்கிந்திய கம்பெனி அனுமதிக்கும் அளவையும் மீறிய வகையில் நடைபெற்றன. கிழக்கிந்திய கம்பெனியில் ஒருவருடைய அதிகார வரம்பு அதிகமாக அதிகமாக அவர் அதன் வளங்களைத் தனது சொந்த உபயோகத்துக்குப் பயன்படுத்துவதும் அதிகரித்தது. கிழக்கிந்திய கம்பெனியின் அதிகார மையத்தில் இருந்த அனைவரும் ஏதோ ஒருவிதத்தில் தனி வர்த்தகத்தில் ஈடுபட்டு வந்தனர்.

இதில் மதகுருக்களும் மருத்துவர்களும் கூட அடங்குவர். இவ்வாறு கிழக்கிந்திய கம்பெனியில் பணி புரிந்துகொண்டே தனது சொந்த வணிகத்திலும் ஈடுபட்டு இரட்டை வருமானத்தில் சவாரி செய்த தனது பணியாளர்களை உறுதியாக அடக்கியாள கிழக்கிந்திய கம்பெனி முன்வரவில்லை. பொதுவில் அவர்களைக் கண்டித்தும் தனிபட்ட முறையில் மன்னித்தும் தனது நடவடிக்கைகளைத் தொடர்ந்தது.

அதேநேரத்தில், நன்னடத்தையைப் பற்றிப் போதனை செய்ய கிழக்கிந்திய கம்பெனிக்கு உரிமை இல்லை என்று உள்ளூர் அதிகாரிகள் கருதினர். ஃப்ரான்ஸிஸ் டேவின் உதாரணத்தில் நடந்ததுபோல், தனி வர்த்தகம் என்பது எப்போதும் சுயலாபத்தை மட்டுமே கணக்கில் கொண்டிருக்கவில்லை. செயின்ட் ஜார்ஜ் கோட்டையை டே தனது சொந்தப் பணத்தைக் கொண்டே கட்டினார் என்பது நினைவில் கொள்ளத்தக்கது. அதற்காக வர்த்தகர் என்ற தனது சுய அடையாளத்தையே அவர் அடகு வைக்க நேரிட்டது.

ஜான் வெட்டெல் ஒரு கடற்படைத் தலைவராக கிழக்கிந்திய கம்பெனிக்காகப் பல முறை தீரத்துடன் போரிட்டிருக்கிறார். ஆனாலும் தனி வர்த்தகத்துக்காக அபராதம் விதிக்கப்பட்டு எச்சரிக்கையும் செய்யப் பட்டார். பம்பாயின் வளர்ச்சிக்குக் காரணமாக இருந்த ஆங்கியரும்,

ஆக்சென்டனும் இங்கிலாந்து திரும்பிய உடன் தனி வர்த்தகத்தில் ஈடுபட்டதற்காக அவமானப்படுத்தப்பட்டனர். எலிஹு யேல் அதே காரணத்துக்காக சென்னை ஆளுநர் பொறுப்பில் இருந்து விடுவிக்கப் பட்டார். ஒருபுறம் ஆக்சென்டன், ஆங்கியர், டே ஆகியோர் தண்டிக்கப் பட்ட போதிலும், தாமஸ் பிட் இந்த விதிகளை மாற்றியமைத்தார்.

1674ல் டோர்செட்டிலிருந்து வந்த இருபத்தொரு வயது வர்த்தகரான பிட், கிழக்கிந்திய கம்பெனியின் பாலசோர் தளத்துக்கு வந்து, கிழக்கிந்திய கம்பெனியின் தடுப்பாணைகளை மீறித் தனி வர்த்தக நிறுவனமொன்றை அமைத்தார். ஒரு சிறந்த தொழில்முனைவரான பிட், குறுகியகாலத்திலேயே பாரசீகத்திலிருந்து இந்தியா வரை குதிரைகளையும் சர்க்கரையையும் வர்த்தகம் செய்யும் பல தொடர்பு களை ஏற்படுத்தினார். கிழக்கிந்திய கம்பெனி அவரை வர்த்தகத்தைக் கைவிடுமாறு ஆணையிட்டது. அதை அவர் பொருட்படுத்தவில்லை. சாமர்த்தியமாக அவர் உள்ளூர் ஆதரவாளர் ஒருவரின் உறவினரை மணந்துகொண்டார். அந்தக் குடும்பத்தின் ஆதரவுடன் அவர் தனது வர்த்தகத்தை எந்தவிதச் சிக்கலும் இல்லாமல் தொடர்ந்தார்.

அவர் 1681ல் சில காலம் இங்கிலாந்து திரும்பியபோது, கிழக்கிந்திய கம்பெனியின் வர்த்தகத்தைக் குலைத்ததற்காக அவர் மீது வழக்குத் தொடரப்பட்டது. ஆனால் அந்தத் தீர்ப்பின் மை உலர்வதற்குள்ளாகவே இந்தியா திரும்பிய பிட், வங்காளத்தில் ஒரு தொழிற்சாலை தொடங்கு வதற்கான உரிமத்தை வங்காள நவாபிடமிருந்து பெற முயன்றார். 1684ல் அவர் கைதுசெய்யப்பட்டு நாடுகடத்தப்பட்டார். மீண்டும் குறைந்த அளவு அபராதத்தைக் கட்டி அதிலிருந்து தப்பினார். மேலும் அந்தக் கால அவகாசத்தை டோர்செட்டில் நிலங்கள் வாங்குவதற்குப் பயன்படுத்திக்கொண்ட பிட், 1689ல் நாடாளுமன்ற உறுப்பினராகவும் தேர்ந்தெடுக்கப்பட்டார். ஹவுஸ் ஆஃப் காமன்ஸின் உறுப்பினராக இருந்தபோது, கிழக்கில் கிழக்கிந்திய கம்பெனி ஏகபோக அதிகாரம் செலுத்துவது பற்றி கிழக்கிந்திய கம்பெனியின் எதிரிகளால் பல்வேறு விதமான நெருக்கடிகள் கொடுக்கப்பட்டன.

பிட் 1693ல் இந்தியா திரும்பினார். கிழக்கிந்திய கம்பெனி அவரை மீண்டும் தடுக்க முயன்று தோல்வி கண்டது. ஒருவழியாக 1695ல் தமது போக்கை மாற்றிக்கொண்ட கிழக்கிந்திய கம்பெனியின் இயக்குனர்கள், மதராஸின் தலைவர் பதவியை அவருக்குக் கொடுக்க முடிவு செய்தனர். பிட் அந்த முடிவை ஏற்றுக்கொண்டார். கிழக்கிந்திய கம்பெனியின் தேர்தல்களில் அதன் பின் வந்த குழப்பங்கள், அது எப்படி ஒரு ஆட்சேபனைக்கு இடமளிக்கின்ற முடிவு என்பதைக் காட்டியது. அவர் மதராஸில் இருந்த பதினைந்து ஆண்டுகளின் முற்பகுதி, ராஜதந்திர

நடவடிக்கைகள் மூலமும், ராணுவ நடவடிக்கைகள் மூலமும் கிழக்கிந்திய கம்பெனிக்கும் கர்நாடக நவாபுக்கும் இடையே உள்ள உறவில் அமைதியையும் நிலைத்தன்மையையும் ஏற்படுத்துவதில் கழிந்தது.

பிற்பகுதி மதராஸின் நிர்வாகத்தைச் செப்பனிடுவதில் சென்றது. ஆனால், பிட் அவரது துணை அதிகாரிகளுடன் தகராறுகளில் சிக்கிக் கொண்டார். இத் தகராறுகளுக்கான காரணங்களில் ஒன்று, கிழக்கிந்திய கம்பெனியின் அதிகாரிகள் இந்தியக் குடிகளின் விவகாரங்களில் தலையிட்டதுதான். பிட் அவருடன் பணிபுரியும் ஒருவரை உள்நாட்டு சாதிச் சண்டைகளில் ஈடுபட்டதற்காகக் கண்டித்தார். இந்தத் தகராறுகளின் முடிவில், 1710ல் பிட் இங்கிலாந்து அனுப்பப்பட்டார்.

அவரது வாழ்நாளின் கடைசி பதினைந்து வருடங்கள் அவரது நிலபுலன்களை நிர்வகிப்பதிலும், நாடாளுமன்ற நடவடிக்கைகளிலும், உலகின் ஆகப்பெரிய வைரங்களில் ஒன்றைப் பாதுகாப்பதிலும் கழிந்தது. அந்த வைரத்தை சென்னை வர்த்தகர் ஒருவரிடமிருந்து 1702ல் வாங்கி யிருந்தார். புத்திசாலித்தனமாக, பெரும் செலவு செய்து இங்கிலாந்தில் அந்த வைரத்தை அறுத்தார். மூல எடையிலிருந்து மூன்றில் ஒரு பங்கு எடை குறைந்தாலும், அதன் மதிப்பு ஐந்து மடங்கு அதிகரித்தது. அந்த வைரம் பிற்பாடு ஃப்ரான்ஸில் விற்கப்பட்டு மேரி அன்டாய்னெட்டின் மணிமுடியையும் நெப்போலியனின் வாளையும் அலங்கரித்தது. இப்போது லூவர் ம்யூசியத்தில் பார்வைக்கு வைக்கப்பட்டுள்ளது.

பிட்டின் வழியைப் பின்பற்றிப் பலர் பொது வாழ்விலும் வர்த்தகத்திலும் முக்கியத்துவம் பெற்றனர். கடலோடிகளின் பின்புலத்திலிருந்து வந்த தனி வர்த்தகரான தாமஸ் பௌரி, வங்காளத்தில் பல ஆண்டுகளைக் கழித்துவிட்டு கப்பல்களின் உரிமையாளராகவும் மலாய் மொழியில் விற்பன்னராகவும் இங்கிலாந்து திரும்பினார். அப்போதைய வங்காளத்தைப் பற்றிய முக்கியமான தகவல்கள் அடங்கிய அவரது பயணக் கட்டுரை ஒன்று அவரது மறைவுக்கு முன்னூறு ஆண்டு களுக்குப் பின் பதிப்பிக்கப்பட்டது. பாங்க் ஆஃப் இங்கிலாந்தின் முதல் ஆளுநர்களில் ஒருவரான நதானியல் கோல்ட் 1690ல் ஒரு தனி வர்த்தகராகத்தான் தனது வாழ்க்கையைத் தொடங்கினார். பம்பாயின் விசுவாசமிக்க கவர்னர்களில் ஒருவரான ஜான் சைல்ட் 1680ல் ரகசிய மான தனி வர்த்தகத்தின் மூலம் பெரும் செல்வத்தைச் சேர்த்திருப்பது கண்டறியப்பட்டது.

பிட் மீதான நடவடிக்கைகள் உணர்த்திய மற்றொரு உண்மை, கிழக்கிந்திய கம்பெனியின் ஏகபோகம் கேள்விக்கு இடமானதே என்பதை.

ஏகபோகத்துக்கு எதிரான போராட்டம்

இங்கிலாந்தில் உள்ள முக்கிய வர்த்தகர்கள், கிழக்கிந்திய கம்பெனி தனது லாபத்தைத் தனது பங்குதாரர்களிடம் மட்டும் பகிர்ந்து கொள்வதின் மூலம், சமூகத்தில் மிகச் சிலருக்கே அனுகூலமாக இருக்கிறது என்ற குற்றச்சாட்டைக் கூற ஆரம்பித்தனர். கிழக்கிந்திய கம்பெனியின் இயக்குனர்கள், புதிய பங்குகளை விநியோகிக்காமல், முழு அதிகாரத்தையும் தங்களுக்குள்ளே வைத்துக்கொண்டதுதான் அந்தக் குற்றச்சாட்டின் முக்கிய அம்சம். அவர்கள் கடன்களின் மூலமாக, முதலீட்டுக்குத் தேவையான நிதியைத் திரட்டி, இந்திய வர்த்தகத்தின் மூலம் பெரும் லாபத்தை ஈட்டி வந்தனர்.

வர்த்தகத்திலிருந்து வந்த வருமானம், கடன்களின் வட்டி விகிதத்தை விட அதிகமாக இருந்ததே அதற்குக் காரணம். ஆனால் அதற்கும் ஒரு விலை தரவேண்டியிருந்தது. அவர்களின் பங்கை விற்பதிலிருந்து வரக்கூடிய லாபத்தை அவர்கள் தியாகம் செய்ய வேண்டியிருந்தது. ஆனால், அவர்களின் முதலீட்டிலிருந்து வரக்கூடிய வருமானம் அதிகமாக இருந்ததால், இதை அவர்கள் பொருட்படுத்தவில்லை.

பங்குதாரர்கள் மேல் இவ்வாறு தொடுக்கப்பட்ட தாக்குதல்களுக்குப் பதிலடியும் கொடுக்கப்பட்டது. அப்படிப் பதிலடி கொடுத்தவர்களின் தலைவர் ஜோசியா சைல்ட் (1630-99). வர்த்தகரும், மதுவகைகளின் தயாரிப்பாளருமான சைல்ட் ஒரு தனி வர்த்தகராக இருந்தவர். 1670ல் ராயல் ஆஃப்ரிக்கன் கிழக்கிந்திய கம்பெனியைத் துவங்க உதவி செய்தார். திறமையான அரசியல் மற்றும் பொருளாதாரக் காய் நகர்த்தல்களின் விளைவாக கிழக்கிந்திய கம்பெனியின் ஆகப்பெரிய பங்குதாரராகப் பத்தாண்டுகளின் முடிவில் உருவெடுத்தார் சைல்ட். அந்தக் கிழக்கிந்திய கம்பெனியின் முக்கிய முடிவுகளை எடுத்த, ஏறக்குறைய முப்பது பங்குதாரர்களுக்குத் தலைவராகவும் ஆனார். புதிய சாசனம் ஒன்றைப் பதிவு செய்யும் முயற்சியில் ஈடுபட்டிருந்த அவர், அது முடிந்ததும் குறை கூறுபவர்களுக்குத் தகுந்த பதிலடி கொடுப்பதில் இறங்கினார்

ஒரு புனைபெயரில் பல்வேறு துண்டுப் பிரசுரங்களை விநியோகித்தார். அவை இந்திய வர்த்தகத்தில் கிழக்கிந்திய கம்பெனியின் ஏகபோகத்துக்கு ஆதரவாக இருந்தன. அத்தகைய ஏகபோகம் நாட்டின் வருமானத்தை அதிகரிப்பதற்குக் காரணமாக இருந்தது என்று குறிப்பட்ட அவர், அதன் மூலம் அளவில் பெரிய, தரமுள்ள கப்பல்களைக் கட்ட முடிந்தது என்றும் கூறினார். இந்தியப் பொருட்களுக்கு ஈடாகத் தங்கத்தை ஏற்றுமதி செய்வது நாட்டுக்கு எதிரானது என்ற குற்றச்சாட்டை மறுத்தார். உண்மையான நன்மை இறக்குமதி செய்யப்பட்ட

மலிவான அன்னியப் பொருட்களிலும், வெளிநாட்டு வர்த்தகத்தில் இங்கிலாந்துக்கு இருந்த தனித் திறனிலும்தான் இருக்கிறது என்றார்.

இந்நாளின் தாராளமயமாக்குதலின் ஆதரவாளர்கள் கூறும் வாதங்களுக்கு மாறாக, கட்டுப்பாடல்லாத வர்த்தகம் தீய விளைவுகளைத்தான் ஏற்படுத்தும் என்றார். வர்த்தகத்துக்கு ராணுவ உதவி அவசியம் என்றும், அரசின் சாசனத்தால் ஆதரிக்கப்பட்ட ஒரு பெரிய நிறுவனத்தால் மட்டுமே அதைப் பெற்றுத்தர முடியும் என்றும் வாதிட்டார்.

எதிர்பார்த்தது போலவே, சைல்டின் இந்தியக் கொள்கை இந்தியாவிலிருந்த சைல்டின் சீடரும், அவருடைய பெயரைக் கொண்டவருமான ஜான் சைல்டினால் செயல்படுத்தப்பட்டது. அதன்மூலம் உள்நாட்டுப் பாதுகாப்புக்காக அதிகப் பணம் செலவழிக்கப்பட்டது. இதில் ஜோஸியா சைல்ட் மட்டும் ஈடுபடவில்லை. அரசவைக்குக் கையூட்டு வழங்குவதில் அவரின் கூட்டாளியாக இருந்த தாமஸ் குக்கும் இந்தியாவில் அதிரடியான கொள்கைமுடிவுகளை எடுக்கவேண்டும் என்று வற்புறுத்தினார். இந்த இரண்டு கொள்கைகளுமே, உள்நாட்டில் நிலவிய நிலையற்ற தன்மையின் காரணமாகவும் பம்பாயில் ஜான் சைல்டுக்கும் ஔரங்கசீப்புக்கும் இடையில் ஏற்பட்ட பூசலின் காரணமாகவும் சர்ச்சைக்குள்ளாக்கப்பட்டன.

1688ல் நடைபெற்ற க்ளோரியஸ் புரட்சியை அடுத்து டச்சுப் பிரதிநிதி மூன்றாம் வில்லியம் இங்கிலாந்தின் அரசராகப் பொறுப்பேற்றுக் கொண்டார். அதேநேரம், இங்கிலாந்து நாடாளுமன்றத்தில், கிழக்கிந்திய கம்பெனிக்கு எதிராகக் கலகக்குரல் எழுந்தது. சைல்ட் தலைவராக இருந்த சமயத்தில், அவரால் ஆத்திரமூட்டப்பட்ட பலர் கிழக்கிந்திய கம்பெனிக்கு எதிரான பல நடவடிக்கைகளில் ஈடுபட்டனர். பங்குகளை மீண்டும் விநியோகிக்கவேண்டும் என்றும், தனியொருவரிடம் இருக்கும் பங்குகளைக் குறைக்கவேண்டும் என்றும், ஏன் கிழக்கிந்திய கம்பெனியையேகூட மூட வேண்டும் என்றும் வலியுறுத்தினர்.

இந்திய ஆடைகளை இறக்குமதி செய்ததால் பாதிக்கப்பட்ட கைத்தறி நெசவாளர்கள் கிழக்கிந்திய கம்பெனிக்கு எதிரான தங்களது நிலையை அறிவித்தனர். ஆல்பிரெட் ப்ளம்மர் என்ற வரலாற்றாசிரியர் குறிப்பிட்டதுபோல, இந்த வர்த்தகத்தைத் தடைசெய்யக் கூறி நாடாளுமன்றத்துக்கு அனுப்பப்பட்ட மனுக்கள் தள்ளுபடி செய்யப்பட்டபோது நெசவாளர்கள் கலகத்தில் இறங்கினர். அவர்களின் எதிர்ப்பைத் தணிக்க இந்தியாவிலிருந்து இறக்குமதி செய்யப்படும் ஆடைகளுக்கு சுங்க வரியும் விதிக்கப்பட்டது. ஆனால், இது இறக்குமதி செய்யப்படும் ஆடைகளின் அளவில் எந்த மாற்றத்தையும் ஏற்படுத்திவிடவில்லை.

லண்டனில் இருந்த இரு பெரும் நிறுவனங்களான நகர் மன்றமும், கிழக்கிந்திய கம்பெனியும், பெரிய மனிதர்களின் ஊழலுக்குத் துணைபோகின்றன என்ற செய்தி இந்தச் சர்ச்சைகளுக்கு மேலும் உரமூட்டியது. பழைய கிழக்கிந்திய கம்பெனி அமைச்சர்களுக்கும் அரசவையில் செல்வாக்குள்ள அதிகாரிகளுக்கும், கிழக்கிந்திய கம்பெனிக்கு எதிரான நடவடிக்கைகளைத் தோற்கடிப்பதற்காக அதிக லஞ்சம் கொடுத்துவந்தது. ஏன் அரசருக்கே அது 10,000 பவுண்ட்களை வழங்கி அதை 50,000 பவுண்ட்களாக அதிகரிக்க முன்வந்தது. அதை வாங்க அரசர் மறுத்துவிட்டார்.

ஹவுஸ் ஆஃப் காமன்ஸின் மூலம் 1693ல் இந்தப் புகார்களை விசாரிக்க ஒரு கமிட்டி அமைக்கப்பட்டது. லீடன்ஹாலில் தனது அமர்வை அமைத்துக்கொண்ட இந்தக் கமிட்டி, பெருமளவு பக்கங்கள் கொண்ட கணக்குப் புத்தகங்களை ஆராய்ந்தது. சிறப்புச் சேவை என்ற தலைப்பின் கீழ் ஆயிரக்கணக்கான பவுண்ட்கள் செலவிடப்பட்டிருப் பதைக் கண்டு, அதற்கான காரணம் குக்குக்கு மட்டுமே தெரியும் என்பதையும் புரிந்துகொண்டது. கிழக்கிந்திய கம்பெனியின் போர்டிலுள்ள உறுப்பினர்களுக்கு நெருக்கமானவர்களுக்கு மட்டும் சந்தேகத்துக்குரிய முறையில் வெடியுப்பு ஒப்பந்தங்கள் அளிக்கப் பட்டிருப்பதும் கண்டறியப்பட்டது.

பணப் பரிமாற்றங்கள் பற்றித் தகவல்கள் ஏதுமில்லாத நிலையில், குக்கின் ஏஜெண்ட் கை நிறையப் பணத்துடன் இந்தச் சிக்கல்கள் தீருவதற்காகக் காத்துக்கொண்டிருக்கிறார் என்பது கமிட்டிக்குத் தெரிவிக்கப்பட்டது. குக் இதனால் முழு உண்மையும் தெரியும் வரையில் சிறைக்கு அனுப்பப்பட்டார். முக்கிய சாட்சி ஒருவர் வெளிநாட்டுக்குத் தப்பிச் சென்றதால், விசாரணையின் முடிவில் ஏதும் புதிதாக வெளியாகவில்லை. ஆனால் ஏகபோக அதிகாரம் கொண்ட கம்பெனியாகச் செயல்படும் தார்மிக உரிமையை அந்நிறுவனம் இழந்தது.

இந்நிகழ்ச்சிகள், கிழக்கிந்திய கம்பெனியில் அரசரின் பங்கைப் பற்றிய குழப்பங்களை அதிகப்படுத்தின. புதிய ஏற்பாடுகளின் படி, அரசரின் முக்கியத்துவம் நாடாளுமன்றத்தில் குறைந்தாலும், வெளிநாட்டு வர்த்தகத்தில் அதிகரித்தது. நாம் பார்த்ததுபோல, நாடாளுமன்றத்தில் கிழக்கிந்திய கம்பெனிக்கு எதிரான நடவடிக்கைகளுக்கு முக்கிய மானவர்களின் ஆதரவு இருந்தது. ஆனால், வர்த்தகத்தைத் திறந்து விடுவது, கிழக்கிந்திய கம்பெனியை உருவாக்கும் சாசனத்தை எழுதிய அரசருக்கு எதிரான அறைகூவலாகப் பார்க்கப்பட்டது. கிழக்கிந்திய வர்த்தகத்திலிருந்து வரும் வருமானம் அரசருக்கு முக்கியமானதாக

இருந்ததால், அரசர் தனிப்பட்ட அக்கறையுடன் இந்த விவகாரங் களைக் கவனித்துவந்தார்.

வரி வசூல் மூலம் கிடைத்த இந்த வருமானம், ஃப்ரான்ஸுக்கு எதிரான போர் ஏற்படுத்தும் இழப்பினை ஈடுசெய்யக்கூடியதாகவும் இருந்த தால், அரசருக்கு மிகவும் தேவையாக இருந்தது. கிழக்கிந்திய கம்பெனி உத்தரவாதமான வருமானத்தை அரசருக்குத் தந்து வந்தது. தனி வர்த்தகர்கள் வரி ஏதும் செலுத்தாமல் தப்பிவிடுவார்கள் என்ற நியாய மான பயமும் இருந்துவந்தது.

ஒரு சிக்கலான பேச்சுவார்த்தையின் முடிவில் எட்டப்பட்ட தீர்வு, கிழக்கிந்திய கம்பெனியை எதிர்க்கும் நபர்கள் தங்கள் முதலீட்டை வைத்து ஒரு புதிய கிழக்கிந்திய கம்பெனியை உருவாக்குவது என்பது தான். பழைய கிழக்கிந்திய கம்பெனி தனி வர்த்தகர்களைத் தண்டிக்கும் உரிமையைத் தொடர்ந்து தக்கவைத்துக் கொண்டாலும், அரசர் புதிய கிழக்கிந்திய கம்பெனியை உருவாக்குவதற்கும் அனுமதி அளித்தார். ஏகபோக உரிமையும் போட்டிக் கிழக்கிந்திய கம்பெனியும் ஒரே சமயத்தில் புதிய சாசனத்தில் அங்கீகரிக்கப்பட்டன. ஆனால் இந்தத் தீர்வு, கொள்கைரீதியானதல்ல. பழைய கிழக்கிந்திய கம்பெனி லஞ்சம் கொடுத்தது போல, புதிய கிழக்கிந்திய கம்பெனி குறைந்த வட்டியுடன் கூடிய கடனை அரசுக்கு அளித்தது. ஆனால் அந்தச் சுமை அந்நிறு வனத்தை விடாமல் அழுத்தி அதன் மறைவுக்கும் காரணமானது.

ஏகபோகம் என்ற கருத்து இதன்மூலம் பொருள் இழந்தது. ஆனாலும், சில நிறுவனங்கள் தனது வர்த்தகத் திறமையினால் தனக்கு வரக்கூடிய அபாயங்களைச் சமாளித்து 'தவிர்க்க முடியாத' ஏகபோகத்தை நிலை நாட்டுகின்றன. பழைய கிழக்கிந்திய கம்பெனி ஏகப்பட்ட துறைமுகங் களையும், கிட்டங்கிகளையும், கப்பல்களையும், படைபலத்தையும், மூலதனத்தையும் தன்னிடத்தே கொண்டிருந்தது.

ஆயிரக்கணக்கான கைவினைத் தொழிலாளர்களையும் வர்த்தகர் களையும் சலுகைகள் மூலம் தன்னோடு மட்டுமே வர்த்தகம் செய்யக் கட்டுப்படுத்தக்கூடிய திறனையும் பெற்றிருந்தது. புதிய கிழக்கிந்திய கம்பெனி பணத்துக்காகத் திண்டாடியது. அது தந்த பிரமாண்டக் கடனுக்கான முதல் தவணை வட்டி கிடைக்கும் வரை நிலைமை மோச மாகவே இருந்தது. இரண்டு கிழக்கிந்திய கம்பெனிகளையும் ஒன்றிணைக்கும் பேச்சுவார்த்தைகள் துவங்கின. சிட்னி கொடோப்ளின் என்ற பொருளாளர் அதற்குத் தலைமை வகித்தார். பொருளாதார இலக்குகளே அந்தப் பேச்சுவார்த்தைக்கு அடிப்படையாக இருந்தன.

அரசுக்கு முன்னெப்போதையும்விட பணத்தின் தேவை அதிகமாக இருந்தது. ஒரே முறை லாபத்துக்கான வரிவிதிப்பது இரண்டு முறை

விதிப்பதைவிட எளிதாக இருந்தது. 1708ம் ஆண்டு ஆங்கிலக் கிழக்கிந்திய கம்பெனி, லண்டன் கிழக்கிந்திய கம்பெனி என்று அழைக்கப்பட்ட இரண்டு போட்டிக் கிழக்கிந்திய கம்பெனிகளும் இணைந்து, யுனைடெட் கிழக்கிந்திய கம்பெனி ஆஃப் மெர்சண்ட்ஸ் டிரேடிங் இன்த ஈஸ்ட் இண்டீஸ் என்ற ஒரு புதிய கிழக்கிந்திய கம்பெனி உருவாக்கப்பட்டது. கிழக்கில் ஏகபோகம் பெற்ற வர்த்தக நிறுவனமாக அது ஆனது.

பிரிந்து செயல்பட்ட காலங்களில் இந்தியாவில் எந்த மாற்றத்தையும் அவை ஏற்படுத்தவில்லை. ஒரு ஐந்து ஆண்டுகளுக்கு இரண்டு கிழக்கிந்திய கம்பெனிகளும் யார் பெரியவர் என்ற போட்டியில் ஈடுபட்டன. இரண்டும் ஆங்கிலக் கொடியை ஏந்தி, தாம்தான் அரசரின் ஒரே பிரதிநிதி என்று கூறிக்கொண்டு, உள்ளூர் ஆட்சியாளர்களிடம் தனிப்பட்ட வர்த்தக உரிமைகள் கோரின. வங்காளத்தின் பொருளாள ரான முர்ஷித் குலி கானும் அரசப் பிரதிநிதியான அஸிமுஷானும் இந்தப் போட்டியைத் தங்களுக்குச் சாதகமாகப் பயன்படுத்திக்கொண்டு இருவரிடமிருந்தும் பரிசுகளை ஏற்றனர். இவை ஒன்றிணைந்ததும் பழைய நிதி ஒப்பந்தங்கள் கிடப்பில் போடப்பட்டன.

இந்த ஒன்றிணைப்பு நீண்டகால நோக்கில், கிழக்கிந்திய கம்பெனிக்கு பதினேழாம் நூற்றாண்டில் அதனிடம் அதிகமாகக் காணப்படாத ஒரு நிலைத்தன்மையைக் கொடுத்தது. கிழக்கிந்திய கம்பெனியின் முதலீடு நிலையானதாக, கணிசமான தொகையாக இருந்தது. ஆண்டின் வர்த்தகமும், அதிகம் மாற்றமடையாத கப்பல்களின் கொள்ளளவினால் நிலைத்தன்மையை அடைந்தது. அரசருக்கும் நாடாளுமன்றத்துக்கும் இடையேயான தகராறுகளும் முடிவுக்கு வந்ததால், பதினேழாம் நூற்றாண்டின் இறுதிக் கால் பகுதியில் அத்தகராற்றில் சிக்கிக் கொண்டிருந்த கிழக்கிந்திய கம்பெனி நிம்மதி அடைந்தது.

அவ்வப்போது, ராணுவத் தளவாடங்களை வாங்க கிழக்கிந்திய கம்பெனி கஜானாவுக்குக் கடனுதவி செய்து வந்தது. நாடாளுமன்றம் அதற்கு ஈடாக, கிழக்கிந்திய கம்பெனியின் ஏகபோகத்தைக் கேள்வி கேட்காமல், அது செயல்படும் பகுதிகளில் அதன் உரிமையையும் அங்கீகரித்தது

அரசருக்கும் கிழக்கிந்திய கம்பெனிக்கும் இவ்வாறு சமாதானம் நிலவிய வேளையில், கடல் பகுதியில் கொந்தளிப்புகள் எழுந்தன. பதினேழாம் நூற்றாண்டில், ‘பிரைவேட்டியர்ஸ்’களின் எண்ணிக்கையும் அதிகாரமும் அதிகரித்தன. ஆயுதங்கள் வைத்துக் கொள்ள அரசால் உரிமம் வழங்கப் பட்ட தனி கப்பல்கள் இவை. வெளிநாட்டு சக்திகளுடன் போர் வரும்போது இவை அரசுக்கு உதவ வேண்டும் என்ற நிபந்தனையின் பேரில் ஆயுதங்கள் வைத்துக் கொள்ள அனுமதி தரப்பட்டிருந்தன.

போர் இல்லாத காலங்களில், இவை தனி வர்த்தகர்களுக்கு தங்கள் சேவையை அளித்தன. இத்தகைய கப்பல்களை வைத்திருந்த சிலர் கடலில் சுற்றித் திரிந்து வெளிநாட்டுக் கப்பல்களைச் சூறையாடினர். இத்தகைய மாலுமிகள்-வர்த்தகர்கள்-கொள்ளையர்கள் கூட்டம் சூரத்தின் கடற்பகுதியில் பதினேழாம் நூற்றாண்டில் தலைகாட்டியது.

கடற்கொள்ளையர்கள்

1694ல் ஆங்கிலக் காப்டனான ஆவோரி, சூரத்தின் போரா பெருவணிகர்களில் ஒருவரான அப்துல் கபூரின் வணிகக் கப்பலொன்றைச் சூறையாடினார். மேற்கு இந்தியாவின் முக்கிய நிறுவனங்களில் ஒன்று அவ்வாறு சூறையாடப்பட்டது ஐரோப்பியக் கொள்ளையர்களிடமிருந்து வரக்கூடிய ஒரு முக்கியப் பிரச்னையை அது வெளிக்காட்டியது. அக் கடலோடிகள், தனி வர்த்தகம், நடுக்கடலில் கொள்ளை, பின் அரசுக்குத் தனி ராணுவமாக சேவை செய்வது இம்மூன்றையும் மாறி மாறி மேற்கொண்டனர். ஒரே சமயத்தில் சட்டத்தின் சரியான மற்றும் தவறான பக்கத்தில் அவர்கள் இருந்ததால், வர்த்தகம் மூலம் கிடைக்கும் தங்கள் செல்வத்தின் ஒரு பங்கை வழங்கித் தகுந்த பாதுகாப்பை அவர்கள் வாங்க முடிந்தது.

ஆவோரியின் கொள்ளை சூரத்தில் பெரும் கொந்தளிப்பை ஏற்படுத்தியது. அந்தப் போராட்டங்கள் வன்முறையில் வெடித்து, தலைவரின் உயிருக்கே ஆபத்தான நிலைக்கு இட்டுச்சென்றது. அவர் கைது செய்யப்பட்டுச் சிறையில் அடைக்கப்பட்டார். ஹஜ் யாத்திரிகர்களுக்குப் பாதுகாப்பாகக் கப்பல்கள் அனுப்பச் சம்மதித்து கிழக்கிந்திய கம்பெனி அந்தச் சிக்கலிலிருந்து மீண்டது. இரண்டு வருடங்களுக்குப் பிறகு, ஆவோரியின் வழியை வில்லியம் கிட் என்ற ஸ்காட்லாந்தைச் சேர்ந்த கடலோடி பின்பற்றினார். அவர் முதல் நாற்பது வருடங்களை மேற்கிந்தியத் தீவுகளிலும் நியூயார்க் நகரிலும் கொள்ளையில் செலவிட்டவர்.

1696ல் கொள்ளையர்களின் புகலிடமான மடகாஸ்கரை அடைந்தார். அதன்பின் கிட் எடுத்த முடிவு அக்காலத்தின் வழக்கத்துக்கு முற்றிலும் மாறாக இருந்தது. பணக்கார இந்திய யாத்திரிகர்கள் அடங்கிய, மெக்காவிலிருந்து இந்தியாவந்த குழு ஒன்றைத் தாக்கிக் கொள்ளையடித்தார் கிட். நிக்கோலா மனுசி 1707ல் அதைப்பற்றிக் கூறும்போது, 'கொடூரமாக இருந்தது அந்தக் கொள்ளை, கொள்ளையர்கள் கப்பலிலிருந்த பல பெண்களை மானபங்கப்படுத்தினர்' என்று குறிப்பிட்டிருக்கிறார். கிட் தன்னை அடையாளம் கண்டுபிடிக்க முடியாது என்று நினைத்திருக்கலாம். ஆனால், அந்த யாத்திரிகர் குழு

கிழக்கிந்திய கம்பெனியின் ஒரு கப்பலால் பாதுகாக்கப்பட்டு இருந்தது. தன் குட்டு வெளியிடப்பட்டு விட்டதால், கிட் மேற்குக் கடற்கரையில் தன்னிச்சையாகத் திரிந்து பல பிரஞ்சுக் கப்பல்களையும் நட்புக் கலங்களையும் கொள்ளையடித்தார்.

ஔரங்கசீப் ஆங்கிலேயர்களே இதற்குக் காரணமானவர்கள் என்று குற்றம் சாட்டினர். கிழக்கிந்திய கம்பெனியின் அதிகாரிகளுக்கு உண்மை தெரிந்திருந்ததால் அதை எதிர்க்க முடியவில்லை. ஆனால், அவர்கள் இந்தக் கொள்ளைகளைத் தடுக்கவும் இல்லை. அதற்குக் காரணம் கொள்ளையர்கள் வர்த்தகர்களாகவும், தனிப்படை வீரர்களாகவும் கிழக்கிந்திய கம்பெனிக்குப் பல உதவிகளைச் செய்து வந்ததுதான். ஆனால், ஔரங்கசீப் கடும் நடவடிக்கை எதையும் கிழக்கிந்திய கம்பெனிக்கு எதிராக எடுக்கவில்லை.

அவரின் முதலமைச்சரான ஆசாத் கானும் கடற்படை அதிகாரிகளும் கிழக்கிந்திய கம்பெனிக்கு எதிரான இந்தச் சிக்கலைத் தீர்க்க உதவினர். இருந்தாலும் இந்தத் தகராறு கிழக்கிந்திய கம்பெனி அதிகாரிகளை நிலைகுலைய வைத்தது. தங்கள் இயக்குனர்களுக்கு, கொள்ளை யர்களால் வரக்கூடிய அரசியல் அபாயங்கள் பற்றிக் கடிதமெழுதினர். இந்த ஆவணங்களால், கொள்ளையர்களின் ஆதரவாளர்கள் இந்த நிகழ்ச்சிகளிலிருந்து தங்களை விலக்கிக்கொண்டு தங்களுக்கும் கொள்ளைகளுக்கும் சம்பந்தம் இல்லை என்று விலகிவிட்டனர். கிட்டின் அரசியல் ஆதரவாளர்கள் சிலர் அவருக்கு எதிராகத் திரும்பினர். அவர் பிடிபட்டு, அவர் மேல் வழக்குத் தொடரப்பட்டு, கொல்லப் பட்டபோது ஆதரவாளர்களில் பலர் பதவியில் இல்லை.

6. பல உலகங்களுக்கிடையேயான பாலம்

1600ம் ஆண்டுக்கும் 1750ம் ஆண்டுக்கும் நடுவில், இந்திய வணிகர்கள், கைவினைத்தொழிலாளர்கள் மற்றும் ஐரோப்பிய வர்த்தகர்கள் இடையேயான வர்த்தகம், இரண்டு கண்டங்களுக்கும் இடையே இருந்த எளிதான போக்குவரத்து வசதியின் துணைகொண்டு, ஐரோப்பாவின் நுகர்வோர் கலாசாரத்தில் அடிப்படை மாற்றங்களை ஏற்படுத்தியது. அதேகாலகட்டத்தில் இந்தியாவில் ஐரோப்பிய சமுதாயம் ஒன்றினை உருவாக்கும் முயற்சியில் கிழக்கிந்திய கம்பெனி ஈடுபட்டது. வணிகரீதியான சிக்கல்களையும் அரசியல் கொந்தளிப்பு களையும் இந்த மாற்றங்களின்போது கிழக்கிந்திய கம்பெனி எதிர் கொள்ளவேண்டியிருந்தது. கே.என்.சௌத்ரி சொன்னதுபோல், அதன் உறுதித்தன்மை மூன்று அம்சங்களில் இருந்தது. அதிகாரக் கட்டமைப்பு, ஸ்பெயினின் வெள்ளியைக் கொள்முதல் செய்வதில் கிடைத்த வெற்றி, உள்ளூர் அரசுகளோடு அது கொண்டிருந்த நல்லுறவு ஆகிய மூன்றும்தான் அவை.

நாம் இந்த அத்தியாயத்தில் பார்க்கப்போவதுபோல், கிழக்கிந்திய கம்பெனி ஒரு வர்த்தக, அரசியல் சக்தியாக உருவெடுத்தது இந்தியாவில் மட்டுமல்ல, உலக அளவிலும் பெரும் விளைவுகளை ஏற்படுத்தியது.

இங்கிலாந்தின் நுகர்வோர் கலாசாரம்

பிரிட்டனில் வேகமாக வளர்ந்துவந்த பொருட்களின் தேவைக்கும், வெப்பமண்டல நாடுகளின் பொருட்கள் அந்தத் தேவையைப் பூர்த்தி செய்வதற்கும் இடையே ஒரு பாலமாக கிழக்கிந்திய கம்பெனி விளங்கியது. அதன் நடவடிக்கைகள் போர்கள், ப்ளேக், தீ விபத்து போன்றவற்றால் அவ்வப்போது தடைபட்டும் வந்தது. உச்சத்தில்

இருந்த சமயத்திலும், அதன் துரித வளர்ச்சி இந்நாளைய வளர்ச்சி விகிதங்களோடு ஒப்பிடும்போது மிகக் குறைந்த வேகத்திலேதான் இருந்தது. ஆனாலும், நுகர்வு மக்கள் தொகையைவிட அதிகரித்ததால், நுகர்வோரின் நலனும் அதிகரித்தது. வெளிநாட்டு வர்த்தகத்தால் உண்டான லாபங்களைக் கொண்டு அதிகமான அளவில் வணிகக் கட்டமைப்பும், நிறுவனங்களும் உருவாக்கப்பட்டன. புதிய, பெரிய வணிகக்குடும்பங்கள் லண்டனில் உருவாகின.

துறைமுகங்களும், கப்பல் நிறுத்துமிடங்களும், பண்டகசாலைகளும் கட்டப்பட்டன. கப்பல் மூலமான போக்குவரத்துச் செலவு குறைந்தது. வணிகம் செய்வதற்கான விதிகள் தொகுக்கப்பட்டன. கப்பல்கட்டும் தொழில் ஒரு முக்கியமான துறையாக உருவெடுத்தது. ஒரு புதிய தலைமுறை, வெளிநாட்டு வர்த்தகத்துக்குத் தேவையான, கடலோடும் திறனையும், மொழியியல் வல்லமையையும் நிதித்துறை அறிவையும் பெற்று முன்னேறியது.

வங்கி, காப்பீட்டுத் துறைகள் விரிவடைந்து ஆம்ஸ்டர்டாமோடு லண்டனை ஐரோப்பாவின் நிதித் தலைநகராக நிலைநிறுத்தியது. இதில் முக்கியமான வளர்ச்சி கடன் தள்ளுபடி (bill of discounting) என்ற புதிய முறையின் அறிமுகமாகும். பதினெட்டாம் நூற்றாண்டில், வர்த்தகக் கடன் ஆவணங்கள் நிறுவனங்களுக்கிடையேயும், நாடுகளுக்கிடை யேயும், கண்டங்களுக்கிடையேயும் பெருமளவில் உபயோகிக்கப் பட்டது. வங்கியாளர்கள் வணிக நிறுவனங்களின் நிர்வாகக்குழுவில் இடம்பெற ஆரம்பித்தனர். பாங்க் ஆஃப் இங்கிலாந்து (1694) கடைசியாகக் கடன் கொடுப்பவராக, அரசின் வங்கியாகச் செயல் பட்டது. மேலும் அது கிழக்கிந்திய கம்பெனியோடு சேர்ந்து, வளர்ந்து வரும் நிதிச்சந்தைகளின் மையமாக உருவெடுத்து, ஹானோவர் வம்ச அரசர்களின் ராணுவ-நிதி ஆட்சிக்கு முதுகெலும்பாக இருந்தது.

பின்னாளில் இந்நிறுவனங்கள் தொழிற்புரட்சிக்கும் உதவியாக இருந்தன. பதினெட்டாம் நூற்றாண்டின் முற்பகுதியில் தொழில் நிறுவனங்கள் அபூர்வமாகவே கடனுதவி பெற்றுத் தொழிலை மேற் கொண்டன. ஆனால், பத்தொன்பதாம் நூற்றாண்டின் முற்பகுதியில் பெரிய தொழிற்சாலைகள் இம்முறையை ஒரு வழக்கமாகவே மாற்றி விட்டன. ஏற்கனவே நடைமுறையில் இருந்த கடன் தள்ளுபடி தரும்முறையின் உறுதித்தன்மையைப் பொறுத்தே அவர்கள் கடனுதவி அளித்து வந்தனர். இது மான்செஸ்டர் போன்ற இடங்கள் உலக அளவில் ஆடைகளை விற்பனை செய்ய உதவியது.

வேறு வேறு சமயங்களில், வேறு வேறு பொருட்கள் இந்த நுகர்வுக் கலாசார வளர்ச்சிக்குக் காரணமாக இருந்தன. ஆசியாவின் மிளகு

பதினேழாம் நூற்றாண்டின் முதற்பாதியில் முன்னணிப் பொருளாக இருந்தது. குறுமிளகு, பட்டை, இஞ்சி, குங்குமப்பூ, கிராம்பு, ஜாதிக்காய், சித்திரத்தை ஆகிய பொருட்களுக்காகக் கிட்டத்தட்ட அதே வரிசையில், மத்தியகால ஐரோப்பியர்கள் தங்கள் சொத்து அனைத்தையும், ஏன் உயிரைக்கூடத் தியாகம் செய்யத் தயாராக இருந்தனர். மிளகுக்கு ஏன் இந்த முக்கியத்துவம் அளிக்கப்பட்டது என்பது குறித்து இன்னும் சரிவரப் புரிபடவில்லை.

ஒரு காலத்தில் இதுபோன்ற மசாலா வாசனைப் பொருட்கள் பதனிடப் பயன்படும் பொருட்களாக, ஏன் அழுகிய இறைச்சியிலிருந்து வரும் வாசனையை மறைக்கக்கூடப் பயன்பட்டது என்று கருதப்பட்டது. அண்மையில் வந்த ஒரு புத்தகத்தில் பால் ஃப்ரீட்மேன் இந்தக் கருத்தைக் கேள்விக்குள்ளாக்குகிறார். பல மொழிகளில் எழுதப்பட்ட பல பழைய சமையல் புத்தகங்களை ஆராய்ந்து இந்த வாசனைப் பொருட்கள் அந்தஸ்தைக் காட்டும் குறியீடாக மட்டுமே பயன் பட்டிருக்கவேண்டும் என்று கூறுகிறார். அத்தியாவசியத் தேவை என்றில்லாமல் ஆடம்பரப் பொருட்களாகவும், புகழ்பெற்ற கிழக்கு நாடுகளிலிருந்து வரவழைக்கப்படுவதால் அதிகம் விரும்பப்படும் பொருட்களாகவும் இவை இருந்தன.

அந்த நூற்றாண்டின் பிற்பாதியில் புகையிலை, சர்க்கரை என்ற இரண்டு அமெரிக்கப் பொருட்கள் இறக்குமதி செய்யப்படும் பொருட்களின் பட்டியலில் இணைந்தன. வெர்ஜீனியாவில் தயாரிப்புச் செலவுகள் குறைந்ததால், 1700ம் ஆண்டில் புகையிலையின் விலை 1620ம் ஆண்டு இருந்ததை விடப் பன்னிரண்டில் ஒரு பங்காகக் குறைந்தது. 20,000 பவுண்டுக்குக் கீழே இருந்த இறக்குமதியின் அளவு 22 மில்லியன் பவுண்டாக அதிகரித்தது. மேற்கிந்தியச் சர்க்கரை இறக்குமதி பதினேழாம் நூற்றாண்டின் பிற்பகுதியில் அதிகரிக்க ஆரம்பித்து, பதினெட்டாம் நூற்றாண்டின் முற்பகுதிவரை அதிகரித்தே வந்தது.

1700களில் இந்தியாவிலிருந்து இறக்குமதி செய்யப்பட்ட பொருட்களில் முன்னணியில் இருந்தது பருத்தியாடைகளும் வெடியுப்பும்தான். சிண்ட்ஸ் எனப்பட்ட அச்சடிக்கப்பட்ட ஆடைகளும், காலிகோ எனப்படும் வெளுக்கப்பட்ட ஆடைகளும் ஐரோப்பியச் சந்தையில் வாங்கப்பட்டன. சாயம் தோய்க்கப்பட்ட ஆடைகளுக்கு இருந்த மவுசு அந்த ஆடைகளில் தோய்க்கப்பட்ட விதவிதமான இயற்கைச் சாயங் களுக்காகவே தவிர ஆடைகளுக்கென்று தனிப்பட்ட முறையில் அல்ல. தவிர ஆடை அலங்காரத் தொழில்நுட்பங்களான கட்டங்கள், பூத்தையல் வேலை, கலம்கரி என்ற கையால் வரைவது ஆகியவை இந்தியாவில் அப்போதே ஏற்றம் பெற்றிருந்தன. அதன்பின், இந்திய

அச்சுவேலைகளே இங்கிலாந்தின் ஆடை நாகரிகத்தின் அளவுகோலாக மாறியது.

1700ல் ஐரோப்பிய கிழக்கிந்திய கம்பெனிகள் இந்தியாவிலிருந்து இறக்குமதி செய்த மொத்த ஆடைகளின் அளவு 25-35 மில்லியன் சதுர அடிகளாக இருந்தது. பிரிட்டன் இதில் மூன்றில் இரண்டு பங்கை இறக்குமதி செய்தது. நாடாளுமன்றம் எத்தனையோ சட்டங்கள் போட்டு இந்த வர்த்தகத்தைக் குறைக்க முயன்றாலும், இதன் அளவு அடுத்த நூற்றாண்டுகளுக்கு, அதே அளவாகவே இருந்தது. 1790-1800ல் சராசரி 22 மில்லியன் சதுர அடிகளாக இருந்தது. இதில் ஒரு சிறு பகுதி உள்நாட்டு உற்பத்தியைக் குறைத்தாலும், பெருமளவு அதிகமாகிவரும் தேவைக்கான ஈடாகவே இருந்தது. பிரிட்டனின் மக்கள்தொகை 1700ல் 5 மில்லியனாகவும், இந்தியாவிலிருந்து இறக்குமதி செய்யப்பட்ட ஆடைகள் தலா ஒரு நபருக்கு 5 அடியாகவும் இருந்தது. அது ஒரு நபர் உபயோகப்படுத்தும் அளவில் கால் பங்கிலிருந்து மூன்றிலொரு பங்காக இருந்தது.

நுகர்வுத் தேவை அதிகரித்தலில் கடைசியாக இடம்பெற்ற ஆசியப் பொருள் தேயிலை. இங்கிலாந்தில் தேநீர் அருந்துதல் 1700ல் முற்பகுதியில் பெருமளவு அதிகரித்தது. 1728ல் பிரிட்டனுக்குக் கொண்டுவரப்பட்ட தேயிலையின் அளவு ஒரு மில்லியன் பவுண்டுக்கும் குறைவாகவே இருந்தது. 1755ல் மூன்று மில்லியன் பவுண்டுகள் கொண்டு வரப்பட்டன. 1757ம் ஆண்டு 'இந்தத் தீமை எப்போது ஒழியும்' என்று ஒரு துண்டுப்பிரசுரத்தில் கேட்குமளவுக்கு அதன் உபயோகம் அதிகரித்திருந்தது.

1770களில் சுமார் நான்கிலிருந்து ஏழு மில்லியன் பவுண்ட்கள் தேயிலை இறக்குமதி செய்யப்பட்டது. அதில் பெருமளவு கடத்தல் மூலமாக வந்தது. தேயிலை மிக அதிகமாக வரி விதிக்கப்படும் பொருளாதலால் கடத்தலைத் தடுக்க இயலவில்லை. இக்கடத்தலுக்கு எதிர்விளைவாகத் தேயிலை வரிகளைக் குறைத்ததும், மீண்டும் ஏற்றுமதி செய்யப்படும் தேயிலைக்கு மாற்று வரிவிதித்ததும் பாஸ்டன் தேநீர் விருந்து என்ற போராட்டம் 1773ல் நடைபெறக் காரணமாக இருந்தது.

வெளிநாட்டு வர்த்தகம் அதிகரித்ததன் விளைவால் மட்டும் இந்த நுகர்வுக் கலாச்சாரம் அதிகரிக்கவில்லை. வரலாற்றாசிரியர் ஜே. ஆர். வார்ட் ஒரு கட்டுரையில் குறிப்பிட்டதைப்போல இரு வேறுபட்ட வளர்ச்சிகளும் ஒன்றையொன்று ஆதரித்தன. ஒருபுறம் இந்த வர்த்தகம் ஆங்கில சமுதாயத்தில் மாற்றம் கொண்டுவந்தது. மறுபுறம் அதிகரித்து வந்த பொருட்களின் நுகர்வு வெளிநாட்டு வர்த்தக வளர்ச்சிக்கு அடிகோலியது. தேநீரின் வர்த்தகத்தில் இதன் விளைவைத் தெளிவாகக் காணமுடியும்.

சீனாவில் பதினெட்டாம் நூற்றாண்டில் கிழக்கிந்திய கம்பெனியின் நடவடிக்கைகள் விரிவடைந்ததற்கு, பிரிட்டனில் அதிகரித்துவந்த நகர்புறத் தொழிலாளர்களும் வளர்ந்துவந்த தேநீர் அருந்தும் பழக்கமும் மறைமுகக் காரணங்களாக இருந்தன. வறுமையிலுள்ளவர்களை ஆதரித்தவர்கள் வெளிநாட்டு வர்த்தகத்துக்கும் ஆதரவாக இருந்தனர்.

இந்த வர்த்தகச் சக்கரத்தின் சுழற்சிக்குக் காரணமாக இருந்தது அமெரிக்க வெள்ளி.

அமெரிக்கப் புதையல்

அமெரிக்காவை ஸ்பெயின் வெற்றி கொண்டது ஐரோப்பாவில் வெள்ளியின் விலையை ஆசியாவினுடையதைவிட மலிவானதாக ஆக்கியது. பெரும்பாலும் இந்தியப் பொருட்களுக்கு ஐரோப்பியப் பொருட்களையே ஈடாகக் கொடுக்க முயன்றது கிழக்கிந்திய கம்பெனி. குறைந்த அளவில் ஏற்றுமதி செய்யப்பட்ட கம்பளி ஆடைகளைத் தவிர வேறு எந்த ஏற்றுமதியும் பதினெட்டாம் நூற்றாண்டுவரை இந்தியாவில் வெற்றிபெறவில்லை. பதினெட்டாம் நூற்றாண்டில் இரும்புப் பொருட்களை இந்தியர்கள் பிரிட்டனிலிருந்து கொள்முதல் செய்ய ஆரம்பித்தனர். அதுவரை இந்தியாவின் தேவைகளும் ஐரோப்பாவின் உற்பத்தித்திறனும் சமமாகவே இல்லை. எனவே இந்தியாவிலிருந்து இறக்குமதி செய்யும் பொருட்களுக்கு ஈடாகக் கொடுப்பதற்கு வெள்ளியையே கிழக்கிந்திய கம்பெனி பெரிதும் சார்ந்திருந்தது.

இந்தியாவில் கடன் பெறுவதற்கான வட்டிவிகிதம் அதிகமானதால், மதிப்புமிக்க இந்த உலோகத்தின் ஏற்றுமதி ஒரு சரியான மாற்றாக இருந்தது. மேற்கு ஐரோப்பாவைவிட இந்தியாவில் வட்டித்தொகை அதிகம். எனவே முதலீட்டை இறக்குமதி செய்வது சரியான வழியாக இருந்தது.

ஆனால் இத்தகைய உலோகங்களின் ஏற்றுமதி, லண்டன் நகரில் கிழக்கிந்திய கம்பெனியின் நிலையைக் கேள்விக்குரியதாக ஆக்கியது. அக்கால நாணயங்கள் அனைத்தும் உலோகங்களால் செய்யப் பட்டவை. தங்கமும் வெள்ளியும் வர்த்தகத்தில் பெருமளவு பயன் பட்டன. இந்தச் சூழ்நிலையில் இந்திய வர்த்தகத்தை நடத்த கிழக்கிந்திய கம்பெனி மேற்கொண்ட வருடாந்தரக் கொள்முதல் வர்த்தகச் சமநிலையில் பெரும் சிக்கலை ஏற்படுத்தியது. இந்தியாவில் கிழக்கிந்திய கம்பெனி போர்களில் ஈடுபடுகிறது என்ற செய்தி, அதாவது ஜான் சைல்ட் முகலாயர்களோடு பொருத முற்பட்டது, கிழக்கிந்திய கம்பெனியின் எதிர்ப்பாளர்களைக் கிட்டத்தட்ட வன்முறைப் போராட்டங்களுக்கு இட்டுச்சென்றது.

கடல்பயணத்தில் ஏற்பட்ட முன்னேற்றங்களும் கடல்பாதைகள் பற்றிய அறிவும் வர்த்தகத்தை மேலும் வளர்ச்சியடையச்செய்தன.

பயணம்

இந்தியாவுக்கு மேற்கொள்ளப்பட்ட பயணங்கள், அதாவது ஐரோப்பிய கிழக்கிந்திய கம்பெனிகளின் ஆட்களையும் பொருட்களையும் ஏற்றிச் சென்ற கப்பல் பயணங்கள், 1600லிருந்து 1750 வரை மாற்றங்கள் அடைந்துவந்தது.

முதல் பயணம் புதிய பகுதிகளை ஆராயும்தன்மையுடையதாக இருந்தது. வழியில் பல இடங்களில் தங்கி அந்த இடங்களில் வணிகம் செய்தால் வரக்கூடிய லாபங்களை ஆராய்ந்து அதன் பின் அந்தப் பயணம் தொடர்ந்ததால், இந்தியாவை அடையக் கிட்டத்தட்ட இரண்டு வருடங்கள் பிடித்தது. இந்தப் பயணங்கள் அடிக்கடி விபத்துகளினால் பாதிக்கப்பட்டன. இதற்குப் பின்வரும் உதாரணத்தைச் சுட்டலாம். கிழக்கிந்திய கம்பெனியின் நான்காவது பயணம் மார்ச் 1608ல் துவங்கியது. அதில் ஜான் ஜார்டின் பயணியாக இருந்தார். மே மாதத்தில் கானரி தீவுகளிலும் கேப் வெர்டே தீவுகளிலும் கப்பலை நிறுத்தி, தங்களுக்குத் தேவையான தண்ணீர், தானியங்கள், ஆடுகள் ஆகிய வற்றைக் கப்பலில் நிரப்பிக்கொண்டு ஐந்து வாரங்கள் நிற்காமல் பயணம் செய்து நன்னம்பிக்கை முனையை ஜூலை மாதம் அடைந்தனர். வழியில் ஒரு போர்ச்சுகீசிய பாய்மரக் கப்பலையும் ஒரு டச்சுக் கப்பலையும் கடந்து, போரிடத் துடிக்கும் உணர்ச்சிகளைக் கட்டுப்படுத்திக்கொண்டு பயணத்தைத் தொடர்ந்தனர்.

ஸ்கர்வி நோய் தாக்கியதால் நிலைகுலைந்த அவர்கள், நன்னம்பிக்கை முனையில் இரண்டு மாதங்கள் தங்கநேரிட்டது. கொந்தளிப்பான பயணத்தைத் தொடரவேண்டியிருந்ததால் கப்பல்கள் அந்த இடை வெளியில் நன்கு பழுது பார்க்கப்பட்டன. செப்டம்பரில் பயணம் மீண்டும் துவங்கியது. இரண்டு கப்பல்கள் வழியில் அடித்த புயலில் காணாமல் போய்விட்டன. அவற்றில் ஒன்று ஏடனில் அவர்களுடன் மீண்டும் சேர்ந்து கொண்டது. மற்றொன்று சுமத்ராவுக்குச் சென்று, வர்த்தகத்தில் பெரும் நஷ்டம் அடைந்து, திவாலாகி இங்கிலாந்து திரும்பியது. 1608ம் ஆண்டு நவம்பரில், பிரதானக் கப்பல், ஸான்ஸி பாரை அடையும் முயற்சியில் கிழக்கு ஆப்பிரிக்கக் கரையின் துறை முகமான பெம்பாவை அடைந்தது. அங்கு உள்ளூர் வியாபாரிகளுக்கும் ஐரோப்பியர்களுக்கும் ஏற்பட்ட தகராற்றின் முடிவில் கப்பல்கள் துறைமுகத்தை விட்டுத் தப்பியோடின.

அதன் பின், வடகிழக்குப் பருவக் காற்றால் அந்தப் பயணக்குழு பெரும் சோதனைகளைச் சந்தித்தது. உணவுப்பொருட்களை ஏற்றிவந்த கப்பல் காணாமல் போனது. ஜனவரி 1609ல் பசியால் துடித்த அந்தக் குழு ஒரு தீவுக்கூட்டத்தை, சீஷெல்ஸ் தீவுகளை, அடைந்தது. அவர்களுக்கு அது ஒரு பூலோக சொர்க்கமாகக் காட்சியளித்தது. மீன்கள், மற்ற விலங்குகள், கோக்கர் நட் என்று அழைக்கப்பட்ட தேங்காய் ஆகியவை அபரிமிதமாகக் கிடைத்தன. பசியோடு இருந்த ஐரோப்பிய மாலுமிகளைச் சந்தித்திராத சிறிய பலம் குறைந்த முதலைகளும் இருந்தன. அவை பிடிக்கப்பட்டு உண்ணப்பட்டன. ஒருமாத ஓய்வுக்குப் பின், ஏடனை நோக்கித் தங்கள் பயணத்தைத் தொடர்ந்தனர். அதற்காக ஒரு குஜராத்தி கப்பல் தலைவனைப் பிடித்துத் தங்களுக்கு வழிகாட்டுமாறு வற்புறுத்த வேண்டியிருந்தது.

ஏடனில் பிரிட்டனின் இரும்பையும் நெசவாடைகளையும் கொள்முதல் செய்வோர் இருந்தனர். ஆனால் மிகத் தந்திரமான பேரத்தையும், கொலை, சிறையடைப்பு போன்ற மிரட்டல்களையும் அவர்கள் எதிர்கொள்ளவேண்டியிருந்தது. ஜூலை 1609ல் காம்பி வளைகுடாவுக்கு பயணக்குழு சென்றது. கத்தியவாருக்கருகில் பருவக்காற்று அவர்களை மீண்டும் அலைக்கழித்தது. ஒருவழியாக செப்டம்பரில், தங்கள் பிரதானக் கப்பலை இழந்து சூரத் நகரை அந்தப் பயணக்குழு அடைந்தது. ஆனால், போர்ச்சுகீசியர்கள் அந்த நகர நிர்வாகத்தை வற்புறுத்தி அந்நகரில் நுழைய அக்குழுவுக்கு அனுமதி மறுக்குமாறு செய்திருந்தனர். பதினேழாம் நூற்றாண்டின் முற்பகுதியில் பெரும்பாலான பயணங்கள் இதுபோன்று கணிக்க முடியாத வகையில்தான் மேற்கொள்ளப்பட்டன.

1620லிருந்து 1750 வரை, கண்டறிதல்களும் கப்பல் கட்டுதலில் ஏற்பட்ட முன்னேற்றங்களும் கிழக்கிந்திய மாலுமிகளின் பயண நேரத்தைக் குறைத்திருந்தன. பயணம் முன்பைவிடக் குறுகியதாக இருந்தது. கப்பல்களின் அளவு இரு மடங்கு அதிகரித்திருந்தது. அதற்கு முன் கப்பல்கள் சிறியதாக இருந்ததால், உணவையும் நீரையும் எடுத்துச் செல்ல ஒன்றுக்கு மேற்பட்ட கப்பல்கள் தேவையாக இருந்தது. அவற்றை நிரப்ப அடிக்கடி கப்பல்களை நிறுத்தவும் வேண்டியிருந்தது. உணவுப்பொருட்களை ஏற்றிச்செல்லும் கப்பல்களுக்கு ஏதாவது ஆபத்து நேர்ந்தால், நாம் ஏற்கனவே நான்காவது பயணத்தில் பார்த்தது போல், பயணத்தைப் பஞ்சம் தாக்கியது. ஆனால், பெரிய கப்பல்களில் உணவும் நீரும் பயணிகளுடன் சென்றன.

உள்ளூர் மாலுமிகளுக்கான தேவையும் இல்லை. கடலில் கழிக்கும் நேரம் குறைந்ததால், ஸ்கர்வி நோய் வரக்கூடிய அபாயமும் குறைந்தது.

பருவக்காற்று முன்னெப்போதையும்விட திறமையாகப் பயன்படுத்தப் பட்டது. உணவுக்காகத் தேவைப்பட்ட நிறுத்தங்கள் குறைவாகவும் தொலைதூரங்களிலும் இருந்தன. கானரித் தீவுகள் அல்லது வெர்டே முனையில் நிறுத்துவதற்குப் பதிலாக, லண்டனிலிருந்து சென்ற கப்பல்கள் மதிராவில் நிறுத்தப்பட்டு அங்குள்ள மது நிரப்பப்பட்டது. அதற்கு இந்தியாவில் இருந்த ஐரோப்பியர்கள் மத்தியில் நல்ல கிராக்கி இருந்தது. அடுத்த நிறுத்தம் நன்னம்பிக்கை முனை. அங்கு கப்பல்கள் பழுதுபார்க்க நிறுத்தப்பட்டன. அங்கிருந்து கல்கத்தாவரை ஸான்ஸிபார் மற்றும் ஏடன் என்ற இரு நிறுத்தங்கள் இருந்தது போய், பயணிகளால் வசதியான நிறுத்தங்களான கமரோத் தீவுகள் அல்லது மடகாஸ்கர் தேர்ந்தெடுக்கப்பட்டன. ஆறுமாதங்களுக்கு உள்ளாக, பயணிகள் பாலசோரை அடைந்து, அடுத்த நாள் காலை ஹூக்ளி நதியின் முகத்துவாரத்தை அடைந்துவிட முடிந்தது.

தொழிற்சாலை

ஔரங் என்று வங்காளத்தில் அழைக்கப்பட்ட தொழிற்சாலை கிழக்கிந்திய கம்பெனியின் இந்திய நடவடிக்கைகளின் மையமாக விளங்கியது. அந்தத் தொழிற்சாலை பொருட்களை உற்பத்தி செய்யும் இடம் அல்ல. அது ஒரு பண்டக சாலை. அங்கு பொருட்கள் கொண்டு வரப்பட்டு, தரம் பிரிக்கப்பட்டு, சோதனை செய்யப்பட்டு, சேமிக்கப் பட்டன. அந்த இடம் ஒரு மன்றத்தால் நிர்வகிக்கப்பட்டது. அந்த மன்றத்தில் தலைவரைத் தவிர கணக்காளர், பண்டகசாலைக் காப்பாளர், கப்பல் மேனேஜர் தவிர கலந்தாய்வு என்றழைக்கப்பட்ட மன்றக்கூட்டங்களில் நடைபெறும் நிகழ்ச்சிகளை ஆவணப்படுத்தும் செயலாளர் ஆகியோர் முக்கியப் பங்கு வகித்தனர்.

தொழிற்சாலையினுடைய ஒட்டுமொத்த நடவடிக்கைகளைத் திறனாய்வு செய்து அதனோடு கலந்தாய்வு முடிவுகளையும் சேர்த்து லண்டனில் உள்ள இயக்குநருக்கு அனுப்பும் பணியைச் செயலாளர் செய்து வந்தார். வரலாற்றாசிரியர்களுக்கு இந்த ஆவணங்கள் தகவல் களைத் தரும் சுரங்கமாக இருக்கின்றன. தொழிற்சாலை நிர்வாக அமைப்பில் கிறிஸ்தவ குருமார்களும், மருத்துவர்களும்கூடப் பங்கு வகித்தனர். இந்தியாவில் ஐரோப்பிய அறிவுசார் சமூகத்தின் பிரதி நிதியாக அவர்கள் விளங்கினர். இந்த அதிகார வரிசையில் அடுத்து வருவது பணியாளர்கள். நிர்வாகிகளைத் தவிர வர்த்தகர்கள், வேலையாட்கள், எழுத்தர்கள், குமாஸ்தாக்கள், பயிற்சிபெறுவோர் ஆகியோரும் தொழிற்சாலையின் அங்கமாக இருந்தனர்.

சாதாரணமாக, அலுவலக வேலைகள் எளிதாகவே இருந்தன. காலையில் மூன்று மணிநேரமும் பிற்பகலில் மூன்று மணி நேரமும் வேலை.

இடையில் நீண்ட உணவு இடைவேளை. ஆனால் துறைமுகத்துக்கு கப்பல் வரும் நேரங்களில் வேலைப்பளு அதிகரித்தது. ஒரு பழைய பல்கலைக்கழக வளாகத்து வாழ்க்கையைப்போல, கிழக்கிந்திய கம்பெனியின் அதிகாரிகளின் வாழ்க்கை சீராகச் சென்றது. தொழிற்சாலையினுள்ளே அவர்களுக்கான குடியிருப்புகள் இருந்தன. பணியாளர்களும் எடுபிடி வேலை செய்பவர்களும் இருந்தனர். உயர் அதிகாரிகள் பல்லக்கில் செல்ல அனுமதிக்கப்பட்டனர். பயணம் செய்யும்போது அவர்கள் ஐரோப்பிய வீரர்களின் பாதுகாப்புடன் சென்றனர். தண்டோரா போடுபவர்களும் அவர்களுடன் பயணம் செய்தனர்.

தொழிற்சாலையிலிருந்து ஒன்று அல்லது இரண்டு மைல்களுக்கு மேல் அதிகாரிகள் ஊருக்குள் சென்றதில்லை. அவர்கள் சென்ற அதிகபட்ச தூரம், ஊரின் எல்லையிலிருந்த தோட்டம்தான். சூரத்திலும் ஹூக்ளியிலும் டச்சுக்காரர்கள் ஆங்கிலேயருடன் சேர்ந்து காலையிலும் மாலையிலும் நடை பயிற்சியில் ஈடுபட்டனர்.

மதிய உணவு பொது மேஜையில் பரிமாறப்பட்டு, ஆடம்பரமானதாக இருந்தது. ஐரோப்பியச் சமையற்காரர்களுக்கு நல்ல கிராக்கி இருந்தது. ஐரோப்பியத் தொழிற்சாலைகள் அவர்களை நியமிக்கப் போட்டியிட்டன. மதுவகைகள் குறைவாகவே கிடைத்தன. உயர்வகை மதுவகைகள் இறக்குமதி செய்யப்பட்டு, அதிகாரிகளுக்காக ஒதுக்கி வைக்கப்பட்டன. உணவு உள்ளூர் மதுவோடு பரிமாறப்பட்டது. மதுவகைளைத் தயாரிக்க ஒரு புதிய முறை உருவாக்கப்பட்டு, அதன் மூலம் இந்திய மூலப்பொருட்களிலிருந்து ஓரளவுக்குப் பருகக்கூடிய, சிலசமயம் ஆபத்தான, மது தயாரிக்கப்பட்டது.

உணவு மேஜை முன் யார் யார் எங்கு அமரவேண்டும் என்பதைப் பதவியும் அதிகாரமும் தீர்மானித்தன. ஆனால், இளையவர்கள் தனியாக விடப்பட்டவுடன், அவர்கள் பைஜாமா போன்ற இந்திய ஆடைகளை அணிந்து, தரையில் அமர்ந்து இந்திய முறைப்படி உணவு உண்டனர். நிக்கோலோ மன்னூஸி என்ற பயணி குறிப்பிட்டது போல், வெற்றிலை உண்ணுதல், ஹூக்கா புகைத்தல் போன்ற வழக்கங்களையும் ஐரோப்பியர்கள் கொண்டிருந்தனர்.

ஒழுங்கும் கட்டுப்பாடும் இருப்பதாக வெளிப்பார்வைக்குத் தெரிந்தாலும், தொழிற்சாலை வாழ்க்கை உள்ளூர வன்முறையை வளர்த்து வந்தது. அதிகாரிகள் தனிப்பட்ட முறையிலும் தொழில்ரீதியாகவும் தங்களுக்குள் போட்டியிட்டனர். தத்தமது குமாஸ்தாக்களையும் பயிற்சியாளர்களையும் பயன்படுத்தி ஒருவரையொருவர் வேவு பார்த்தனர். துணிச்சலான முறையில் தனி வர்த்தகம் நடத்தப்பட்டது, தொழிற்சாலையில் ஊழல் வளர்ந்தது. பெண்களுக்காக அதிகாரிகளுக்கிடையே

நடைபெற்ற போட்டிகள், பிரபுத்துவத்தை மீள் உருவாக்க நடத்தப் பட்ட முயற்சிகள் எல்லாம் கலகத்தை ஏற்படுத்தின. அன்றைய வாழ்க்கையைக் குறித்து எழுதப்பட்ட ஆவணங்கள் அற்ப விஷயங் களுக்குக்கூட ஏற்பட்ட சண்டைகளைப் பற்றி விவரிக்கின்றன.

கல்கத்தாவில் உள்ள அலிப்பூர் பாலத்தின் அருகே இரண்டு மரங்கள் உள்ளன. 'அழிவின் மரங்கள்' என்று அழைக்கப்பட்டன. பெரும் பாலான மற்போர்கள் அங்குதான் நடைபெற்றன. அவற்றில் பெரும் பாலானவை காதலின் பொருட்டு நடந்தன. இம்மாதிரி சமயங்களில், மதகுருமார்கள் முயற்சி செய்து ஓரளவு அமைதியை நிலைநிறுத்தினர். எனவே, அங்குள்ள வாழ்வின் தரம், பெருமளவுக்கு மதகுருமார்களின் ஆளுமையைப் பொறுத்திருந்தது.

உள்ளூர் அமைப்பின் செலவினங்கள் லண்டனுக்குக் கவலை அளிப்ப வையாக இருந்தன. உள்ளூர்ச் செலவுகளை உள்ளூர் வரவுகளிலிருந்து சமாளித்துக்கொள்ளவேண்டும் என்பதே அவர்களுக்குக் கொடுக்கப் பட்ட கட்டளை. ஆனால், ஊழலுக்கும், விரயங்களுக்கும் பல வாய்ப்புகள் இங்கு இருந்தன. தவிர, லண்டன் அதிகாரிகள் கணக்கு வழக்குகளை முழுவதும் புரிந்துகொள்ளவில்லை. உயர் அதிகாரிகள், இந்திய அரசர்களைப்போல் பல்வேறு பணியாளர்களை நியமித்து ராஜபோக வாழ்க்கையை ஏற்படுத்திக்கொண்டனர்.

ஆளுநர் 'இளவரசரைப் போல இந்திய அரசர்களால் மதிக்கப்பட்டார்'. குதிரை வண்டிகளையும் பல்லக்குகளையும் வைத்திருந்தார். பணி நிமித்தமாக அவர் செல்கையில் பல வேலையாட்களும் ஆங்கிலக் காவலர்களும் அவர் பின்னே சென்றனர். அவர்களில் இருவர் யூனியன் ஜாக் கொடியை அவர் முன்னால் ஏந்திச் சென்றார். இந்திய வேலைக் காரர்கள் அவரின் இருபுறமும் விசிறி வீசி, ஈக்கள் அவரை அண்டாமல் தடுத்தனர். இந்திய இசைவல்லுனர்கள் 'கண்ட்ரீ ம்யூசிக் எனஃப் டு ஃபிரைட்டன் எ ஸ்ட்ரேஞ்சர்' (சார்லெஸ் லாக்யர், 1711) போன்ற பாடல்களைப் பாடினர்.

உணவு மற்றும் மதுவகைகளுக்காகத் தரப்பட்ட உதவித்தொகை தீயொழுக்கத்தை வளர்த்தது. பதினெட்டாம் நூற்றாண்டின் முதற் பகுதியில், மதராஸில் அளிக்கப்பட்ட சிறப்பு விருந்து ஒன்றில் பரிமாறப்பட்ட ஆட்டு இறைச்சியுணவு 200 ரூபாய் செலவு பிடித்தது (இன்றைய கணக்குப்படிச் சுமார் ஒரு லட்சம் ரூபாய்). முகலாய முறைப்படிச் சமைக்கப்பட்ட அதில், விலை உயர்ந்த திமிங்கிலக் கொழுப்பு சேர்க்கப்பட்டிருந்தது. கிழக்கிந்திய கம்பெனியின் பணியாளர் களுக்குச் சொந்தமான கப்பல்களுக்கு துறைமுக வரிகளில் தள்ளுபடிகள்

அளிக்கப்பட்டன. உள்ளூர் பிரமுகர்களுக்குப் பரிசுகள் அளிப்பதற்காகக் கொடுக்கப்பட்ட தொகை, மோசடிகள் செய்யப் பயன்பட்டது.

தொழிற்சாலை நடவடிக்கைகளை அறிய நமக்குப் பெரிதும் உதவுவது 'கன்சல்டேஷன் புத்தகங்கள்' என்று அழைக்கப்பட்ட பதிவுப் புத்தகங்கள்தான்.

கன்சல்டேஷன் புத்தகம்

கன்சல்டேஷன் புத்தகங்கள் தொழிற்சாலையில் நடைபெற்ற அனைத்தையும் பதிவு செய்தன. என்ன மாதிரியான விஷயங்கள் அவற்றில் இருந்தன? ஜுலை 1682லிருந்து டிசம்பர் 1683 வரையான மசூலிப்பட்டின புத்தகத்திலிருந்து சில பகுதிகளை உதாரணத்துக்கு எடுத்துக்கொள்வோம்.

கன்சல்டேஷன் புத்தகங்கள் என்பவை குறிப்பேடுகள், கிட்டத்தட்ட ஒரு பக்கத்தில் ஒரு நாள் நடவடிக்கைகளைக் குறிப்பெடுத்தன. ஒரு நாளில் எந்த முக்கிய நிகழ்ச்சியும் நடைபெறாவிட்டால் காலியாக விடப்பட்டன. கொள்முதல் செய்யப்பட்ட பொருட்களின் அளவு களையும் விலைகளையும் விட்டுவிட்டு, அவற்றில் எழுதப்பட்டிருந்த வற்றைப் பார்த்தால், மூன்று முக்கிய தலைப்புகள் நமக்குப் புலப்படும். வழக்கமான நடவடிக்கைகளான கப்பல்களின் வருகை, அவற்றைப் பற்றிய முன்னறிவிப்புகள், மற்ற தொழிற்சாலைகளிலிருந்து முகவர்களின் வருகை, வங்கியாளர்களுடன் பங்குப் பரிவர்த்தனை, வட்டிவிகிதங்களைப் பற்றிய பேச்சுவார்த்தைகள், போக்குவரத்து நிறுவனங்களுடனும் 'துணி துவைப்பவர்'களிடம் நடைபெற்ற பேச்சு வார்த்தைகள், துணி வியாபாரிகளுடனும், முகவர்களுடனும் நடை பெற்ற சந்திப்புகளின் குறிப்புகள் ஆகியவை சில வாக்கியங்களுக்குள் விவரிக்கப்பட்டன.

முக்கியமான, கொள்கை அளவில் மூன்று விஷயங்கள் இருந்தன: ஆளுநருக்கும் அவரது தூதுவர்களுக்கும் 'முக்கியமான வியாபாரி' களுக்கும் இடையே நடைபெற்ற பேச்சுவார்த்தைகள், குறுக்கு சால் ஓட்டுபவர்களை எதிர்கொள்ளுதல், ஆடை வியாபாரிகளுடனான ஒப்பந்தத் தகராறுகளைத் தீர்த்துக்கொள்ளல் ஆகியவை அவை. இன்னொரு தலைப்பில் எதிர்பாராதவைகளான இறப்பு, நோய், திடீர் வருகை ஆகியவை பற்றிய குறிப்புகள் இருந்தன. இங்கு கணக்கு வழக்குகளை உள்ளடக்கிய ஒரு புத்தகம் தத்துவரீதியாகத் திரும்பி மனித வாழ்க்கையின் நிலையில்லாத் தன்மையைப் பேசுகிறது. இந்தச் சோர்வளிக்கும் வழக்கமான குறிப்புகளினிடையே, 1683ல் ஒரு பருவ மழைக்காலத்தில் வங்காளத்திலிருந்து வந்த ஒரு கப்பல் ஜான் ஏல்ஸ்ட்

என்ற வைரவியாபாரியாக விரும்பிய ஒரு சாகஸக்காரரை கொண்டு வந்தது என்பதுபோன்ற செய்திகளும் உண்டு.

கொள்கைசார்ந்த உரையாடல்கள் தொடர்ச்சியாகப் பதிவுசெய்யப் பட்டிருந்தன. ஆளுநரான மகமூத் அலி பெக் அடிக்கடி தொழிற் சாலைக்கு மது, சாராயம், சர்க்கரை ஆகியவற்றைப் பெற வேண்டு கோள் விடுத்தவண்ணம் இருந்தார். தொழிற்சாலை அவருக்குப் பொருட்களை அனுப்பிவைத்தாலும் விலைப்பட்டியலை அனுப்பாமல் நிறுத்திவைத்தது. இந்த வழக்கம் ஒரு நல்லெண்ண நடவடிக்கையாகப் பின்பற்றப்பட்டது. பருவங்கள் மாற்றமடைந்து, குறுக்கு சால் ஓட்டியவர்களின் கப்பல்கள் வந்த உடன், எந்தவிதமான சேவை களுக்காக இந்தப் பரிசுகள் வழங்கப்பட்டன என்பது தெளிவானது.

1683ம் ஆண்டு ஆகஸ்ட் 17ம் தேதி, ஜான் ஸ்மித் தலைமையிலான கான்ஸ்டான்டிநோபிள் என்ற கப்பல் சூறைக்காற்றால் வழி தவறிக் கரை ஒதுங்கியது. அக்கப்பலில் 'ரோட்ரிக்ஸ், டிபோர்ட்டா என்ற இரு யூதர்கள்' இருந்தனர். தொழிற்சாலையின் ஒற்றர்கள் ஜான் ஸ்மித்தும் அவ்விரு யூதர்களும் ஆளுநரைச் சந்திக்கப்போவதாகத் தெரிவித்தனர். தொழிற்சாலையிலிருந்து உடனே ஒரு முகவர்களின் கூட்டம் ஆளுநரின் அவைக்கு அனுப்பப்பட்டு அந்தச் சந்திப்பு தடுக்கப்பட்டது. இது போன்றவர்களைப் பிடிக்கவும் தண்டிக்கவும் ஆளுநரின் உதவி தொழிற்சாலைக்குத் தேவையாக இருந்தது. இது ஒருபுறமிருக்க, ஆளுநர் 'மற்ற வர்த்தகர்களைப் பொருட்படுத்தாமல் கிழக்கிந்திய கம்பெனியின் ஆதரவாளராக இருக்கிறார்' என்ற அவச்சொல் தன்மீது விழுவதை விரும்பாதவராக இருந்தார்.

ஒரு சமயம், அதிகாரிகள் அவருக்குப் பரிசளித்துக் கலகக்காரரைக் கைதுசெய்ய வலியுறுத்தியபோது, எரிச்சலடைந்த மகமூத் அலி அப்பரிசை வாங்க மறுத்து 'நீதிமன்றத்துக்குச் சென்று எல்லாக் கலகக் காரர்களையும் தோற்கடியுங்கள் என்று அறிவுரை கூறினார்'. இந்தப் பின்னடைவுக்குப் பிறகு, ஆட்சிமன்றத்தில் உள்ள அதிகாரிகளுக்கு லஞ்சம் வழங்குமாறு எல்லா இந்திய முகவர்களுக்கும் ஆணை பிறப்பிக்கப்பட்டது.

குறுக்கு சால் ஓட்டியவர்கள் இந்திய வர்த்தகர்களுடனான கிழக்கிந்திய கம்பெனியின் பேச்சுவார்த்தைகளைக் கடினமாக்கினர். 1683ம் ஆண்டு நவம்பர் 20ம் தேதி, பெரும் அளவிலான, தரமற்ற பொருட்களைக் கொடுத்ததற்காக இந்திய விற்பனையாளர்களோடு ஒரு பெரும் விவாதம் நடைபெற்றது. தங்கள் பொருட்களைத் திரும்பப் பெற மறுத்த வணிகர்கள், வேறு வர்த்தகர்களை நாடப்போவதாக மிரட்டினர். மன்றம் உடனே கூடி, தனிப்பட்ட முறையில் இந்தப் பிரச்னையை

விவாதித்து, வணிகர்களின் கோரிக்கையை 'நன்கு ஆராய்ந்த பின்னர்' ஏற்றது. இந்தச் சரணாகதிக்கான காரணத்தை ஊகிப்பது கடினமல்ல. குறுக்கு சால் ஓட்டும் பிற ஐரோப்பியர்களின் கப்பல்கள் அங்கு உலவுகின்றன என்பது ஒற்றர்களால் கண்டறியப்பட்டதே அந்தக் காரணம்.

அன்றாடப் பேச்சுவார்த்தைகளில், ஒப்பந்தத்தை நிறைவுசெய்தலும் பொருட்களின் தரமும் இடம்பெற்றன. கப்பல்கள் பொருட்களை நிரப்புவதற்காகக் காத்திருக்கும்போது, கொள்முதல் ஆணைகளை விரைவாகச் செய்து முடிக்கவேண்டியிருந்தது. ஆனால், வணிகர்கள் 'குறைவான நேரத்தில் ஒரு முதலீட்டுக்கு ஒப்பந்தம் செய்துகொள்ளத் தயங்கினர்' அதிகாரிகளின் வேலை, அவர்களிடம் திறமையான முறையில் பேசி ஒப்பந்தத்துக்குச் சம்மதிக்க வைப்பது. அடிக்கடி, 'முன்னெப்போதும் அறியாத வகையில், பெரிய அளவுத் தொகைக்கு' ஒப்பந்தங்கள் செய்துகொள்ள வணிகர்கள் அஞ்சினர். எனவே, பொருட்களை வழங்கவேண்டிய காலம் வந்தவுடன், கிழக்கிந்திய கம்பெனியின் மன்றம் 'தாமதத்தைப் பற்றித் தங்களது அதிருப்தியை' வெளிப்படுத்த வேண்டியிருந்தது. பிரச்னை ஏற்பட்ட மற்ற விஷயங்கள், பொருட்களின் கட்டமைப்பையும் தரத்தையும் சார்ந்தது. பூ வேலைப்பாடுகள் கொண்ட, சாயம் தீட்டப்பட்ட ஆடைகள் மாதிரிகளாகத்தான் முதலில் அளிக்கப்பட்டன. ஆனால் அவை விலை அதிகமாகவும் 'ஆர்வத்தைத் தூண்டாத, தேவையான வேலைப்பாடுகள் இல்லாமல்' இருந்தன. எனவே நீண்ட பேச்சுவார்த்தைகளும் சொல்லாடல்களும் தேவைப்பட்டன.

ஐரோப்பிய சமூகம்

1720ம் ஆண்டு, பம்பாயில் எடுக்கப்பட்ட கணக்கெடுப்பு ஒன்று, அங்குள்ள தொழிற்சாலையில் எண்பது பணியாட்களும், வர்த்தகர்களும் (அனைவரும் ஆண்கள்) தவிர திருமணமான இருபத்தாறு பெண்களும், எட்டு குழந்தைகளும், ஐம்பது வீரர்களும் இருந்தனர் என்று தெரிவிக்கிறது. இந்த எண்ணிக்கை அதிகமானதாக இல்லாவிட்டாலும், அதில் வேலை நீக்கம் செய்யப்பட்ட படைவீரர்களும், தனிப்பட்ட முறையில் வணிகம் செய்ய ஆரம்பித்த வர்த்தகர்களும், ஒப்பந்தகாலம் முடிந்து வர்த்தகர்களாக அங்கேயே தங்கிவிட்ட பணியாளர்களும் கணக்கெடுக்கப்படவில்லை. மேலும், சமநிலையில் இல்லாத மக்கள் பிரிவுகள் இருந்தன. அக்கால குடிபெயர்ந்த வர்த்தகக் குழுக்களின் நிலையை இது பிரதிபலித்தது. சாரசரிப் பணியாளர் இருபதுகளில் இருந்த இளநிலை அதிகாரியாகவோ உதவியாளராகவோ இருந்தார்.

அதிர்ஷ்டமும் உழைப்பும் இருந்தால், கிழக்கிந்திய கம்பெனியுடனான ஒப்பந்த காலத்தை நோய் நொடியில்லாமல் கழித்தும், தேவையான அளவு பணம் சம்பாதித்தும் நிறைவு செய்து அதன்பின் நிம்மதியான வாழ்க்கைக்காகச் சொந்த ஊர் திரும்பலாம், அல்லது தனி வர்த்தகராக மேலும் செல்வம் சேர்க்கும் வழியை நாடலாம். அதுவரை, அதிகாரிகளுக்கும், அவர் கீழ் வேலை பார்ப்பவர்களுக்குமான உறவு அடக்குமுறை நிறைந்ததாகவே இருந்தது. ஒரு குமாஸ்தாவின் பணிவாழ்க்கை சோர்வளிக்கும் வகையில் இருந்தது.

எனவே, இந்தச் சிறை வாழ்க்கையிலிருந்து வெளியேறி உலகில் சுதந்திர மனிதனாகத் திரியவேண்டுமென்ற ஆவல் அதிகமாக இருந்தது. எல்லைகளுக்கு அப்பால் இருந்ததென்ன? ஐரோப்பிய மாலுமிகளும் படைவீரர்களும் ஐரோப்பிய அதிகாரிகளுக்கு மாறுபட்ட ஒரு சமூகத்தைத் தோற்றுவித்திருந்தனர். இந்த இரண்டு குழுக்களும் அபூர்வமாகவே சந்தித்துக்கொண்டன. மாலுமிகளின் வாழ்க்கை ஒழுங்கில்லாமல் பருவநிலைகளையும் போர்களையும் சார்ந்திருந்தது. கப்பல்கள் பழுது பார்க்கப்படும்போதும், போர் நிலவும் சூழல் இருந்தபோதும், போதுமான ஆட்கள் இல்லாதபோதும், மாலுமிகள் ஒரு தற்காலிகக் குடியிருப்பில் இந்தியாவில் வாழ்ந்தனர். இதுதான் தொழிற்சாலைக்கு வெளியிலான சமூகம்.

மதுவும் மாதுவும் தொழிற்சாலையிலிருந்த உயர் அதிகாரிகளுக்கும், வெளியிலிருந்த ஏழை வணிகர்கள், மாலுமிகள், படைவீரர்கள் ஆகியோருக்குமான சமூக இடைவெளிக்கு அடையாளமாக இருந்தன. மதுவுக்கு எதிரான கொள்கைகளை உடைய இந்தியாவில், ஐரோப்பியர்களுக்கு மதுவகைகளைப் பெறுவதில் தொடர்ந்து சிக்கல்கள் இருந்தன. தொழிற்சாலையின் உயரதிகாரிகள் மதுவகைகளை இறக்குமதி செய்து வந்தனர். மதிரா என்ற மது அடுக்கடுக்காக இந்தியாவில் இறக்குமதி செய்யப்பட்டு உயரதிகாரிகளுக்காக ஒதுக்கப்பட்டது. மற்றவர்கள் இந்தியாவில் தமக்கான மதுவகைகளை வாங்கி வந்தனர். கிடைத்த எதையும் குடிக்குமளவுக்கு அவர்கள் வெறி கொண்டு திரிந்தனர்.

காப்டன் வில்லியம் சிம்சன் *1715*ல் எழுதியதுபோல், ‘பல ஐரோப்பியர்கள் கவர்ச்சியான மதுவகைகளை அளவுக்கு அதிகமாக அருந்தித் தம் வாழ்வை இழந்தனர்’ அவர் குறிப்பிட்டது சூரத்தில் தயாரிக்கப்பட்ட கள்ளை! பதினெட்டாம் நூற்றாண்டின் பிற்பகுதியில், நிலைமை சிறிது முன்னேற்றம் கண்டது. கல்கத்தாவிலும் மற்ற வர்த்தகக் குடியிருப்புகளிலும் கடற்கரையோர மதுபான அருந்துமிடங்கள் திறக்கப்பட்டன. ஆனால் அங்கு வழங்கப்பட்ட மதுவின்

தரம் முன்பு போலவே படுமோசமாக இருந்தது. முக்கியமான பானமாக 'பௌல் பஞ்ச்' என்றழைக்கப்பட்ட சாராயம், வெல்லம், எலுமிச்சைச் சாறு, திராட்சை ரசம் ஆகியவற்றைக் கலந்துசெய்யப்பட்ட பானம் இருந்தது. கப்பல்களுக்குக் காத்திருந்த மாலுமிகளின் மோசமான உடல் நலத்துக்கும் அவர்களது அதிக இறப்பு விகிதத்துக்கும் இந்தப் பானமே காரணமாகச் சொல்லப்பட்டது.

மத்திய கல்கத்தாவிலுள்ள லால்பஸார் பகுதியில், காவல் தலைமையகம் உள்ள இடத்தில், 1770ம் ஆண்டு இத்தாலிய, ஸ்பானிய, போர்ச்சுகீசிய ஆட்களால் சிறிய அளவு மதுபான உணவகங்கள் ஏற்படுத்தப்பட்டன. இந்த இடங்களில் வழங்கப்பட்ட 'சாராயம் படைவீரர்களின் தீயொழுக்கத்தைத் தூண்டியது' இது போன்ற 'சாராய வீடுகளும்' 'போதை வீடுகளும்' ஒழுங்குபடுத்தப்படும் முன்பு, ஹார்மோனிக், யூனியன், ரைட்ஸ் நியூ டாவரன், எக்ஸ்சேஞ்ச், க்ரவுன், ஆங்கர் போன்ற மதுபானம் அருந்துமிடங்கள் கல்கத்தாவின் பன்னாட்டு முகத்தின் பிரதிநிதியாக இருந்தன.

1915ல் பதிப்பிக்கப்பட்ட ஒரு வங்காள மொழிப்புத்தகத்தில் இந்த இடங்களில் ஒன்றின் அழிக்கப்பட்ட முகப்பை இன்றும் பழைய கோலுடொல்லாத் தெருவில் காணலாம் என்று குறிக்கப்பட்டுள்ளது. அதிலுள்ள ஒரு பட்டயத்தில் அது ஆரம்பிக்கப்பட்ட வருடமான 1767 பொறிக்கப்பட்டுள்ளது. மதுபானங்களைப் பரிமாறுவது சட்டத்துக்குட் பட்டதாகவே இருந்தது. அதன்படி 1720லேயே பீபி டொமிங்கோ ஆஷ் என்ற இந்திய-போர்ச்சுகீசியராக நாம் கருதக்கூடிய நபர், கல்கத்தாவில் மதுவிநியோகத்துக்கான உரிமத்தைப் பெற்றிருந்தார். ஆனால் மதுபான அருந்துமிடங்கள், நகரிலிருந்த ஐரோப்பிய பணியாளர் பிரிவைப் போன்றே கெட்ட பெயரைச் சம்பாதித்திருந்தது. மோசமான அடிதடிகளும் கொலைகளும் நிகழுமிடங்கள் அவை. ஐரோப்பிய, இந்தியக் கொள்ளையர்கள் இந்த இடங்களில் தாங்கள் கொள்ளை யடித்த பொருட்களை விற்றதும், அவ்விற்பனையின் போது நிகழ்ந்த தகராறுகளும் வன்முறைக்கான ஒரு காரணம். மதுபானத்தின் தரமும் இந்த தகராறுகளை அதிகப்படுத்தியிருக்கலாம்.

ஐரோப்பியப் பெண்களை மணக்கச் சில பணியாளர்களுக்குத்தான் வாய்ப்பு இருந்தது. உயர் அதிகாரிகளின் மத்தியில்கூட, ஐரோப்பியப் பெண்களின் இருப்பு திருமண உறவுகளைவிட அதிகமான சண்டை களுக்கே காரணமாக இருந்தது. பதினேழாம் நூற்றாண்டில், அதிகாரி களும் பணியாளர்களும் பெண்கள் எந்த இனத்தைச் சேர்ந்தவர்கள் என்பது தொடர்பாக அதிகம் கவலை கொள்ளவில்லை. இந்தியப் பெண்களுக்கு முக்கியத்துவமும், ஐரோப்பிய இனத்தவரிடையே

உள்ளூர் பெண்களைப் பெற போட்டியும் இருந்தது. பிரங்காய்ஸ் பெர்னியர் 1680ல் எழுதியதைப்போல, 'அழகும் சுமுகமான மனநிலையும் கொண்ட இந்தியப் பெண்களை வைத்து போர்ச்சுகீசியர்கள், ஆங்கிலேயர், டச்சுக்காரர்கள் மத்தியில் ஒரு சொலவடை நிலவியது. 'வங்காள சாம்ராஜ்ஜியம் உள்நுழைவதற்கு நூறு வாசல்களைத் திறந்துவைத்திருக்கிறது. வெளியேற ஒன்று கூட இல்லை' என்பதுதான் அது. இந்த ஆர்வம் ஒரு நூற்றாண்டு கடந்தும் அப்படியே இருந்தது.

வங்காளிகளைக் கடுமையாக விமர்சித்த டச்சு அதிகாரி ஜான் ஸ்டாவோரினஸ் (1770) வங்காளப் பெண்களைப்பற்றி மென்மையாகவே குறிப்பிடுகின்றார். அவர்கள் 'சரியான அளவுகளோடும்' 'அசாதாரணமாக வெட்கமில்லாமலும்' இருந்தனர் என்கிறார் அவர். சமகாலத்தைச் சேர்ந்த ஒருவர், இந்தியப் பெண்கள் ஐரோப்பியப் பிரமுகர்களால் அதிகம் விரும்பப்பட்டனர் என்கிறார். ஜெண்டு இனத்தைச் சேர்ந்த பெண்கள் மிகுந்த அழகுடனும், தெய்விக கைகளுடன் உணர்ச்சிகளை வெளிக்காட்டக்கூடிய கண்களுடனும் இருந்தனர் என்று குறிப்பிடப்படுவது (பிலிப் ஸ்டான்தோப் 1784) மற்றோர் உதாரணம். 1780களில் கல்கத்தாவில் வணிகராக இருந்த, பார்த்தலோமியோ பர்கீஸ் உண்மையும் புனைவும் கலந்து 'இந்தோஸ்தான் பெண்களின்' முகத்திரையின் பல்வேறு பயன்பாடுகள்பற்றி ஒரு ஆய்வுக்கட்டுரையே எழுதிவிட்டார்.

மேலே சொல்லப்பட்டவை கற்பனையும் கவித்துவமும் மிகுந்து இருந்தனவே தவிர நிஜம் வேறாகவே இருந்தது. பிராமண, வைசிய இனங்களைச் சேர்ந்த பெண்கள் ஐரோப்பியர்களுக்குக் கிடைக்கவில்லை. 'செல்வம் மிக்க வணிகர்கள் பெண்கள் எட்டு வயதை எட்டும் முன்னே அவர்களுக்கு மணம் செய்து வைத்தனர்'. (தாமஸ் பௌரி 1670) செல்வந்தர்களின் குடும்பங்களைச் சேர்ந்த பெண்களுக்கு வயதாகிவிட்டால், வீடுகளுக்குளேயே பூட்டிவைக்கப்பட்டனர் (வில்லியம் டென்னண்ட்). இந்தியாவில் இருந்த உயர் வகுப்பாளர்கள், அவர்கள் இந்துவாக இருந்தாலும் முஸ்லீமாக இருந்தாலும், தமது உள் சமூக அமைப்பைக் கட்டுக்குள் வைத்திருந்தனர். அங்கே ஐரோப்பியர்கள் அனுமதிக்கப்படவில்லை.

ஐரோப்பியர்களுக்கு இந்தியப் பெண்கள் தேவைப்படும்போது, கரையோர நகர்களுக்கு வந்தனர். 'சுகத்தைத் தரக்கூடிய பெண்கள் ஏராளம் இருக்கக்கூடிய' கல்கத்தாவின் வடக்குப் புறநகர்ப் பகுதியான பாராநகர் 1770ல் பிரபலமாக விளங்கியது. தங்களின் தொழிலுக்காக அவர்கள் டச்சுக் கிழக்கிந்திய கம்பெனி கொடுத்த உரிமத்தையும்

பெற்றிருந்தனர் (ஸ்டாவோரினஸ்). சிலர் நடனப் பெண்களுடன் நட்புக்கொண்டு ‘எரிச்சலூட்டக்கூடிய அவர்களின் இசையையும் சகித்துக்கொண்டனர்’ மற்றவர்கள் வெள்ளை தொழிற்சாலைப் பகுதிகளின் வெளியில் பெருகத் தொடங்கியிருந்த சேரிப்பகுதி களுக்குச் சென்று அங்குள்ள கைவினைத் தொழிலாளர்களிடமும், மற்ற வேலையாட்களிடமும் உறவாடினர். அவற்றில் அதிகமானோர், அங்கிருந்தே தமக்குத் தேவையான பெண்களைத் தேர்ந்தெடுத்தனர்.

1770ல் கல்கத்தாவில் இருந்த ஆங்கில வர்த்தகர் ஒருவரின் தினசரிக் குறிப்பு, முதன்மைப் பணியாளர் எஜமானரது படுக்கையறைக்குக் காலையில் சென்றவுடன் ஒரு பெண் அங்கிருந்து கிளம்பித் தனிப்படிகள் மூலமாகவோ கட்டடத்தை விட்டு வேறு வழியாகவோ வெளியேறினார் என்பதை சர்வ சாதரணமாகக் குறிப்பிடுகிறது.

ஹிந்து சமூகத்தின் கட்டுப்பாடுகளைக் கடந்து செல்ல நடந்த முயற்சிகள், சில உணர்வுபூர்வமான நிகழ்ச்சிகளுக்குக் காரணமாக அமைந்தன. வழக்கறிஞராகவும், சமூகவியலாளராகவும், கல்கத்தாவின் செல்வந்தர்களில் ஒருவராகவும் இருந்த வில்லியம் ஹிக்கி தம் நினைவுக்குறிப்புகளில், அவரது துணைவியை ‘என் சிறிய’ துப்புரவுப் பெண் என்று குறிப்பிடுகிறார். ஆனால் அங்கிருந்த ஆங்கில சமூகத்தில் இத்தகைய தொடர்புகள் இனப்பிரிவினையை கடுமையானதாக ஆக்கின. ஆளும் வகுப்பைச் சேர்ந்த, ஐரோப்பியப் பெண்களை மணம் புரியக்கூடிய உறுப்பினர்கள் இவற்றை அங்கீகரிக்கவில்லை. அவர்கள் மத்தியில் இத்தொடர்புகள் கீழானதாகக் கருதப்பட்டது.

இத் தொடர்புகள் மூலம் பிறந்த குழந்தைகள் பின்னாளில் திறமையான கைவினைத் தொழிலாளர்களாகவும், வர்த்தகர்களாகவும் இருந்தனர். ஆனாலும், பத்தொன்பதாம் நூற்றாண்டின் நடுப்பகுதிவரை அரசு, ராணுவப் பணிகளில் பணிபுரிய அவர்களுக்குத் தடை விதிக்கப்பட்டிருந்தது.

புதிதாக நியமிக்கப்பட்ட மதகுருவின் முதன்மையான வேலைகளில் ஒன்று, கடந்த காலத்தில் நடந்த திருமணத்தை முறைப்படுத்துவதும் குழந்தைகளுக்கு (மனைவிகளுக்கும்) ஞானஸ்நானம் செய்விப்பதும் ஆகும். ஐரோப்பிய மாப்பிள்ளைகளுக்கும் அவர்களது இந்திய உறவினர்களுக்கும் ஆன தொடர்பினை நம்மால் அதிகம் அறிய முடியவில்லை. அதிகாரிகள் அவர்களது இந்திய உறவுகளைத் தள்ளியே வைத்திருந்தனர். ஆனால் பல மாலுமிகளும் படைவீரர்களும் 1700ன் பிற்பகுதியில் ‘கறுப்பர்’ குடியிருப்புகளில் வாழ்ந்தனர்.

இதுபோன்ற தொடர்புகளினால், தொழிற்சாலைப் பகுதியின் சமூகத் தனித்தன்மை பதினெட்டாம் நூற்றாண்டில் வேகமாக மறைந்துவந்தது.

அதிகமான அளவில், ஐரோப்பியர்களும், இந்திய-ஐரோப்பிய கைவினைத் தொழிலாளர்களும், வர்த்தகர்களும், படைவீரர்களும் இந்தியப் பகுதிகளில் வாழ்ந்து வந்தனர். பல ஐரோப்பியர்கள், இந்திய இளவரசர்களிடம் பணிக்கமர்ந்து, அவர்களின் மெய்க்காப்பாளர் களாகச் சேவை புரிந்தனர். அதனால் அரசவை உறுப்பினர்களிடமும் இந்திய வீரர்களிடமும் தொடர்பு ஏற்படுத்திக்கொள்ள வேண்டி யிருந்தது. அதே சமயத்தில், பல ஐரோப்பியப் பெண்களும் 'நாபாப்' களைத் திருமணம் செய்யும் ஆசையில் இந்தியாவுக்குப் பயணம் மேற்கொண்டனர்.

அதிகாரிகளும் நிர்வாகிகளும் ஐரோப்பியப் பெண்களைத் திருமணம் செய்ய அதிக வாய்ப்புப் பெற்றிருந்ததால், இந்தியர்களை மணம்புரிந்த மாலுமிகளும், வர்த்தகர்களும், படைவீரர்களும் இந்திய சமூகத்தின் அருகில் தள்ளப்பட்டனர். இந்த இரட்டைச் சமுதாயம் ஏற்படுத்திய விளைவு பத்தொன்பதாம் நூற்றாண்டில் இந்திய-ஐரோப்பிய சமூகத்தை இனரீதியாகக் கீழ்மைப்படுத்தியது. இந்திய உயர்வகுப் பினரைப் போலவே, ஐரோப்பிய ஆளும் வகுப்பைச் சேர்ந்தவர்கள், தங்களுக்குக் கீழான, அதாவது வெள்ளையரல்லாத வகுப்பைச் சேர்ந்தவர்களைத் திருமணம் செய்த வெள்ளையர்களைச் சமூகத்தி லிருந்து ஒதுக்கி வைத்தனர். தவறிழைத்த பெண்கள் என்று இருந்தது தலைகீழாகி, ஆயிரக்கணக்கான தவறிய ஆண்கள் என்ற புது வகுப்பை இது சமூகத்தில் உருவாக்கியது. சுத்தமான உறவுகள் மூலம் பிறந்தவர் களுக்கு ஒதுக்கப்பட்ட உயர்வகைப் பணிகள் மற்றவர்களுக்கு மறுக்கப் பட்டு சமூகத்தில் அவர்களின் தாழ்ந்த நிலையை உறுதி செய்தது.

இந்திய-ஐரோப்பிய சமூக வரலாற்றாசிரியர்கள் (பெர்சிவல் ஸ்பியர், பி.ஜே. மார்ஷல், அண்மையில் துர்பா கோஷ்) ஐரோப்பாவின் இனம் சார்ந்த கருத்துக்களின் அடிப்படையிலேயே அணுகி வந்திருக் கின்றனர். ஆனால், இந்தியக் கருத்துகளான தூய்மையும் தீண்டா மையும் பழைய, அதே சமயம் இனம் என்னும் கருத்தாக்கத்துக்குச் சற்றும் குறைவில்லாத வலுவான உணர்வுகளாகவே இருந்திருக் கின்றன. இக் கலப்பு சமூகத்தில் ஏற்றத்தாழ்வுகளை உருவாக்குவதில் இந்தக் கருத்துகள் ஏற்படுத்திய விளைவுகள் பற்றி இன்னும் ஆராயப் படவில்லை.

7. கூட்டாளிகளும் முகவர்களும்

1650லிருந்து 1850வரை ஐரோப்பிய வணிகர்களுடன் நெருங்கிய தொடர்பு வைத்திருந்த இந்திய வணிக, வர்த்தகர்களுள், ஐந்து குழுக்களை முக்கியமாகக் குறிப்பிடவேண்டும். பெரும் வங்கி நிறுவனங்கள், வர்த்தகர்கள் மற்றும் கப்பல்கட்டும் தொழிலில் ஈடுபட்டவர்கள், கிழக்கிந்திய கம்பெனியின் அதிகாரிகள் மற்றும் முகவர்கள், கைவினைத் தொழிலாளர்கள், ஐரோப்பிய தனி வர்த்தகர்களின் இந்தியக் கூட்டாளிகள் ஆகியோர் அதில் அடங்குவர். தவிர போக்குவரத்துத் தொழிலில் ஈடுபட்ட படகோட்டுபவர்கள், வண்டியோட்டிகள் மற்றும் ஐரோப்பியர்களுடன் வணிகத்தில் ஈடுபட்ட மற்றவர்களும் இருந்தனர். இந்தக் குழுக்களைப் பற்றி அதிகம் தெரியவரவில்லை.

இந்தியாவில் இருந்த கிழக்கிந்திய கம்பெனியின் முக்கிய கூட்டாளிகளும் முகவர்களும் யார் யார்?

வங்கியாளர்கள்

பதினேழாம் நூற்றாண்டில் நகர்புறத்திலிருந்த பிரபலமான பண முதலாளிகளில் வங்கியாளர்களும் நாணய மாற்று வியாபாரிகளும் அடங்குவர். இவர்கள் ஷ்ராப், கொத்திவால், மகாஜன், பேதிஸ் என்று பல பெயர்களால் அழைக்கப்பட்டனர். அக்கால இந்தியாவில் பணம் அதிகமாகப் புழங்காததால், அவர்கள் செல்வந்தர்களாக இருந்ததில் ஆச்சரியம் ஒன்றும் இல்லை. இதில் சில நிறுவனங்கள், வைப்புத் தொகை வங்கிகளாகச் செயல்பட்டு கிழக்கிந்திய கம்பெனிக்குத் தேவையான நிதி உதவியைப் பெற்றுத்தரும் தரகர்களாக இருந்தனர். இந்தியப் பொருட்களுக்கு ஈடாக ஸ்பெயினின் வெள்ளிக்காசுகள்

இறக்குமதி செய்யப்பட்டு வந்தன. அதை நாணயமாற்று செய்வதற்காக வங்கியாளர்கள் ஒரு தொகையை வசூலித்தனர். சில சமயம் பெசோ இந்தியப் பணத்துக்கு நேரடியாக மாற்றம் செய்யப்பட்டது. தங்கள் கையிருப்பு கரைந்தபோதும் ஒரு நாட்டின் நாணயத்தை இன்னொரு நாட்டின் நாணயமாக மாற்றும்போதும் வட்டிக்குப் பணம் கொடுப்பவர்களிடமிருந்து கிழக்கிந்திய கம்பெனி கடன் வாங்கியது. பதினெட்டாம் நூற்றாண்டில், வங்காளத்தில் ஈட்டப்பட்ட லாபமும் வருமானமும் மற்ற கிளைகளுக்கு 'உண்டி' என்று அழைக்கப்பட்ட வங்கியின் வரைவுக் காசோலை மூலமாக அனுப்பப்பட்டன. இந்த உண்டி சந்தையில் அதிகமாக ஈடுபட்டவர்கள் இந்திய வங்கியாளர்கள்.

ஆங்கில ஆட்சியின் ஆரம்பம் இந்தக் குழுவில் ஒரு மாறுபட்ட விளைவை ஏற்படுத்தியது. நாடு முழுவதும் நாணயங்கள் ஒரே சீராக மாற ஆரம்பித்ததால், நாணய மாற்றுக்கும் பரிமாற்றங்களுக்கும் பிரிட்டிஷார் இவர்களை நாடும் அவசியம் குறைந்தது. வங்காளத்தைச் சேர்ந்த ஜகத் சேத் போன்ற பிரபலமான வங்கியாளர்கள் கிழக்கிந்திய கம்பெனியின் ஆட்சியில் தங்களது முக்கியத்துவம் குறைந்து வருவதை உணர்ந்தனர். மாறாக, பிரிட்டிஷ் ஆட்சியின் கீழ் வந்த புதிய பகுதிகளில் சொத்துக்கள் பாதுகாப்பாக இருந்ததால், வர்த்தகமும் நிதிப் பரிமாற்றங்களும் வளர்ச்சியடைந்தன. பனாரஸ் நகர் கிழக்கிந்திய கம்பெனியால் 1775ம் ஆண்டு கையகப்படுத்தப்பட்டது இதற்கு ஒரு நல்ல உதாரணம். அது அந்நகரின் வணிக முக்கியத்துவத்தையும் பணப்பட்டுவாடா செய்பவர்களின் முக்கியத்துவத்தையும் அதிகரித்தது. இந்த மறைமுக உந்துதல் பனாரஸ் போன்ற சிறு நகரங்களில் மட்டுமல்லாது, மூன்று முக்கிய நகரங்களான பம்பாய், சென்னை, கல்கத்தா போன்ற நகரங்களிலும் வணிக வளர்ச்சிக்கு வித்திட்டது.

வர்த்தகர்கள்

இந்திய ஐரோப்பிய வர்த்தகத்தின் வளர்ச்சி இந்திய வர்த்தகர்களை பதிலீடு செய்திருக்கவில்லை. உண்மையில் நேர்மாறான விளைவுகளையே உருவாக்கியது. ஐரோப்பியர்கள் அமைத்த துறைமுக நகரங்கள் ஒன்றுக்கொன்று தொலை தூரத்தில் இருந்தன. கிழக்கிந்திய கம்பெனியின் சொந்தக் கப்பல் போக்குவரத்து இந்தத் துறைமுகங்களுக்கிடையிலும் அவற்றுக்கும் உபயோகமான பொருட்கள் கிடைக்கும் மற்ற சிறு கடலோர சந்தைகளுக்கிடையிலும் தேவையான தொடர்பை ஏற்படுத்த இயலவில்லை. நாட்டுப்புற வர்த்தகம் என்றழைக்கப்பட்ட இந்தத் துணை வர்த்தகத்தில், ஏராளமான இந்தியர்களும் ஐரோப்பியர்களும் ஈடுபட்டனர். பதினெட்டாம்

நூற்றாண்டின் பிற்பகுதியில் கிழக்கிந்திய கம்பெனி தன்னுடைய வர்த்தக நடவடிக்கைகளைக் குறைத்துக் கொண்டபோது, இந்த வர்த்தகர்கள் இந்திய- சீன வர்த்தகத்துக்கு இடம் பெயர்ந்தனர்.

ஐரோப்பியர்களின் வருகையினால் பலனடைந்த வர்த்தகர்கள் மற்றும் கப்பல் கட்டுபவர்களிடையே முதன்மையானவர்கள் பார்ஸிக்கள். 1600ம் ஆண்டுக்கு முன்பு விவசாயிகளாகவும் கைவினைத் தொழிலாளர்களாகவும் தெற்குக் குஜராத்தின் கடற்கரை நகர்களில் குடியேறினர். ஐரோப்பிய வர்த்தகம் அவர்களில் சிலரை சூரத்தில் குடியேற வைத்தது. பம்பாய் வளரத் தொடங்கியவுடன், அதில் சில முக்கிய பார்ஸிக் குடும்பங்கள் பம்பாய்க்கு இடம் பெயர்ந்தன. பின் வந்த பத்தாண்டுகளில் இந்த இனத்தைச் சேர்ந்தவர்கள் வர்த்தகம், சமூகம், கலாசாரத்துறைகளில் முத்திரை பதித்தனர். அவர்களுள் இருந்த தொழில்முனைவோரில், பத்தொன்பதாம் நூற்றாண்டில் பம்பாயில் கப்பல் கட்டுபவர்களாக இருந்த ப்ராம்ஜி கோவாஸ்ஜி பனாஜி மற்றும் ருஸ்தம்ஜி கோவாஸ்ஜி, பல ஆலைகளைத் தன்வசம் வைத்திருந்த தின்ஷா பெட்டிட் நிறுவனத்தின் ஸ்தாபகர் நாஸர்வான்ஜி கோவாஸ்ஜி போமன்ஜி, தாதாபாய் நவ்ரோஜியுடன் சேர்ந்து லிவர்பூலில் வர்த்தக நிறுவனமொன்றை அமைத்த கே. ஆர். காமா ஆகியோர் இருந்தனர்.

பார்ஸி இனத்தைச் சேர்ந்த கப்பல் கட்டுபவர்கள், கடற்கரையோர வர்த்தகர்கள் ஆகியோரின் பொற்காலம் பதினெட்டாம் நூற்றாண்டின் இறுதியில் ஆரம்பித்து பத்தொன்பதாம் நூற்றாண்டுவரை தொடர்ந்தது. வர்த்தகத்தைத் தவிர சீனாவுடனும் பர்மாவுடனும் நடந்த போர்களில் ராணுவத்துக்குத் தேவையான உணவுப் பொருட்களைக் கொடுப்பதிலும் அவர்கள் ஈடுபட்டது அவர்களுக்கு மேலும் உதவி செய்தது. ஐரோப்பாவில் ஓக் மர விலைகள் உயர்ந்ததால், பர்மா, மலபார் ஆகிய இடங்களில் கிடைத்த தேக்கு மரம் மலிவான விலையில் கப்பல் கட்ட உதவியது.

கடற்கரையோர மர வியாபாரத்தில் ஐரோப்பியர்களைவிட பார்ஸிக்கள் கைதேர்ந்தவர்களாக இருந்தனர். கிழக்கிந்திய கம்பெனியின் சாசனம் 1833-ல் நிறைவடைந்தபோது, பல பெரிய கப்பல்கள் தள்ளுபடி விலையில் பார்ஸிக்களுக்கு விற்கப்பட்டன. அது கடல் வணிகத்தை வளர்க்க உதவியது. எல்லாவற்றுக்கும் மேலாக, கப்பல் கட்டுமானத் தொழில் இந்தியக் கப்பல் கட்டுபவர்களின் திறனைச் சார்ந்திருந்தது. சராசரியாக ஐரோப்பியக் கப்பல்களைவிட அளவு குறைந்திருந்தாலும், நீண்ட நாள் உழைக்கக்கூடியதாக இந்தியக் கப்பல்கள் இருந்தன.

பம்பாயோடு ஒப்பிடும்போது மதராஸிலும் கல்கத்தாவிலும் கப்பல் கட்டும் தொழில் அவ்வளவாக வளர்ச்சியடையவில்லை. ஆனால்,

உள்நாட்டு வர்த்தகம் இந்த நகரங்களில் நன்கு வளர்ச்சி அடைந்திருந்தது. சோழமண்டலக் கரையில், கிழக்கிந்திய கம்பெனியுடன் வர்த்தகத்தில் ஈடுபட்டவர்களில் அதிகமானோர் தெலுங்கு வர்த்தகர்கள். தெலுங்கு அரச பரம்பரையினர் தெற்கில் தங்களை நிலை நிறுத்திக் கொண்டதை அடுத்து இவர்கள் தெற்கு நோக்கிக் குடிபெயர்ந்தனர். அவர்களில் பலர் மதராஸிலும், மற்றவர்கள் பாண்டிச்சேரியிலும் குடியேறினர். தெற்கு தக்காணத்தில் நிலவிய குழப்பமான நிலை நெசவாளர்களையும் வர்த்தகர்களையும் நகர்ப் புறங்களில் குடியேற வைத்தது. நெசவாளர்களின் குடியிருப்பான சிந்தாதிரிப்பேட்டை 1730ல் குடியேற்றம் நிகழ்ந்த பகுதியாகும். இந்த வர்த்தகர்கள் சொந்தமாகவும் ஐரோப்பியர்களின் சார்பாகவும் வர்த்த கத்தில் ஈடுபட்டு வந்தனர்.

பார்ஸிக்களைப் போலவே, இந்திய ஐரோப்பிய வர்த்தகத்தில் தங்களுக்கு இருந்த வலுவான இடத்தை வைத்து முன்னேறிய மற்றொரு இனம் ஆர்மீனியர்கள். அவர்களுடைய தளமான ஜுல்பா இஸ்ஃபஹானிலிருந்து பதினாறு பதினேழாம் நூற்றாண்டுகளில் ஆர்மீனிய வர்த்தகர்கள் இந்தியா வந்தனர். வர்த்தகர்கள் என்ற அவர்களது மதிப்பு அவர்களை வர்த்தக நகரில் குறிப்பிடத்தக்க குடிமக்களாக ஆக்கியது. மதராஸில் ஆர்மீனியக் குடியிருப்பு 1700ல் ஏற்பட்டது. பதினெட்டாம் நூற்றாண்டில் பாரசீகத்தில் தமக்கு இருந்த தொடர்புகளைப் பயன்படுத்தி அவர்கள் பாரசீகக் கரையில் கடற்கரையோர வர்த்தகத்தையும் உள்நாட்டு வர்த்தகத்தையும் மாறி மாறி மேற்கொண்டுவந்தனர். மணிலாவிலிருந்து மதராஸுக்கு வெள்ளியையும் கொண்டுவந்தனர்.

வங்காளி, பார்ஸி, குஜராத்தி, மார்வாரி ஆகியோரின் வணிகத்தை ஈர்த்துக்கொண்டு, தனியார் நிறுவனங்களின் சோலையாக கல்கத்தா வளர்ந்துவந்தது. கல்கத்தாவில் கிழக்கிந்திய கம்பெனியின் மீது மராத்தியர்களின் தாக்குதல் ஏற்படும் அபாயம் இல்லையென்பதால், பதினெட்டாம் நூற்றாண்டின் மத்தியில் முதலீட்டாளர்களுக்கும் தொழில் முனைவோர்களுக்கும் அது ஒரு பாதுகாப்பான தொழில் பகுதியாக விளங்கியது. அங்கு முதலில் குடியேறிய செல்வம்மிக்க வணிகர்களுள் ஆடை தயாரிப்பாளர்களான 'சேத்'களும் 'பஸக்'களும் இருந்தனர். இவற்றில் சில குடும்பங்கள் சப்தக்ராமிலிருந்த ஆற்றுத் துறைமுகங்கள் மணல் படிய ஆரம்பித்ததால் அங்கிருந்து கல்கத்தா வந்து குடியேறியவர்கள். முதலில் இப்படி வந்த குடும்பங்கள் 'ஜங்கல்கட்டா', அதாவது காட்டை அழித்தவர்கள் என்று அழைக்கப் பட்டனர். கல்கத்தாவிலுள்ள பழமையான இடங்கள், சந்தைகள், ஸ்நான கட்டங்கள் (ஸொவாபஸார், வைஷ்ணப்கட்டா, புர்ராபஸார்)

ஆகியவை இந்த வர்த்தகர்களின் பெயரில் அமைந்தவை அல்லது அவர்களால் ஆரம்பிக்கப்பட்டவை.

பதினெட்டாம் நூற்றாண்டின் இறுதிக் கால்பகுதியில் சுவர்ணபனிக் இனத்தைச் சேர்ந்த வங்காள வணிகர்கள் வர்த்தகத்தில் முக்கியத்துவம் பெற்றனர். உதாரணமாக, நேமிசரண் தே முல்லிக், ராமகிருஷ்ண முல்லிக், கங்காபிஷ்ணு முல்லிக் ஆகியோர் ஓப்பியத்திலும், உப்பிலும் வணிகம் செய்து பெரும் பொருள் ஈட்டினர். அது பார்ஸி வணிகர்கள் அளவுக்குப் பெரிதாக இல்லாவிட்டாலும், வெற்றிகரமாகவே நடை பெற்றது. பத்தொன்பதாம் நூற்றாண்டின் முக்கிய இந்திய வணிகர்களில் கூட்டமைப்பு மேலும் விரிவடைந்து வர்த்தகத்தில் முன் அனுபவம் இல்லாதவர்களைக்கூடத் தம்முடன் இணைத்துக்கொள்ளத் தொடங்கியது. ஏழ்மையில் இருந்து கோடீஸ்வரர்களான சிலரில் குறிப்பிடத்தக்க வர்கள் ப்ரான்க்ருஷ்ண லஹா, மதிலால் சீல் ஆகியோராவர்.

ஒரு கடைநிலை ஊழியராகப் பணிபுரிந்து தம் வாழ்வில் உயர்ந்த ராம்துலால் தே-வின் வாழ்க்கை இங்கு குறிப்பிடத்தக்க ஒன்றாகும். ராம் துலால் ஒரு வங்காள வர்த்தகர், கொடையாளர், சமூகத் தலைவர்களில் ஒருவர். கல்கத்தாவில் காலனியாட்சியின் ஆரம்பத்தில் உருவான பெரிய கல்வி நிறுவனங்களில் ஒன்றான, ஹிந்து கல்லூரியின் புரவலர். அது பின்னாளில் பிரெசிடென்சி கல்லூரியாகப் பெயர் மாற்றம் பெற்றது. மேற்கு வங்காளத்தில் 1740-ல் மராத்தியர்கள் நடத்திய தாக்குதலில் அனைத்தையும் இழந்த அவரின் பெற்றோர் கல்கத்தாவுக்குக் குடிபெயர்ந்து ஏழ்மையில் வாழ்ந்து வந்தனர்.

ஐரோப்பிய வர்த்தகர்களுக்கு பொருட்களை வழங்கி வந்த நிறுவன மொன்றில் தமது பதின்ம வயதில் குமாஸ்தா வேலையில் சேர்ந்தார் தே. ஒரு பணியாளராக இருந்தபோதிலும், அவருக்குத் தொழில்முனை வோருக்குரிய திறனும் அசாதாரணமான துணிச்சலும் இருந்தது. ஒருநாள் காட்டுவழியே கையில் அதிகப் பணத்துடன் சென்று கொண்டிருந்த போது, அவரை திருடர்கள் வழிமறித்ததும் அவர்களிட மிருந்து அவர் எப்படி பைத்தியம் போல நடித்துத் தப்பினார் என்பதும் இன்றும் வங்காளத்தில் சிறுவர்களுக்கு கதையாகச் சொல்லப்படுகிறது. 1790ல் தே அடைந்த அதீதமான வளர்ச்சிக்கு, அவர் கல்கத்தாவிலிருந்த அமெரிக்க வர்த்தகக் கப்பல்களின் முதன்மை முகவராக இருந்தது ஒரு காரணம். ஃபிலடெல்பியாவைச் சேர்ந்த வர்த்தகர்கள் ஒரு கப்பலுக்கு ராம்துலால் என்று பெயரிட்டு அவரைக் கௌரவப்படுத்தினார்கள்.

சில விதிவிலக்குகளைத் தவிர, வங்காள வர்த்தகர்கள் அனைவரும் தங்களுக்குக் கிடைத்த லாபத்தை நிலங்களில் முதலீடு செய்தனர். இதன் காரணமாகத்தான், 1840ல் ஏற்பட்ட வர்த்தகப் பின்னடைவின் போது,

வர்த்தகத்திலிருந்து சிலர் விலகி முழுநேர நிலச்சுவான்தாரர்களாக மாறிவிட்டனர்.

முகவர்களும் அதிகாரிகளும்

பத்தொன்பதாம் நூற்றாண்டின் முதல் பத்து ஆண்டுகள்வரை, சில இந்திய அதிகாரிகளைத் தகவல்கள் தருவதற்காக கிழக்கிந்திய கம்பெனி பணியிலமர்த்தியது. அவர்கள் நடப்பு அரசியல் நிலைமையைப் பற்றித் தகவல்கள் தந்துகொண்டிருந்தனர். வாக்யானவிஸ், ஹ'ர்குர்ரா, வக்கீல் என்றெல்லாம் அழைக்கப்பட்ட அவர்களின் முக்கியத்துவம் ஐரோப்பிய வணிகத்தில் மறைமுகமானதாகவே இருந்தது. ஆங்கில மராத்தியப் போர்கள் 1818ல் முடிவுக்கு வந்தபோது அதுவும் குறையத் தொடங்கியது. அதன்பின், சமஸ்தானங்களில் நடைபெற்றவற்றைப் பற்றிய அக்கறை கிழக்கிந்திய கம்பெனிக்குக் குறையத் தொடங்கியது. அவற்றை நேரடியாகவே உள்ளூர்ப் பிரதிநிதிகள் கண்காணித்து வந்தனர்.

சம்பளத்துக்கு அமர்த்தப்பட்ட முகவர் மிகவும் முக்கியமான நபர். பொருட்களை வாங்கித் தரும் பொறுப்பில் இருந்தார். கிழக்கிந்திய கம்பெனி தன்னுடைய நடவடிக்கைகளை இந்தியாவில் ஆரம்பித்த போது, தலைமை முகவர்களாக, உள்நாட்டு அரசவையில் செல்வாக்குள்ள, சக்தி வாய்ந்த அரசப் பிரதிநிதிகள் இருந்தனர். சோழ மண்டலத்தில், இவர்கள் ஒரு சிறு படைக்குத் தளபதியாக இருந்தனர். அந்தப் படையை வைத்துக்கொண்டு, பலவீனமான அரசர்களுக்கு நிலவரியை மக்களிடம் இருந்து வசூலித்துக் கொடுத்தனர். மதராஸ், பம்பாய், கல்கத்தா ஆகியவை உருவான பின்னர், இத் தரகர்களின் இயல்பு மாறிப்போனது. அவர்கள் செல்வந்தர்களாக, இந்தியச் சந்தையில் நல்ல மதிப்பு உள்ளவர்களாக இருந்தனர். இந்தியக் கடற்கரையில் ஏற்கனவே குடியேறிய வர்த்தகக் குழுக்களிலிருந்தே அவர்களும் தேர்வு செய்யப்பட்டனர்.

கல்கத்தாவிலிருந்த கிழக்கிந்திய கம்பெனியின் முகவர்கள் சேத், பசாக் ஆகிய குடும்பங்களிலிருந்து தேர்வுசெய்யப்பட்டனர்; முர்ஷிதாபாத்தில் இருந்தவர்கள் வட இந்திய வணிகர்கள், மதராஸில் தெலுகு வணிகர்கள், சூரத்தில் இருந்த தலைமை முகவர்கள் பார்ஸி இனத்தைச் சேர்ந்தவர்களாக இருந்தனர்.

பலதரப்பட்டவர்கள் முகவர்களாக இருந்தபோதிலும் அவர்களை இரு பிரிவாகப் பிரிக்கலாம். ஒருவகையினர் ஐரோப்பிய அதிகாரிகளுக்கு காரியதரிசியாக இருந்த துபாஷ் (துபாஷியா அல்லது மொழி பெயர்ப்பாளர்) என்று சோழமண்டலத்திலும், பன்யன் என்று

வங்காளத்திலும் அழைக்கப்பட்டவர்கள். இரண்டாவது வகை, தலைமை வர்த்தகர்களாக இருந்த, கிழக்கிந்திய கம்பெனி பொருட்களைக் கொள்முதல் செய்ய உதவும் தரகர்கள். பலசமயங்களில் இந்த இரு பணிகளும் ஒருவரால் செய்யப்பட்டன.

இந்தியர்களுடனான அனைத்து நடவடிக்கைகளிலும் ஒருவரை மற்றவர்களைவிட அதிக உயரத்தில் வைக்க ஐரோப்பியர்கள் விரும்பினர். இது ஒப்பந்தங்களை எளிமையானதாக்கினாலும், ஆர்வம் மிக்க, லட்சியங்களை உடைய பல வர்த்தகர்களை வருத்தப்பட வைத்தது. அப்போதைய நாட்குறிப்புகளும், கன்சல்டேஷன் புத்தகங்களும், பெரிய மற்றும் சிறிய வர்த்தகர்களிடையே தரகுக் கூலி எவ்வாறு பிரிக்கப்படவேண்டும் என்பதைப் பற்றி நடைபெற்ற கணக்கிலா சச்சரவுகளைப்பற்றிக் கோடிகாட்டுகின்றன.

அத்தகைய துபாஷிகளில் முக்கியமானவராக, பிரஞ்சுக்காரர்களின் முகவர்களில் ஒருவர் இருந்தார். இது ஆங்கில வரலாற்றாசிரியர்களுக்கு ஏமாற்றத்தை அளிக்கலாம். ஆனந்தரங்கம் பிள்ளை என்ற அவர் ஒரு நாட்குறிப்பையும் எழுதிவைத்திருந்தார். அதில் பெரும்பகுதி உறவினர்களையும் குடும்பத்தையும் பற்றி விவரிக்கிறது. ஐரோப்பியர்களுடன் பணிபுரிவது பற்றிய நன்மை தீமைகளையும் பிள்ளை அதில் விளக்குகிறார். 1740-ல் பிரஞ்சுக் கிழக்கிந்திய கம்பெனியின் சரிபாதி வர்த்தகம் அவர் மூலமாகத்தான் நடைபெற்றது. தவிர முக்கிய அதிகாரிகளின் தனி வர்த்தகத்தையும் அவரே கவனித்து வந்தார்.

அவருடைய வார்த்தைகளின்படிப் பார்த்தால், இந்த நடவடிக்கைகளை மேற்கொள்ள அதிக எண்ணிக்கையிலான ஒப்பந்தத் தொழிலாளர்களை அவர் நியமிக்க வேண்டியிருந்தது. அதனால் அவருக்கு வந்த லாபத்தொகையும் குறைந்தது. இருந்தாலும், 'குமரி முனையிலிருந்து வங்காளம் வரை,...கோல்கொண்டா, தவிர மைசூர், அங்கெல்லாம் (அவருக்கு) நண்பரல்லாதவர் யாருமில்லை, (அவருடைய) காசோலைகளையும், முறிகளையும் ஒப்புக்கொள்ளாதவர் யாருமில்லை.' அப்போதிருந்த எந்த ஒரு இந்திய நிறுவனத்தையும் விடப் பன்மடங்கு பெரிய நிறுவனத்துடன் உடன்படிக்கை வைத்துக் கொள்வது இந்திய வர்த்தகர்களுக்கு பெரும் கௌரவத்தைக் கொடுத்தது, அதன்மூலம் அதிக லாபம் வராவிட்டாலும்கூட.

இருந்தாலும் கிழக்கிந்திய கம்பெனிக்கும் முகவர்களுக்குமான உறவு அவ்வளவு சுமுகமாக இல்லை. ஒருவரையொருவர் சார்ந்து இருப்பதிலும் நம்பிக்கையின்மையிலும் அந்த உறவு தொடர்ந்தது. எளிதாகவும் திரும்பத் திரும்பவும் அந்த உறவு மோசமான நிலையை

அடைந்துகொண்டிருந்தது. அதற்குப் பல காரணங்கள் இருந்தன. அதில் ஒன்று பிள்ளை சொன்னதுபோல், அதிகமான ஒப்பந்தக்காரர் களைப் பணியில் வைத்துக்கொண்டிருந்ததால் அதிக சம்பளம் கொடுக்கவேண்டியிருந்தது.

மற்றொரு சிக்கலான விஷயம் கிழக்கிந்திய கம்பெனியிடமிருந்து கடன் வாங்கிய இந்திய வர்த்தகர்கள் இறந்துவிட்டால் அந்தக் கடனை எப்படி வசூலிப்பது என்பதில் பிரச்னை ஏற்பட்டது. இந்திய வழக்கப் படி, அது போன்ற கடன்களை யார் திருப்பிக் கொடுப்பது என்பது விவாதத்துக்குரியது. ஐரோப்பிய சட்டங்களின்படி, அந்தக் கடமை அடுத்த தலைமுறை வாரிசுகளையே சாரும். எனவே, இந்தக் கடன் களை முன்வைத்து அடிக்கடி தகராறுகள் நடந்தன. ஹுக்ளியிலும் மசூலிப்பட்டினத்திலும் கிழக்கிந்திய கம்பெனி உள்ளூர் அரசர்களுடன் சுமுக உறவைப் பேணாதபோது, அங்குள்ள வர்த்தகர்கள் சங்கடத்துக்கு ஆளாயினர்.

1678 -79 ம் ஆண்டு, மசூலிப்பட்டினத்தின் துபாஷ் கோலா வேங்கடாத்ரி கோல்கொண்டா அரசருடன் ரகசிய உடன்பாடு ஒன்றைச் செய்து கொண்டார். இதை அறிந்த ஆங்கிலேயர்கள் அவரைச் சிறை யிலடைத்தனர். பல்வேறு இனங்களைச் சேர்ந்த தரகர்கள் கிழக்கிந்திய கம்பெனியுடனான தமது செல்வாக்கைப் பயன்படுத்தி ஒருவரை யொருவர் மட்டம்தட்ட முயற்சி செய்தனர். சூரத்திலிருந்த பார்ஸி மற்றும் இந்து வர்த்தகர்களின் போட்டி கிழக்கிந்திய கம்பெனியைச் சுற்றியே இருந்தது. பம்பாய் மன்றத்துக்கும் சூரத்திலிருந்த முன்னணி ஹிந்து வர்த்தகரும் 1730ல் கிழக்கிந்திய கம்பெனியின் தரகருமான ஜகன்னாத் லால்தாஸுக்கும் இடையே கடன் தொடர்பான ஒரு பிரச்னை வந்தபோது, லால்தாஸ் சூரத்தை விட்டு தப்பியோடி பேஷ்வாக்களுடைய பகுதியில் தஞ்சம் புகுந்தார். சூரத்தில் இருந்த பார்ஸி போட்டி வணிகர்கள்தான் இந்தத் தகராறைத் தூண்டிவிட்டனர்.

எல்லாவற்றையும்விட, முகவர்களை அதிகமாகச் சார்ந்திருந்ததுதான், கிழக்கிந்திய கம்பெனியின் அதிகாரிகளைத் தொடர்ந்து பதற்றமான மனநிலையில் வைத்திருந்தது. முகவர்கள், ஒருபுறம் உள் ஒப்பந்தக் காரர்களையும் நெசவாளர்களையும் கடுமையாக நடத்தினர். மறுபுறம் சந்தர்ப்பம் கிடைத்தபோதெல்லாம், ஆங்கிலேயரை ஏமாற்றி வந்தனர். புதிதாகத் தேர்ந்தெடுத்தவர்களுக்கு லண்டனில் கொடுக்கப்பட்ட அறிவுரை 'கடமையை அவர் சரிவரச் செய்துவந்தாலும் அவரை மேலே உயர்த்தி உன்னுடைய எஜமானனாக ஆக்காதே' என்பதுதான். ஆனால், லண்டனிலிருந்து, இந்த நடைமுறையை அதிகம் சீர்செய்ய இயல வில்லை. முகவர்களின் அவசியம் அதிகமாக இருந்தது, அவர்களுக்கு

ஆங்கில அதிகாரிகளின் உதவியும் அவர்களின் இனத்தவரின் ஆதரவும் இருந்ததுதான் இதற்குக் காரணம்.

பிரிட்டிஷாரின் இந்த இயலாமை, ஒட்டு மொத்த முகவர்களைப்பற்றித் தடித்த வார்த்தைகள் கூறுவதில் போய் முடிந்தது. 'செல்வந்தர்களான அவர்கள் புரிந்துகொள்ள முடியாதவர்களாக, தீயவர்களாக, அதே சமயம் அதிகாரம் மிக்கவர்களாக, லஞ்சம் கொடுக்கக்கூடியவர்களாக, பிரித்தாளக்கூடியவர்களாக இருந்தனர். மேலும் கொடியவர்களாக, அவர்களை எதிர்ப்பவர்களைக் கொடிய செயல்கள் மூலம் ஒழித்துக் கட்டக்கூடியவர்களாக, வெட்கம் இல்லாதவர்களாக, மனச்சாட்சிக்கு பயப்படாதவர்களாகவும் இருந்தனர்' என்று 1600ன் பிற்பகுதியில் சூரத்தின் அதிகாரி ஒருவர் எழுதியிருக்கிறார். 'துபாஷ்' என்ற வார்த்தைக்கு இரு மொழிகளில் வல்லவர் என்ற அர்த்தத்துக்குப் பதிலாக இரு முகங்களை உடையவர் என்று துபாஷிகளின் சில ஆங்கில நண்பர்கள் குறிப்பிட்டிருக்கின்றனர்.

இந்தச் சிக்கலான உறவைச் சித்திரிக்கச் சிறந்த உதாரணம், சோழ மண்டலத்தின் பிரதான துபாஷான காசி வீரண்ணாவோடு கிழக்கிந்திய கம்பெனி கொண்டிருந்த உறவுதான். 1661 - 90 வரையான கன்சல்டேஷன் புத்தகங்களில் வெரோனா என்று குறிப்பிடப்படுகிறார். போக்குவரத்து, பொருட்களைக் கொள்முதல் செய்தல், பொருட்களை ஏற்றி இறக்குதல், சுற்றித்திரியும் படகோட்டிகளை மீண்டும் கொண்டு வருவது, ஒப்பந்த விலைகளில் தள்ளுபடி கொடுப்பது தொடர்பான பேச்சுவார்த்தைகள், மதராஸில் வரி வசூலித்தல் போன்ற எந்த நடவடிக்கைகளையும் கிழக்கிந்திய கம்பெனியால் வீரண்ணாவின் உதவியில்லாமல் மேற்கொள்ள முடியவில்லை.

அவரும் சாதாரண மனிதரல்ல. அவருடைய சொந்தக் கப்பல்கள், மதராஸுக்கும் கல்கத்தாவுக்கும் இடையே சரக்குகளை ஏற்றிச் சென்றன. அது அவரை ஒரு நல்ல கொள்முதல் முகவராக ஆக்கியது. இருந்தாலும், ஸ்ட்ரேன்ஷாம் மாஸ்டர், சோழமண்டலத்தின் தலைவராகப் பொறுப்பேற்றபோது, அவருக்குக் கொடுக்கப்பட்ட நியமன உத்தரவில் 'வீரண்ணாவோ அல்லது எந்த ஒரு தனி மனிதரோ ஏகபோகமாக வாங்குதல், விற்றல் போன்ற எல்லாவற்றையும் செய்யும்' நிலைமை தவிர்க்கப்படவேண்டும் என்று குறிப்பிடப்பட்டிருந்தது. இது பின்னாளில் சிக்கல்களை ஏற்படுத்தும் என்று எச்சரிக்கையும் செய்யப்பட்டிருந்தது.

இது போன்ற சிக்கல்கள் நிறைந்த உறவே கல்கத்தாவிலிருந்த அதிகாரிகளுக்கும், 1670 தலைமை தரகருமாக இருந்த கிம்சாம்ஷா(கேம் சந்த்ஷா) வுக்கும் இடையில் இருந்தது. கிம்சாம்மின் நேர்மை சந்தேகத்துக்கு

இடமில்லாமல் இருந்தது. எனினும் அவரை நம்பிக்கைக்குத் தகுந்த வராக ஏற்க இயலவில்லை. இதற்கு அந்த அப்பாவி மனிதர் அடிக்கடி பணம் கேட்டுத் தொந்தரவு செய்யும் முகலாய ஆளுநருக்கும், அவரது விசுவாசத்தை நம்பாத கிழக்கிந்திய கம்பெனிக்கும் இடையில் சிக்கிக்கொண்டதே காரணம்.

பதினெட்டாம் நூற்றாண்டின் முற்பகுதியில், சூரத்தின் பார்ஸி வீடுகளின் முக்கியமானவரும், லால்தாஸின் போட்டியாளருமான ருஸ்தம் மோனாக்கின் மூன்று மகன்களும் பம்பாய் மன்றத்தோடு ஒரு சர்ச்சையில் சிக்கிக்கொண்டனர். மன்றம் அவர் அதிக விலை விற்றதாகக் குற்றம் சாட்டியது. இந்த பாதிக்கப்பட்ட உறவு, அவர் மகன்களில் ஒருவர் லண்டன் பயணம் மேற்கொண்டு அங்குள்ள நீதிமன்றத்தில் முறையீடு செய்து, தீர்ப்பு சகோதரர்களுக்குச் சாதகமாக வரும்வரை தொடர்ந்தது. இயக்குநர்களின் நீதிமன்றம் அவருக்காக ஒரு சிறப்பு ஆணையத்தை ஏற்படுத்தியிருந்தது.

நெசவாளர்களுடனான ஒப்பந்தங்களும் இதுபோன்றே மோசடியைப் பற்றிய சந்தேகங்களால் சிக்கல்களுக்குள்ளாயின. 1620லிருந்து 1800 வரை ஆடைகள் வாங்கும் முறை நான்கு கட்டங்களைக் கடந்தது. முதலில், மிளகு போன்ற பொருட்களைத் தென்கிழக்கு ஆசியாவில் வாங்குவதைப் போலவே ஆடைகளை கிழக்கிந்திய கம்பெனி வாங்கியது. அதாவது சந்தைகளிலிருந்தும் கடைவீதிகளிலிருந்தும் ஆடைகள் வாங்கப்பட்டன. 1680களில் தொழிற்சாலைகளுக்கு மாதிரி களோடு வந்த ஆடை வர்த்தகர்களோடு ஒப்பந்தங்கள் போடப்பட்டன. மசூலிப்பட்டினம் கன்சல்டேஷன் புத்தகங்கள் இந்தக் கட்டத்தில்தான் எழுதப்பட்டன.

பதினெட்டாம் நூற்றாண்டின் முற்பகுதியில் கிழக்கிந்திய கம்பெனி பெரிய வணிகர்களாக இருந்த தலைமைத் தரகர்களிடம் மட்டுமே தொடர்பு ஏற்படுத்திக்கொள்ள விரும்பியது. கிழக்கிந்திய கம்பெனி வங்காளத்தின் ஆட்சியாளராக மாறியவுடன் தனிப்பட்ட வர்த்தக ஒப்பந்தக்காரர்களுக்குப் பதிலாக சம்பளத்துக்குப் பணியாட்களை அமர்த்த முயன்றது. இது போல, காலப்போக்கில் வர்த்தகருக்கும் தயாரிப்பாளருக்குமான ஒப்பந்தத் தொடர்பு வலுப்பெற்றது. சந்தையில் நேரடியாக வாங்கும் முறை மாறி, பலவகைப்பட்ட இடைத் தரகர்களும் ஆடை வணிகத்தில் ஈடுபட்டனர்.

ஒப்பந்தத்தை அமலாக்குவது மற்றொரு பெரும் பிரச்னையாக இருந்தது. ஆடைத்தொழிலில், முடிவடைந்த பொருட்களைக் கொடுக்கும் காலம் கணிக்கமுடியாதவகையில் இருந்தது. நெசவாளர்கள் தங்களின் சக்திக்கு அதிகமான வகையில் கொள்முதல் செய்பவர்களோடு

ஒப்பந்தங்கள் செய்துகொண்டனர். பொருட்கள் ஒப்பந்த விற்பனையிலிருந்து, மற்ற வாடிக்கையாளர்களுக்குத் திருப்பிவிடப்பட்டன.

ஒப்பந்தத்திலிருந்து நேரடி விற்பனைக்கும் கிழக்கிந்திய கம்பெனிக்குக் கொடுப்பதற்குப் பதிலாகத் தனி வர்த்தகர்களுக்கும் தரப்பட்டன. வங்காளத்தில் டச்சுக்காரர்களும் ஆங்கிலேயரும் ஒருவருக்கொருவர் எதிராகத் திருப்பிவிடப்பட்டனர். ஒப்பந்தங்களை மீறும்போது தண்டிக்கச் சட்டம் ஏதும் இல்லாத காரணத்தால், கிழக்கிந்திய கம்பெனி தரகர்களை நம்பியே இருந்தது. தாமதத்துக்கான பழியைத் தரகர்கள் நெசவாளர்களின் மீது சுமத்தும்போது, அதிகாரிகள் மௌனமாகத் தமக்குள் பொருமத்தான் முடிந்தது.

தனி வர்த்தகர்கள்

ஐரோப்பிய தனி வர்த்தகர்களும் கிழக்கிந்திய கம்பெனியைப் போலவே தங்கள் வணிகத்தை நடத்த முகவர்களை நியமித்தனர். ஆனால், அவர்கள் சாசனத்தின் கீழ் செயல்படும் பெரிய நிறுவனங்கள் போல் இல்லாமல், சிறிய அளவிலேயே தங்கள் வர்த்தகத்தை நடத்தினர். இதனால், ஐரோப்பிய தனி வர்த்தகர்களுக்கும் முகவர்களுக்கும் இடையே சமமான கூட்டாளிகளைப் போன்ற உறவே இருந்ததே தவிர முதலாளி - தொழிலாளியைப் போன்று அவர்கள் பணி புரியவில்லை. தனி வர்த்தகர்கள் கல்கத்தாவில் கால் பதித்த உடன், எழுத்தர்கள் (குமாஸ்தாக்கள்), பன்யன்கள் (முகவர்கள்) ஆகியோரை நியமிப்பதற்காகத் தங்கள் நண்பர்களுடைய உதவியை நாடினர்.

அதிகமாகப் பொருள் கொண்டு வந்திருந்தால் அவர்களைச் சுற்றி, முகவர் பொறுப்பைப் பெறுவதற்காகக் கூட்டம் முற்றுகையிட்டது. ஒரு சென்னை வர்த்தகர் சொன்னது போல், 'இரையைச் சுற்றி வல்லூறுகள் சண்டையிடுவதுபோல' அந்தக் காட்சி இருந்தது. பதினெட்டாம் நூற்றாண்டின் இறுதியில் வங்காளத்தில், எழுத்தர்கள் ஆங்கிலோ-இந்திய சமூகத்தவர்களாகவும் பன்யன்கள் வங்காளிகளாகவும் இருந்தனர். ஸ்டாவோரினஸ், 'பன்யன்களின் வேலை வரவு செலவுக் கணக்குகளை எழுதுவது என்று கூறுகிறார். அவர்களின் மூலமாகவே பணம் சம்பந்தமான அனைத்து வேலைகளும் நடைபெற்றன என்றும் வாங்கி விற்கும் நடவடிக்கைகள் அனைத்தையும் அவரே மேற்கொண்டார் என்றும் தெரிவிக்கிறார்.

அவர்கள் ஊதியம் எதுவும் பெறவில்லை என்றாலும், அவர்கள் செலவழித்ததைவிட ஒவ்வொரு ரூபாய்க்கும் மேலாக எவ்வளவு அதிகமாகப் பெறவேண்டும் என்பது அவர்களுக்குத் தெரிந்திருந்தது.

எனவே, அதிக விலை வசூலிக்கப்படுகிறதோ என்ற சந்தேகம் ஒருவரை ஒருவர் சார்ந்த இந்த உறவினுள்ளும் இருந்தது.

ஒப்பந்தம்

கிழக்கிந்திய கம்பெனியின் தகவல் பரிமாற்றங்களில் இந்தியர் களுக்கும் ஐரோப்பியர்களுக்கும் இடையே ஆன வணிக உறவுகள் 'கான்ட்ராக்ட்' (ஒப்பந்தங்கள்) என்றும் காம்பாக்ட் என்றும் குறிப்பிடப் பட்டுள்ளன. அது சார்ந்த சச்சரவுகள் ஒப்பந்த முறிவு என்றும் குறிப்பிடப்பட்டுள்ளது. பொருட்களை விற்கும் வணிகத்தில் இதற்கு ஈடான இந்திய வார்த்தை ஏதும் இல்லை. நமக்குத் தெரிந்த வகையில், ஒருதலைப் பட்சமாகவே இந்த வார்த்தை ஐரோப்பியர்களால் அறிமுகப்படுத்தப்பட்டிருக்கவேண்டும்.

அக்காலத்தில் எந்தப் பொருட்களையும் முன்னொப்பந்த முறையில் பெரிய அளவுக் கொள்முதல் செய்வது இந்தியாவில் அறவே இல்லை என்று சொல்ல முடியாவிட்டாலும், மிக மிக அபூர்வமாகவே நிகழ்ந்த ஒன்று. எனவே அதற்கு ஒரு புதிய வார்த்தை தேவைப்பட்டது

ஆடைகளைக் கொள்முதல் செய்யும் ஆணை அனுப்புவதிலிருந்து பொருட்கள் வந்து சேரும் வரையான நடைமுறையில் விரிவாக எழுத்தப்பட்ட ஒப்பந்தங்கள் முக்கியப் பங்கு வகிக்கின்றன. இந்த ஒப்பந்தங்கள் மதராஸ், பம்பாய், கல்கத்தா ஆகிய இடங்களின் தலைவர்களுக்கும், வர்த்தகர்கள் மற்றும் தலைமை நெசவாளர்கள் ஆகியோருக்கும் இடையில் பதிவுசெய்யப்பட்டன. இவற்றில் விலை, எடை, அளவுகள், தரம், முன் பண விபரம், உதவியாளர்களுக்குக் கொடுக்கப்படும் கூலி ஆகியவை குறிப்பிடப்பட்டிருக்கும். பொருட்கள் தொழிற்சாலைக்கு வந்தவுடன், உயர் அதிகாரிகள் அவற்றைச் சோதித்து, ஒப்பந்த ஷரத்துக்கள் அனைத்தும் சரியாக நிறைவேற்றப்பட்டதா என்று சரிபார்ப்பார்கள். பின் வந்த ஆண்டுகளில், ஒப்பந்தங்கள் மற்ற பரிமாற்றங்களுக்கும் ஏற்பட்டன. உதாரணமாக, பஞ்சாரா வண்டி யோட்டிகள் கிழக்கிந்திய கம்பெனியின் ராணுவத்துக்கு தானியங்கள் கொடுப்பதாகக் கூறியது ஒப்பந்தமாகப் பதிவு செய்யப்பட்டது.

அக்காலத்தில் ஒப்பந்த மீறலுக்குத் தீர்வு காண சட்டங்கள் ஏதும் இல்லாததால் எழுதப்பட்ட ஒப்பந்தம் வேண்டும் என்று வலியுறுத்தியது ஆச்சரியமே. அந்தச் சூழ்நிலையில் ஒப்பந்தத்தால் என்ன செய்ய இயலும்? அதன் ஒரு உபயோகம், ஆவணப்படுத்துதலை எளிமை யாக்கியது. லண்டனில் இருந்த தலைமையகம் இந்திய அதிகாரிகளை நம்பவில்லை. எனவே, அதிகமான ஆவணங்களைத் தரச் சொல்லி

வற்புறுத்தியது. தவிர, ஒப்பந்தம் தார்மிகரீதியாகச் சில கட்டுப்பாடு களை விதித்தது. விற்பனை ஒப்பந்தத்தை முறிப்பது, இஸ்லாமியச் சட்டப்படி தண்டனைக்கு உள்ளானதாக இல்லாவிட்டாலும், ஒரு பாவச்செயலாகக் கண்டிக்கப்பட்டது.

இதுபோன்று, மூன்று துறைமுக நகரங்களிலும் அதற்கு அப்பாலும் ஒரு புதிய வணிக உலகம் கிழக்கிந்திய கம்பெனியால் உருவாக்கப்பட்டது. இந்தியாவில், இதனுடைய விளைவு, முன்னெப்போதும் இல்லாத வணிகக் கூட்டணிகளை இந்த உலகம் உருவாக்கியதுதான். வணிக வரலாறு இல்லாத குடும்பங்களிலிருந்து தனிநபர்கள் வணிகத்தில் ஈடுபட்டனர். ஐரோப்பியர்களுடன் சேர்ந்து இந்தியர்களும் நிறுவனங் களை நிர்வகித்தனர். அதுபோன்ற கூட்டுமுயற்சிகளால் இந்த நகரங்கள் பெரிய அளவு தொழிற்சாலைகளை நிறுவுவதற்கு ஏற்ற இடங்களாக உருவெடுத்தன. இந்திய ஐரோப்பிய வர்த்தகத்தால் ஊக்குவிக்கப்பட்ட குழுக்களிலிருந்து இந்தத் தொழிற்சாலைகளுக்கு முதலீடு மற்றும் நிறுவனரீதியான உதவி கிடைத்தது.

ஒருபுறம் இந்த நன்மைகள் இருந்தாலும், உரிமையாளர் முகவர் என்ற இந்த உறவு சச்சரவுகளும் பிளவுகளும் நிறைந்திருந்தது. இந்தச் சச்சரவுகள்தான் இந்தியா காலனி நாடாக ஆக்கப்படக் காரணமாக இருந்தன என்று சொல்ல இயலாவிட்டாலும், காலனியாக்குதலுக்குப் பிறகு, இந்தச் சச்சரவுகள் வெகுவாகக் குறைந்தன.

காலனியாக்குதலுக்கு உடனடித் தூண்டலாக இருந்தது, இந்தியாவில் இருந்த போர்முறை நிலவரம்தான்.

8. போரும் கொள்ளையும்

பேரரசர் ஔரங்கசீப் 1707-ல் மறைந்தார். 180 ஆண்டுகளுக்கு மேலாக முகலாயர்கள் ஆண்டுவந்த பேரரசு சிதைய ஆரம்பித்துப் பல மாநிலங்கள், தனியாகப் பிரிந்துபோக ஆரம்பித்தன. அவத், ஹைதராபாத், வங்காளம் போன்ற மாநிலங்கள் தனி அரசுகளாக உருவாயின. மேற்கு மகாராஷ்ட்ராவிலிருந்த மராத்தியர்கள் மால்வா, பிரார், பண்டெல்கண்ட், ராஜ்புத் ஆகிய மாநிலங்களைத் தன்னாட்சி செய்யும் அரசுகளாக உருவாக்கினர். நாயக்கர்கள் மேற்கு மற்றும் தெற்குப் பகுதிகளின் தங்களது ஆட்சியை நிலைநிறுத்திக்கொண்டனர்.

அரசியலில் இவ்வாறு நிலவிய குழப்பமான சூழ்நிலையே ஆங்கில ஆதிக்கம் இந்தியாவில் ஏற்படக் காரணமாக இருந்தது. கிழக்கிந்திய கம்பெனியின் நலனுக்காகவும் தனிவர்த்தகத்தில் ஈடுபட்ட தங்கள் சொந்த நலனுக்காகவும் கிழக்கிந்திய கம்பெனியின் அதிகாரிகள் இந்திய அரசியலில் தலையிட ஆரம்பித்தனர். முதலில் இந்தக் கொந்தளிப்புகளிலிருந்து ஒதுங்கியிருந்தாலும், ஒரு கட்டத்துக்கு மேல் அவர்களால் விலகி இருக்க முடியவில்லை. பம்பாயில் ஒரு கொள்ளை சம்பந்தமாக முகலாயர்களுடன் 1690ல் ஒரு சச்சரவு ஏற்பட்டது. ஔரங்கசீப்பின் ஆட்சிக்காலத்தின் இறுதியில் கிழக்கிந்திய கம்பெனி வங்காளத்தில் கணிசமான வணிக வளர்ச்சியை அடைந்திருந்தது. அதனால், உள்ளூர் ஆட்களுடன் அடிக்கடி தகராறுகள் ஏற்பட்டன.

லண்டனிலிருந்து போட்டிக் கிழக்கிந்திய கம்பெனியின் வருகை, ஔரங்கசீப்பின் பேரன் அஸிமுஷான் வங்காளத்தின் அரசப் பிரதிநிதியாகப் பொறுப்பேற்றபோது ஏற்பட்டது. சிறந்த, வெற்றிகரமான படைத்தலைவரான அஸிமுஷான், இரு போட்டியாளர்களிடமிருந்தும் பணத்தை வசூலித்ததோடு மட்டும் நில்லாமல், தானே வங்காளத்தின்

வர்த்தகத்தை ஏகபோகமாக நடத்தத் திட்டமிட்டார். இந்தச் சிக்கலை எதிர்க்கத் திட்டமிட்ட ஆங்கிலேயர், டெல்லி அரசருடனான நேரடி உறவை ஏற்படுத்தியும், தங்களது படைபலத்தை சப்தமில்லாமல் அதிகரித்தும் வந்தனர்.

வெளிக்காரணங்களை விட, பதினெட்டாம் நூற்றாண்டில் கிழக்கிந்திய கம்பெனியின் கட்டமைப்பும் அதன் நடைமுறைகளுமே அதன் அரசியல் நிலையை உருவாக்கின. அதன் பணியாளர்கள், தனி வர்த்தகர்கள் என்ற முறையில் உள்ளூர் ஆட்சியாளர்கள், இந்திய வர்த்தகர்கள், நிலச்சுவான்தாரர்கள் ஆகியோருடன் தொடர்புகொண்டிருந்தனர். பெரும்பாலும் லண்டனின் தலைமைக்குத் தெரியாமலேயே அத்தொடர்புகள் இருந்தன. வணிகத்தில் ஆர்வமுள்ள கிழக்கிந்திய கம்பெனியின் பணியாளர்கள், உள்ளூர் அரசியல் நிலைமைகள் குறித்தும் நன்கு அறிந்து வைத்திருந்தனர்.

மதராஸ், பம்பாய், கல்கத்தா ஆகிய மூன்று பகுதிகளையும் காக்க நியமிக்கப்பட்ட படைகளின் அதிகாரிகளுடனும் அவர்களுக்கு உடன்பாடு இருந்தது. ஒரே சமூகத்தைச் சேர்ந்த இந்த இரு பிரிவினரும் ஒரே மாதிரியான அபிலாஷைகளைக் கொண்டிருந்தது மட்டுமல்லாமல், பல சமயங்களில் கிழக்கிந்திய கம்பெனிக்கும் தங்களுக்கும் பணம் சேர்க்கும் நடவடிக்கைகளில் சேர்ந்து ஈடுபட்டனர். 1746களிலிருந்து அவர்கள் எடுத்த பல நடவடிக்கைகள் லண்டனில் இருந்த நிர்வாகத்தின் ஆணைகளைப் பின்பற்றவில்லை.

இந்த அத்தியாயம், இந்திய வரலாற்றின் ஒரு முக்கியமான தருணத்தில், பதினெட்டாம் நூற்றாண்டில், கிழக்கிந்திய கம்பெனி எவ்வாறு ஒரு போர் இயந்திரமாகத் தன்னை மாற்றிக்கொண்டது என்பது பற்றிப் பேசுகிறது.

கர்நாட்டிக் விவகாரங்கள்

ஐரோப்பா என்னும் நாடக அரங்கில் நடந்த ஆங்கில பிரஞ்சு நாடுகளின் இடையேயான போட்டி, இந்தியாவில் 1740களில் ஓரளவுக்கு நிலவிய சமநிலையைக் குலைத்தது.

கடல் வழி வர்த்தகத்தில் ஈடுபட்ட மேற்கு ஐரோப்பிய நாடுகளில், இந்தியாவுக்கான போட்டியில் இறங்கிய கடைசி நாடு ஃப்ரான்ஸ். 1604ல் மேற்கொள்ளப்பட்ட முதல் முயற்சி உள்பூசலால் தோல்வியடைந்தது. 1615ல் மேற்கொள்ளப்பட்ட இரண்டாவது முயற்சி, சொந்த பலத்தைவிட டச்சு மாலுமிகளைப் பெரிதும் நம்பியிருந்தது.

அடுத்த இருபது ஆண்டுகளில், மடகாஸ்கரில் ஒரு வர்த்தக மையத்தை உருவாக்கச் செய்யப்பட்ட முயற்சிகள், முழுமூச்சுடன்

செயல்படுத்தப்படாததால் விளைவுகள் எதையும் ஏற்படுத்தவில்லை. இருந்தாலும், மொரீஷியஸ், ரீயூனியன், மஸ்கரானஸ் போன்ற இந்தியப் பெருங்கடல் தீவுகளில் சிறிய குடியிருப்புகள் ஏற்படுத்தப்பட்டன. லா கிழக்கிந்திய கம்பெனி த இண்டெஸ் என்ற பிரஞ்சுக் கிழக்கிந்திய கம்பெனி 1642ல் மீண்டும் ஏற்படுத்தப்பட்டவுடன், மடகாஸ்கரை மையமாக வைத்து அடிமை வர்த்தகத்தைத் தொடங்க முயற்சி நடந்தது. ஆனால் உள்ளூர்வாசிகளுடனான சண்டைகளைத் தவிர அது வேறொன்றையும் சாதிக்கவில்லை.

1661ல் ஜீன் பாப்டிஸ்ட் கால்பர்ட் பிரஞ்சு கஜானாவின் அதிகாரியாகப் பொறுப்பேற்றுக்கொண்டார். வியாபாரியும் வங்கியாளருமான கால்பர்ட்டின் பட்டியலில் கடற்படையும் வெளிநாட்டு வர்த்தகமும் தான் முதலில் இருந்தன. ஒரு புதிய கிழக்கிந்திய கம்பெனி 1666ல் உருவாக்கப்பட்டது. அடுத்த ஆண்டிலேயே, இந்தியாவுக்கான முதல் பயணம் ஆரம்பிக்கப்பட்டது.

அடுத்த ஐந்து ஆண்டுகளில் நடைபெற்ற நிகழ்ச்சிகள் இந்தியாவில் பிரஞ்சுக்காரர்களின் நிலையை வலுப்படுத்தின. மடகாஸ்கரில் 1672-ல் நடைபெற்ற ரத்தக்களறியில் பிழைத்தவர்கள் இந்தியாவில் இருந்த பிரஞ்சுக்காரர்களுடன் சேர்ந்து, அவர்களின் எண்ணிக்கையை வலுப்படுத்தினார்கள். பல இடங்களில் கோட்டை கட்ட முயன்று, அங்கெல்லாம் டச்சுக்காரர்களினால் துரத்தப்பட்டு, கடைசியில் பாண்டிச்சேரியில் ஒரு கோட்டை கட்டுவதில் வெற்றியடைந்தார் ப்ராங்காய் மார்ட்டின் (1634 - 1706). இந்தியப் பெருங்கடல்பகுதியில் 1740ல் ஃப்ரான்ஸ் வசமிருந்த குடியிருப்புகளில், சோழமண்டலத்தில் இருந்த பாண்டிச்சேரி, காரைக்கால் தீவுகளும், மலபார் கடற்கரையில் இருந்த மாஹே, வங்காளத்தில் இருந்த சந்தந்நாகூர் ஆகியவை அடங்கும்.

ஆஸ்திரிய வாரிசுரிமைப் போர் தொடர்பாக ஐரோப்பாவில் ஆங்கிலே யருக்கும் பிரஞ்சுக்காரர்களுக்கும் இடையே சச்சரவுகள் நிகழ்ந்தபோது, இந்தியாவில் இரு பிரஞ்சு முக்கியஸ்தர்கள் அரசியல் நிகழ்வுகளைத் தீர்மானிக்கும் சக்தியாகத் திகழ்ந்தனர். ஜோசப் ஃப்ரங்காய் டூப்ளே (1697 - 1763), இந்தியாவில் இருந்த எல்லா பிரஞ்சுக் குடியிருப்புகளின் கவர்னர் ஜெனரலாக 1742ல் நியமிக்கப்பட்டார்.

நில உடமையாளர்களின் குடும்ப வாரிசான மார்க்யுஸ் டூப்ளே, பதினெட்டு வயதிலேயே ஒரு பிரஞ்சுக் கிழக்கிந்திய கம்பெனிக் கப்பலில் பயணம் மேற்கொண்டார். தனக்கென பெருஞ்செல்வத்தைத் திரட்டியவர். வங்காளத்தில் பிரஞ்சுத் தலைவராக இருந்து பின் ஒட்டுமொத்தத் தலைவராக உயர்ந்தவர். சோழமண்டலத்தில் பிரஞ்சு

ஆதிக்கத்தை படைபலத்தின் மூலம் நிறுவ முயன்றதுதான் அவரைத் தனித்துவம் மிக்க தலைவராகக் காட்டியது. இதற்காக, அவர் படைகளைச் சீர்திருத்தி, ஆங்கிலேயருக்கு எதிரான ஒரு கூட்டணியை அமைக்கவும் முயன்றார்.

இன்னொரு முக்கியமானவர் பெர்ட்ராண்ட்-ஃப்ரங்காய் மஹே த லா போர்துனிஸ் (1699-1753). பிரஞ்சுக் கிழக்கிந்திய கம்பெனிப் பணியில் ஒரு கடற்படை அதிகாரியாக 1718லிருந்து 1724வரை பல சாதனைகள் செய்து, பின்னர் பிரஞ்சு அரசின் பணிக்குத் தேர்ந்தெடுக்கப்பட்டு 1735ல் தீவுகளின் ஆளுநராக நியமிக்கப்பட்டார்.

டூப்ளேயும் லா போர்துனிஸும் கர்நாடிக் மாநிலத்தில் (தற்போதைய தமிழ்நாடு, கர்நாடக மாநிலங்களின் எல்லைகளை ஒட்டிய பகுதிகளில்) சந்தித்துக்கொண்டனர். அதற்கு முந்தைய அறுபது ஆண்டுகளில், இந்தப் பகுதி தெலுகு நாயக்கர்கள், பீஜப்பூர், கோல்கண்டா சுல்தான்கள், மராத்தியர்கள் ஆகியோருக்கிடையான ஆதிக்கப் போட்டியின் மையமாக இருந்தது. அதன்முடிவில் ஹைதராபாதின் பிரதிநிதி ஒருவர் தனது ஆட்சியுரிமையை இங்கு நிலைநிறுத்திக் கொண்டார். 1740ல் அந்த அரச குடும்பத்தில் வாரிசுரிமைப் போர் துவங்கியது. மதராஸில் இருந்த ஆங்கிலேயரும் பாண்டிச்சேரியில் இருந்த பிரஞ்சுக்காரர்களும் அந்தப் பகுதியின் அரசியல் நிலைத்தன்மை குறித்துக் கவலையடைந்தனர்.

ஐரோப்பாவில் ஏற்பட்ட சச்சரவுகளின் எதிரொலியாக, இங்கு ஆளுக்கொரு பிரிவை ஆதரித்து ஒரு மறைமுகப் போருக்கு வித்திட்டனர். 1746ம் ஆண்டிலிருந்து 1748வரை ஆங்கிலேயர்களுக்கு தோல்விமுகம் ஏற்பட்டது. மதராஸை இழந்து பாண்டிச்சேரிக்குச் சில மைல்கள் தெற்கில், செயிண்ட் டேவிட் கோட்டையில் ஒரு குடியிருப்பை ஏற்படுத்திக்கொண்டனர். ஐரோப்பாவில் சமாதானம் ஏற்பட்டதும், மதராஸ் கிழக்கிந்திய கம்பெனிக்குத் திருப்பியளிக்கப் பட்டது. மதராஸில் இருந்த கிழக்கிந்திய கம்பெனியின் பிரதிநிதிகள், தங்கள் அங்கு நீடித்திருப்பது அவர்கள் கையில்தான் இருக்கிறதே தவிர லண்டனிலிருந்து வரும் ஆணைகளால் அல்ல என்று தீர்மானித்து, ஒரு வலிமையான படைப்பிரிவை உருவாக்க முயன்றனர். மதராஸில் ஒரு இளம் குமாஸ்தாவாக இருந்து பல போர்களில் தன் திறமையைக் காட்டிய ராபர்ட் க்ளைவ், சுய ஆட்சியின் குரலாக விளங்கினார்.

1748ல் ஆட்சிக்குரிய வாரிசுரிமைச் சச்சரவு மீண்டும் எழுந்தது. பிரிட்டிஷார் அரசுக்கு உரியவரான முகம்மது அலியின் பக்கம் இருந்தனர். பிரஞ்சுக்காரர்கள் அவரது எதிரியான சந்தா சாகிப்பின் பக்கம் சாய்ந்தனர். பிரிட்டிஷ் கிழக்கிந்திய கம்பெனி இளம்

இளவரசருக்கு அடைக்கலம் கொடுத்து ஒரு சிறுபகுதியையும் (ஜாகீர்) அவரைப் பராமரிக்க கொடுத்து உதவியது. ஜாகீர் என்பது கிட்டத்தட்ட இரண்டு கிராமங்கள் கொண்டது. ஆனால், இந்த நடவடிக்கையை லண்டனில் இருந்த தலைவர்கள் ஆதரிக்கவில்லை. உள்ளூர் பூசல்களி லிருந்து கிழக்கிந்திய கம்பெனி ஒதுங்கியிருப்பதையே அவர்கள் விரும்பினர். 1749லிருந்து 1754 வரை திருச்சிராப்பள்ளி அருகில் பல போர்கள் நடைபெற்றன. அவற்றில் ஐரோப்பிய தளபதிகளும் கூலிப் படையினரும் இரு பக்கங்களிலிருந்தும் போர் புரிந்தனர். இரண்டாம் கர்நாடிக் போர்கள் என்று அழைக்கப்பட்ட இவற்றின் முடிவில் பிரஞ்சுக்காரர்கள் தோல்வியடைந்தனர். வாலாஜா என்ற புதிய பட்டத்துடன் முகம்மது அலி கர்நாடிக்கின் அரசராகப் பொறுப் பேற்றார்.

இந்தியாவின் எதிர்காலத்தில் பெரிய விளைவு எதையும் ஏற்படுத்தா விட்டாலும், இந்தக் கர்நாடிக் போர்கள் சென்னையிலிருந்த கிழக்கிந்திய கம்பெனியை வர்த்தகர்கள் என்ற நிலையிலிருந்து படைபலம் கொண்ட வர்களாக மாற்றியது. டூப்ளே இந்த மாற்றத்தை வரவேற்றார். உள்நாட்டில் மிகுந்த செலவு பிடிக்கும் ஒப்பந்தங்களைச் செய்து கொண்டும், வெளிநாடுகளில் போர்களில் ஈடுபட்டும் கிழக்கிந்திய கம்பெனி தனது மரண சாசனத்தை எழுதுகிறது என்று எண்ணினார் அவர். 'ஆங்கிலக் கிழக்கிந்திய கம்பெனி விரைவில் மறைந்து போகும். அது நீண்டநாளாகவே திவாலாகும் நிலையில் இருக்கிறது.

அதன் வாழ்வாதாரத்துக்குக் காரணமான அரசரும் விரைவில் பதவியி லிருந்து அகற்றப்படுவார். என் வார்த்தைகளைக் குறித்துவைத்துக் கொள்' என்று ஆனந்தரங்கம் பிள்ளையிடம் அவர் கூறினார். இதன் அடிப்படையில், கிழக்கிந்திய கம்பெனிக்கு வலுவான அடி ஒன்றைக் கொடுக்கச் சரியான தருணம் ஒன்றை எதிர்பார்த்துக் காத்திருந்தார். ஆங்கில, பிரஞ்சுப் படைகள் மூன்றாம் மற்றும் இறுதியான போர் ஒன்றில் வந்தவாசியில் 1760ம் ஆண்டு மோதின. ஆங்கிலேயர்களின் ஒரு படைப்பிரிவுக்கு க்ளைவ் தலைமை வகித்தார். பிரஞ்சுப் படைகளுக்கு அரசு அதிகாரியும் அயர்லாந்து ஜாகோபைட் ஒருவருக்கும் பிரஞ்சு பிரபுக்களின் வம்சத்தைச் சேர்ந்த பெண்ணுக்கும் பிறந்த, கொம்தே த லாலி என்ற தாமஸ் ஆர்தர் தலைமை தாங்கினார். போரில் பிரஞ்சுக் காரர்கள் தோற்கடிக்கப்பட்டனர். க்ளைவ் இப்போது கிங்மேக்கராக உருவெடுத்தார்.

பாரிஸ் உடன்படிக்கையை 1763ம் ஆண்டு கையெழுத்திடுவது தொடர்பாக நடந்த பேச்சுவார்த்தைகளின் போது, இந்தியாவுக்கும் லண்டனுக்கும் இருந்த முரண்பாடுகள் வெளிப்பட்டன. பிரிட்டிஷ்

அரசு முதன்முறையாக கிழக்கிந்திய கம்பெனிக்காகப் பரிந்துரை செய்து, இந்திய ஆட்சியமைப்பு விவகாரங்களை ஐரோப்பிய பொது வெளியில் எழுப்பியது. ஆனால் க்ளைவ் பிரஞ்சுக்காரர்கள் மீது விதித்த நிபந்தனைகளை அது முழுமையாகப் புரிந்துகொள்ளவில்லை. அவை பிரஞ்சுக்காரர்களை இந்தியாவை விட்டு முற்றிலுமாக வெளியேற்று வதற்கான நிபந்தனைகள். லாரன்ஸ் சுல்லிவன் தலைமையிலான கிழக்கிந்திய கம்பெனியின் இயக்குநர்கள் ஒரு இடைப்பட்ட நிலையை எடுத்தனர். அவர்களது இதயம் க்ளைவின் பக்கம் இருந்தாலும், வர்த்தக ரீதியான அழுத்தங்கள் அவர்களை எச்சரிக்கையுடன் செயல்படுமாறு தூண்டின. முடிவில், க்ளைவ் வெற்றிபெற்றாலும்,

அவருக்கும் கிழக்கிந்திய கம்பெனிக்குமான உறவு முற்றிலும் சீர்கெட்டிருந்தது. அந்த ஒப்பந்தத்தின் மூலம், இந்தியாவில் பிரஞ்சு ராணுவபலம் முற்றிலுமாக அழிக்கப்பட்டது. இந்தியாவில் ஃப்ரான்ஸின் அரசியல் முகங்களாக விளங்கிய லா போர்துனிஸ், டூப்ளே, த லாலி ஆகிய மூவரும் கஜானாவுக்கும், பிரஞ்சுக் கிழக்கிந்திய கம்பெனிக்கும் அதிகச் செலவு வைத்ததற்காகக் கடுமையாகக் கண்டிக்கப்பட்டனர். லா போர்துனிஸ் தமது சொத்துக்களை ஏற்கெனவே இழந்திருந்தார். சிறையிலடைக்கப்பட்ட அவர் 1753ல் ஏழ்மையில் இறந்தார். தனது சொந்த சொத்துக்களை இந்திய நடவடிக்கைகளில் செலவு செய்த டூப்ளே திவாலான நிலைமையில் யாரும் அறியாமல் 1763ல் மறைந்தார். த லாலி 1766ல் கொல்லப்பட்டார்.

கர்நாடிக்கைப் பொறுத்தவரை, கிழக்கிந்திய கம்பெனி உள்ளூர் வாரிசுரிமைப் போர்களில் மறைமுகமாகவே ஈடுபட்டது. அதனால் அதன் உண்மை வலு தெரியாமலிருந்தது. க்ளைவுக்கு கடினமான சோதனை வங்காளத்தில் காத்திருந்தது. கிழக்கிந்திய கம்பெனி அங்கு வலுவான எதிரியைச் சந்திக்க நேரிட்டது.

க்ளைவ்

ஷ்ராப்ஷயரைச் சேர்ந்த ஒரு உயர்குடிக் குடும்பத்தில் பிறந்தவர் க்ளைவ். பல குழந்தைகளுக்கு நடுவில் பிறந்த அவர், தனது குடும்பத்தை விட்டுத் தொலைதூரத்தில் உறவினர்களுடைய ஆதரவிலும் பள்ளி விடுதிகளிலும் வளர்ந்தார். இளவயதில் படிப்பில் அதிகமாகச் சாதிக்காத அவர், சாகஸங்களின் மீது நாட்டம்கொண்ட வராக, முரட்டுத்தனமானவராக இருந்தார். கணக்கியலில் பயிற்சி பெற்ற அவருக்கு, கிழக்கிந்திய கம்பெனியில் ஒரு குமாஸ்தாவாகச் சேரும் வாய்ப்பு அரிதான, இயல்பான ஒன்றாக இருந்திருக்கக்கூடும்.

ஆனால் பற்று-வரவுக் கணக்குக் குமாஸ்தாவாக மதராஸில் அவர் வாழ்ந்த வாழ்க்கை அவருக்குத் திருப்தியளிக்கவில்லை. மன

அழுத்தத்தினால் பாதிக்கப்பட்ட அவர் தற்கொலைக்கு முயன்ற போது, துப்பாக்கியில் ஏற்பட்ட கோளாறால் உயிர்பிழைத்தார். இத்தகைய இருண்ட வாழ்வின் ஒளிக்கீற்றாக, கர்நாடிக் போர்கள் அவர் வாழ்வில் ஒரு புது வாசத்தை ஏற்படுத்தின. போர்கள் முடிந்தவுடன், அவரது உயரதிகாரியான ஸ்ட்ரிஞ்சர் லாரன்ஸ் அவருக்கு ராணுவப் பொருட்களைக் கொண்டு செல்லும் கமிசரி வேலையை வாங்கிக் கொடுத்தார்.

துடிப்பான ஆட்களுக்கு அது நிறைந்த அளவில் பணம் சம்பாதித்துத் தரும் வேலையாகும். ஓரளவு பணம் சேர்த்த க்ளைவ் அவ்வப்போது மன அழுத்த நோயாலும் பாதிக்கப்பட்டிருந்தார். 1753ல் அவர் செயிண்ட் டேவிட் கோட்டையில் திருமணம் செய்துகொண்டு அவரது மனைவியோடு இங்கிலாந்து திரும்பினார். ஒரு அரசியல்வாதியாகத் தனது வாழ்வை நிலைநிறுத்திக்கொள்ள அவர் முயன்ற தருணத்தில் செயிண்ட் டேவிட் கோட்டையின் ஆளுநர் பதவிக்கு அவருக்கு அழைப்பு வந்தது.

அவர் திரும்பிய சில மாதங்களுக்குள்ளாகவே, பிரிட்டிஷ் அதிகாரிகளும், வர்த்தகர்களும் கல்கத்தாவில் படுகொலை செய்யப்பட்ட தகவல் செயிண்ட் டேவிட் கோட்டையை எட்டியது. கல்கத்தா சிராஜ் உத் தௌலா என்ற வங்காள நவாபால் தாக்கப்பட்டதாகவும் அந்தப் போரின் முடிவில் தப்பியோடுதல்களும் படுகொலைகளும் நடைபெற்றன என்று சொல்லப்பட்டது. இந்த நிலை எப்படி ஏற்பட்டது என்று பார்ப்போம்.

வங்காளத்தில் ஔரங்கசீப்பின் மறைவு அரசியல்ரீதியாகச் சிறிது இடைவெளியை ஏற்படுத்தியது. அவருடைய திறமையான நிர்வாகிகளில் ஒருவரான முர்ஷித் குலி கான், அங்கு நவாபாகத் தொடர்ந்தது மட்டுமல்லாமல், டெல்லி அரசவையின் கட்டுப்பாட்டிலிருந்து சிறிது சிறிதாகத் தம்மை விடுவித்துக்கொண்டார். முர்ஷித் 1727ல் மறைந்தபோது, வங்காளம் பெயரளவுக்குத்தான் முகலாய அரசின் மாநிலமாக இருந்தது. சிற்சில தகராறுகளைத் தவிர ஆங்கிலேயர்கள் இந்த நிகழ்ச்சிகளினால் அதிகம் பாதிப்படையவில்லை.

நவாபுகள் தங்கள் வேலையில் கவனமாக இருந்தனர். முர்ஷித்தின் முக்கியக் கவலை, முகலாயப் பேரரசு ஒழிந்த பிறகு தங்கள் அதிகார வரம்பை அதிகரித்துக்கொள்ளத் தொடங்கிய ஜமீந்தார்களைப் பற்றியே இருந்தது. அவருக்குப் பின்னால் வந்தவர்கள் மராத்தியர்களுடைய படையெடுப்புகளினால் துன்பப்பட்டனர். ஆங்கிலேயர்களைப் பொறுத்தவரை அரசவை முக்கியஸ்தர்களின் நல்லெண்ணம் அவர்களுக்குத் தேவையாக இருந்தது. நவாப் மற்றும் அவரது

ஆலோசகர்களின் உதவியில்லாமல் கிழக்கிந்திய கம்பெனி செயல்பட முடியாது என்பதை ஆங்கிலேயர் நன்கு உணர்ந்திருந்தனர். உதாரண மாகப் பணம் மற்றும் காசுகள் அச்சடித்தல் தொடர்பான துறை அரசு உரிமம் பெற்ற ஜகத்சேத்தின் நிறுவனத்திடம் இருந்தது. எனவே நிதி தொடர்பான எந்த நடவடிக்கைக்கும் அவரது தொடர்பு வேண்டியிருந்தது.

1740ல் பீராரைச் சேர்ந்த மராத்தியப் படை வங்காளத்தை, அதனுடைய வருமானத்தின் ஒருபகுதியை அடைவதற்காகத் தாக்கியது. இது போன்று மேற்கு வங்காளத்தில் தொடர்ந்து நடைபெற்ற தாக்குதல்களி லிருந்து தம்முடைய பகுதிகளைப் பாதுகாக்க நவாபாக இருந்த அலிவர்தி கானால் இயலவில்லை. அரசர் பணம் தராததால் ஆத்திர மடைந்த கூலிப்படையினர் கிராமங்களைச் சூறையாடியும், தானியக் கிடங்குகளையும் வர்த்தகர்களுடைய வீடுகளையும் கொள்ளை யடித்தும், கிராமப் பெண்களைக் கடத்தியும் அட்டூழியம் புரிந்தனர்.

இந்தக் கொள்ளைகளினுடைய தீய நினைவுகள் இன்றும் வங்காளத்தில் கதை கதையாகப் பேசப்படுகின்றன. ஒருபுறம் இதுபோன்ற கொள்ளைகள் அரசை அவமானப்படுத்திக்கொண்டும் மக்களை ஏழ்மைப் படுத்திக்கொண்டும் இருந்தபோது, கல்கத்தா செல்வச் செழிப்பிலும், மக்கள் தொகையிலும், படைபலத்திலும் வளர்ந்துவந்தது. மற்ற ஐரோப்பியத் தொழிற்கூடங்கள் ஹூக்ளி நதியின் மேற்குப்பக்கம் இருந்ததால் மராத்தியப் படையெடுப்புக்கு அடிக்கடி ஆளாகின. ஆனால், கல்கத்தா கிழக்குக் கரையில் இருந்ததால், இந்தப் படை யெடுப்புகளிலிருந்து தப்பித்தது. இயற்கை அரணான ஆற்றுக்கு அடுத்தபடியாக, அதன் நிர்வாகிகள் அகழி ஒன்றையும் வெட்டி யிருந்தனர். மராத்தா டிச் என்று அழைக்கப்பட்ட அந்த அகழி பின்னாளில் நிரப்பப்பட்டு சர்குலர் சாலை என்ற பெயரில் அழைக்கப்பட்டது.

கல்கத்தாவை 1750ல் ஒரு அழகான நகரம் என்று சொல்லமுடியாது. சதுப்பு நிலங்களிடையே, அழுக்காகவும், நோய்கள் நிறைந்தும் காணப் பட்ட அந்த நகரின் இறப்பு விகிதமும் அதிகமாக இருந்தது. டச்சு நாட்டில் இருந்து வந்த ஒரு பயணி அதை ‘கோல்கொத்தா’ (விவிலிய அரமைக் மொழியில் எலும்புக்கூடு) என்று அழைக்கும் அளவுக்கு மோசமாக இருந்தது. அழுக்குகள் நிறைந்து இருந்தாலும், பாதுகாப்பு நிறைந்ததாகவும் வர்த்தகம் அதிகம் நடைபெறும் மையமாகவும் இருந்தது அது. 1704 லிருந்து 1756ம் ஆண்டுவரை, 500 ரூபாய்க்கும் குறைவாக இருந்த கிழக்கிந்திய கம்பெனியின் கல்கத்தா மையத்தின் லாபம், 3000 ரூபாய்க்கு மேல் அதிகரித்தது. நகரின் மக்கள்தொகை 10,000லிருந்து 4,00,000 மாகவும், மக்கள் குடியிருந்த பகுதிகள் 80

ஏக்கரிலிருந்து 1600 ஏக்கர்கள் வரையிலும் அதிகரித்தன. சந்தையிலிருந்து வந்த வருமானத்தின் அதிகரிப்பு நகரின் காவலைப் பலப்படுத்தவும், மராத்தியர்களின் தாக்குதல்களிலிருந்து தற்காத்துக் கொள்ளப் பாதுகாப்பு ஏற்பாடுகளை அதிகப்படுத்தவும் பயன்பட்டன.

இந்தப் பலமான பாதுகாப்பு அமைப்பால் ஈர்க்கப்பட்டு, இந்திய வர்த்தகர்களும், கைவினைத் தொழிலாளர்களும், உயர்குடியைச் சேர்ந்த அறிவாளிகளும் அதிக எண்ணிக்கையில் அங்கு குடியேறினர். கிழக்கிந்திய கம்பெனியின் நகரமாகக் கருதப்பட்ட கல்கத்தா, வங்காள நிறுவனங்கள் மற்றும் கலாசார மையமாக உருவெடுத்தது. பதினெட்டாம் நூற்றாண்டின் பிற்பகுதியில் வங்காளத்தைச் சேர்ந்த இரண்டு முக்கியக் குடும்பங்கள், நபாக்ருஷ்ண தேப், ராம்துலால் தே ஆகியோர் மேற்கு வங்காளத்திலிருந்து அவர்களின் பூர்விகக் குடும்ப வீடுகளிலிருந்து விரட்டப்பட்டு கல்கத்தாவில் தஞ்சம் புகுந்தனர். பின்னாளில், ஆங்கில ஆட்சியில் நபாக்ருஷ்ணர் சிறந்த நிர்வாகியாகவும் ராம்துலால் வணிகராகவும் புகழ்பெற்றனர். மற்றும் சில முக்கிய வங்காளிகள் கல்கத்தா ஜமீனில் நிர்வாகிகளாகப் பணிபுரிந்தனர்.

இதுபோன்று, காலப்போக்கில் நவாபின் நிலை பலவீனமாகிக் கொண்டே போக, கிழக்கிந்திய கம்பெனியின் பலம் அதிகரித்துக் கொண்டிருந்தது. 1756-ல் ஒரு திடீர் திருப்பமாக இருவருக்குமிடையே மோதல் ஏற்பட்டது. அந்த மோதலுக்கு வங்காளத்தில் கிழக்கிந்திய கம்பெனியின் உரிமத்தைப் பயன்படுத்தி சுங்க வரி செலுத்த மறுத்து வந்த ஆங்கிலத் தனிவர்த்தகர்களின் நடவடிக்கைகள் முக்கியக் காரணமாக இருந்தது. அந்த ஆங்கில வர்த்தகர்களைக் கண்டிக்க நவாப் எடுத்த பதற்றமான நடவடிக்கையே கல்கத்தாமீது அவர் நடத்திய தாக்குதல்.

சிராஜ் உத் தௌலாவால் கல்கத்தா தாக்கப்பட்டபோது, அங்கிருந்த ஐரோப்பியர்கள் கிழக்கிந்திய கம்பெனியின் பணப்பெட்டிகளை எடுத்துக்கொண்டு கிடைத்த படகுகளில் ஏறிப் பாதுகாப்பான இடங்களுக்குத் தப்பிச் சென்றனர். ஆனால், பலமாகக் காயமடைந்திருந்த 146 ஆங்கில அதிகாரிகளும், சில பெண்களும் சரணடைந்தனர். ஜூன் 1756ல், ஒரு வெப்பம் தகித்த இரவில் 18 சதுர அடிகளே கொண்ட ஒரு கொட்டகையில் அந்தக் கைதிகள் அடைக்கப்பட்டனர். மூன்று பக்கங்களில் சுவர்களாலும், ஒரு பக்கத்தில் கனமான இரும்புச் சட்டங்களாலும் அந்த அறை அமைந்திருந்தது.

கைதிகள் தங்களை இரண்டு அறைகளில் அடைக்கக்கோரி காவலர்களுக்கு லஞ்சம் கொடுக்க முயன்றனர். என்ன காரணத்தாலோ, அந்தக் கோரிக்கை ஏற்கப்படவில்லை. விடிந்ததும் நூற்றுக்கும் மேற்பட்ட

கைதிகள் மூச்சுத் திணறலாலும், நீர் இல்லாமலும், நெருக்கடியாலும் உயிரிழந்திருந்தனர். அந்தச் செய்தி நவாபுக்குச் சொல்லப்பட்டபோது அந்த இறப்புகளைப் பெரிதாகக் கருதவில்லை. மாறாக, பணப்பெட்டி காணாமல் போனதை அறிந்து கோபம் அடைந்தார்.

170 ஆண்டுகளுக்குப் பின் நடந்த ஜாலியன் வாலாபாக் படுகொலையைப் போலவே இந்திய வரலாற்றில் இது ஒரு முக்கிய மான நிகழ்ச்சியாகும். அந்தரத்தில் தொங்கிக்கொண்டிருந்த, எந்த நேரமும் முறியக்கூடியதாக இருந்த உறவை அறுத்துவிட்டது அந்நிகழ்ச்சி. வர்த்தகர்கள் விரும்பக்கூடிய, பேச்சுவார்த்தைகள் மூலம் மோதல்களுக்குத் தீர்வு காணுதல் என்ற நிலை மாறி, பழிவாங்கும் உணர்ச்சி அதிகரித்தது. பிரஞ்சுக்காரர்களோடு நடந்த மறைமுகப் போர்கள் போய், இப்போது இந்திய அரசர் ஒருவருடன் நேரடிப் போர் நடக்கக்கூடிய நிலை உருவானது.

கல்கத்தாவை இழந்த ஆறு மாதங்களுக்குப் பின் க்ளைவும் வைஸ் அட்மிரல் சார்லஸ் வாட்சனும் ஹூக்ளி நதியின் முகத்துவாரத்துக்கு மதராஸின் படை முழுவதையும், 1,400 வீரர்களை, திரட்டிக்கொண்டு வந்தனர். வாட்சனுக்கும் க்ளைவுக்கும் அவ்வளவு சுமுகமான உறவு இருக்கவில்லை. ஒரு படைவீரராக வேடமிடும் கள்ளத்தனமான சிவிலியனாக க்ளைவைப் பற்றி வாட்சன் நினைத்தார். வாட்சன் ஒரு திறமையில்லாத அரசியல்வாதி என்று க்ளைவ் நினைத்தார்.

இந்த முரண்களுக்கிடையே இருவரும் சேர்ந்து கல்கத்தாவை மீட்டது அதிசயம்தான். வாட்சனைப் பொறுத்தவரை கதை அந்த வெற்றியோடு முடிந்துவிட்டது. ஆனால், க்ளைவ் அப்படி ஓய்வெடுக்க விரும்ப வில்லை. இளம் அரசனின் நிலை பலவீனமாக இருந்தது என்பதைச் சரியாகக் கணித்திருந்தார். அவருடைய பதற்றமான நடவடிக்கை களினால், பல நண்பர்களை விரோதிகளாக மாற்றியிருந்தார் அந்த அரசர். அவருடைய வர்த்தக நண்பர்களும் குடும்ப மூத்தோரும் அவரைக் கைவிட்டிருந்தனர். முக்கிய வர்த்தகர்களை மத்யஸ்தர் களாகக் கொண்டு அரசுக்கு உரிமையானவர்களுடன் ரகசியப் பேச்சு வார்த்தைகளை க்ளைவ் ஆரம்பித்தார்.

அவர்களில் மிகவும் சக்திவாய்ந்த மத்யஸ்தராக விளங்கியவர் அமீர் சந்த். இந்த நிகழ்ச்சிகள் நடைபெற்ற போது, வங்காளத்தில் கிழக்கிந்திய கம்பெனியின் ஆகப்பெரிய தரகராக அவரே விளங்கினார். சிறந்த கூட்டாளியாக இருந்தாலும், ஆங்கில நண்பர்களிடையே அமீர் சந்த் சந்தேகத்தையும் எச்சரிக்கையையும் ஏற்படுத்தியிருந்தார். கல்கத்தா விழுந்த இரவில், உண்மையில் அவரும் சிறையில் அடைக்கப் பட்டிருந்தார். அவரை விடுவிக்க சிராஜ் உத் தௌலா மறந்துவிட்டார்.

அந்த இரவில் தப்பிப் பிழைத்த சில ஆங்கில அதிகாரிகளிடம், அன்று அவர்களை 'கறுப்புப் பொந்தில்' தள்ளுமாறு அமீர்சந்த் ரகசியமாக உத்தரவிட்டதாக இந்தியக் காவலர்கள் கூறினர்.

அவருக்கு அரசவையில் இருந்த செல்வாக்கால், அவரை யாரும் ஏதும் செய்யமுடியவில்லை. எதிர் அணியில் இருந்த பிரபுக்களின் ஆதரவைப் பெறுவதற்கு ஈடாக அரண்மனை கஜானாவிலிருந்த செல்வத்தில் ஐந்து சதவிகிதம் தனக்குத் தரப்படவேண்டும் என்றும் தவறினால் இந்தச் சதி முழுவதையும் நவாபிடம் அம்பலமாக்கிவிடுவதாகவும் க்ளைவை மிரட்டினார். எந்தவித நேர்மையும் இல்லாத அமீர்சந்த் தமக்கு எப்படியும் துரோகம் இழைக்கப்போகிறார் என்ற தீர்மானத்தில் ஒரு போலி ஒப்பந்தத்தை க்ளைவ் தயாரித்தார். ப்ளாசிப் போருக்குப் பின், அந்த ஒப்பந்தம் போலி என்று அமீர்சந்திடம் சொல்லப்பட்டதும் அவர் மனநிலை கடுமையாகப் பாதிக்கப்பட்டது.

அரசின் உரிமையாளர்கள் அனைவரின் ஆதரவையும், வர்த்தகர்கள் முக்கிய அதிகாரிகள் ஆகியோருடைய உதவியும் கொண்டு, அரசுக்கு விசுவாசமான ராணுவத்தலைவர்களின் ஆதரவு கிடைக்காததைப் பொருட்படுத்தாமல், க்ளைவ் தலைநகரான முர்ஷிதாபாத்தை நெருங்கினார். பிரசித்திபெற்ற பிளாசிப் போர் ஜூன் 13, 1757ல் நடந்தது. தமது நண்பர்கள், உறவினர்கள் அடங்கிய படையை எதிர் கொள்ள நேர்ந்த நவாபின் படைகள் படுதோல்வியடைந்தன.

வெற்றி பெற்ற தளபதிகள் அடுத்த நாள் முர்ஷிதாபாத்தை அடைந்த போது சிராஜ் அங்கிருந்து தப்பியிருந்தார் (சில நாட்களுக்குப்பின் பிடிக்கப்பட்டுக் கொல்லப்பட்டார்). மதியம் அரசவை கூட்டப் பட்டது. மிர் ஜாபரின் கையைப் பிடித்து க்ளைவ் சிம்மாசனத்தில் உட்காரவைத்தார். பின் அவருக்குத் தலைவணங்கவும் செய்தார். இந்த சம்பிரதாயங்கள் முடிந்தவுடன், ஆங்கில அதிகாரிகள் சிராஜின் கஜானாவைப் பரிசோதித்தனர். இரண்டு மில்லியன் பவுண்ட்களுக்குச் சமமான பணம் அவர்களுக்குக் கிடைத்தது. அரண்மனையின் உள்ளிருந்த நவாபின் ரகசிய அறை ஆங்கிலேயரிடமிருந்து நான்கு இந்தியர்களால் கவனமாகப் பாதுகாக்கப்பட்டது என்று சில தகவல்கள் கூறுகின்றன.

ஆங்கிலேயர் வெளியேறியவுடன், மிர் ஜாபர், நபாக்ருஷ்ண தேப் அடங்கிய இந்த நால்வர் குழு அந்த ரகசிய அறைக்குச் சென்று, 8 மில்லியன் பவுண்டுகள் மதிப்புடைய முத்துக்கள், நகைகள், தங்க நாணயங்களை மீட்டனர். அடுத்த மூன்று ஆண்டுகளுக்கு, இந்தியாவில் தங்கியிருந்த ப்ளாசி வீரர் க்ளைவ் பல நூறாயிரம் பவுண்டுகளை டச்சுக் கிழக்கிந்திய கம்பெனியின் உண்டிகள் மூலமும், கோல்கொண்டா வைரங்கள் மூலமாகவும் இங்கிலாந்துக்கு அனுப்பினார்.

இவ்வாறாக வங்காளத்தில் கிழக்கிந்திய கம்பெனியின் புது வரலாறு தொடங்கி இருபத்து ஐந்து ஆண்டுகள் நீடித்தது. வங்காளத்துக்கென்று ஆட்சியாளர் யாரும் இல்லை. ஆங்கிலேயரே அங்கு மறைமுக ஆட்சி புரிந்தனர். க்ளைவும் அவரது உதவியாளருமான ஹென்றி வான் சிடார்ட்டும் நவாபை ஆட்சிபுரியவிட்டு, வங்காளத்தின் பாதுகாப்பைத் தாங்கள் கவனித்துக்கொள்வதாக உறுதியளித்தனர். அதற்கு ஈடாக வருமானத்தின் ஒரு பகுதியையும் பெற்றுக்கொண்டனர். ஆங்கில வர்த்தகர்கள் வங்காளத்தில் எல்லா இடங்களிலும் பரவினர்.

கிழக்கிந்திய கம்பெனியின் பெயரைப் பயன்படுத்தி வணிகம் செய்து, வரிகொடுக்காமல் ஏய்த்து, மக்களையும் கொடுமைப்படுத்தினர். ஓப்பியப் பழக்கத்துக்கு அடிமையாக இருந்து யாராலும் மதிக்கப்படாத புது நவாப் இந்த ஏற்பாட்டில் மகிழ்ச்சியடைந்தவராகவே இருந்தார். ஆனால் அவரை அப்படி ஆக்கிய பிரிட்டிஷாரில் சிலர் கவலையடைந்தனர். ஏதும் செய்யாமல் சும்மா இருக்கும் நவாபால் அரசின் நிதி நிலை பலவீனமடைந்து அதனால் கிழக்கிந்திய கம்பெனியின் வருவாயும் குறையும் என்ற கவலை அவர்களுக்கு.

1760ல் வான்சிடார்ட்டால் 'புரட்சி' என்று அழைக்கப்பட்ட ஒரு நிகழ்வில் மற்றொரு பிரபுவான மிர் காசிம் அரசராக நியமிக்கப்பட்டார். மிர் காசிம் சிறந்த நிர்வாகி. அதோடு ஆசைகளும் நிறைந்தவர். அவர் அரசின் நிதி நிலைமையை அதிகரித்து, ஆங்கிலத் தனி வர்த்தகர்கள் மீது வரிவிதித்து, அந்த வருமானத்தைக் கொண்டு அரசின் ராணுவபலத்தை அதிகரித்து நாட்டை ஆங்கிலேயர்களின் கையிலிருந்து விடுவிக்கத் திட்டமிட்டார்.

நிதிக் கட்டுப்பாடுகளை விதித்த காசிம்மின் நடவடிக்கைகளுக்கு வான்சிடார்ட் ஆதரவு தந்தார். ஆனால் தனி வர்த்தகர்களின் நிலையைப் பாதுகாப்பதில் குறியாக இருந்த மற்றவர்கள் அரசரை எதிர்த்தனர். அவர் கொண்டுவந்த சீர்திருத்தங்களை எதிர்த்த ஒருவர், 1763ல் கொல்லப்பட்டார். ஆங்கிலேயருடன் ஒரு அவசியமில்லாத போரை அது நவாபின் மீது திணித்தது. வேறு வழியில்லாமல், வட இந்தியாவில் இருந்த மற்ற இஸ்லாமிய அரசர்களின் உதவியை நாடினார். முகலாயப் பேரரசர் இரண்டாம் ஷா ஆலம், அவத் நவாப் ஆகிய ஆங்கில அரசின் வளர்ந்துவரும் ஆதிக்கத்தைக் கண்டு கவலை கொண்டிருந்த அரசர்கள் நவாபுக்கு உதவினர்.

ஆனால் போருக்காக அவர்கள் அமைத்த படை ஒரு குழப்பமான கலவையாக இருந்தது. கட்வா, கிரியா, உதானுல்லா (1763ல்), பக்ஸர் (1764ல்) ஆகிய இடங்களில் நடைபெற்ற போர்கள் தவறான முடிவுகள், ஒற்றுமையில்லாப் படைத்தலைமை, துரோகம் ஆகியவற்றால் அவர்களுக்குத் தோல்வியைத் தந்தன.

முற்றிலும் தோற்கடிக்கப்பட்ட முகலாயப் பேரரசர், தம் மானத்தைக் காத்துக்கொள்ள, வங்காளம், பீகார், ஒரிஸ்ஸா ஆகிய பகுதிகளில் வருமானம் வசூலிக்கும் பணியை கிழக்கிந்திய கம்பெனிக்குப் பரிசாக வழங்கினார். அதற்கு ஈடாகச் சொற்பத் தொகையைக் கட்டணமாகக் கட்ட கிழக்கிந்திய கம்பெனி ஒப்புதல் அளித்தது. அது பத்து ஆண்டுகளுக்குப் பின் நிறுத்தப்பட்டபோதிலும், முதிய அரசர் கிழக்கிந்திய கம்பெனியின் நெருங்கிய நண்பராக மாறினார். ஐரோப்பிய வாழ்க்கை முறையை விரும்பி, ஆங்கிலேயருடைய பாதுகாப்பில் வாழ்ந்தார் அவர்.

கொள்ளை

ஒரு வர்த்தகர் என்ற நிலையிலிருந்து ஆட்சியாளர் என்ற நிலைக்கு கிழக்கிந்திய கம்பெனி மாறிய தருணம் வந்துவிட்டது. முகலாயர்கள் ‘குடிமை, ராணுவம், நிதி என்ற அனைத்துத் துறைகளையும் நிபந்தனைகளின்றி ‘ கிழக்கிந்திய கம்பெனியிடம் ஒப்படைத்துவிட்டனர். (பார்த்தலோமியோ பர்கீஸ், வர்த்தகர், 1782). அது அந்த அதிகாரத்தை எப்படி பயன்படுத்தியது?

ப்ளாசிக்குப் பிறகு, அரசு வருமானம் இந்தியாவிலிருந்து ஏற்றுமதிக்கான நிதியுதவி செய்வதற்காகப் பயன்படுத்தப்பட்டது. விவசாயிகளிடமிருந்து வரி வசூலிக்கப்பட்டு அந்த வரிமூலம் கிடைக்கும் வருமானத்திலிருந்து ஏற்றுமதி செய்வதற்கான ஆடைகள் வாங்கப்பட்டன. இந்த முறை, இந்தியாவுக்கு வெள்ளியை இறக்குமதி செய்வதற்கான மாற்றாக உருவெடுக்கும் என்ற நம்பிக்கையை அதிகரித்தது. அண்மையில் ஹெச்.வி.ப்ரௌன் குறிப்பிட்டதுபோல், இந்த நம்பிக்கை ஓரளவுக்குப் பூரணமடைந்திருந்தது. கிழக்கிந்திய கம்பெனி 1760க்குப் பிறகு அடிக்கடி அதிக அளவில் வெள்ளியை இந்தியாவுக்குக் கொண்டுவந்து, முன்னெப்போதையும்விட அதிகமாக இந்தியாவுக்கும் சீனாவுக்கும் இடையே வெள்ளியை அனுப்பிக் கொண்டிருந்தது.

இதைத்தவிர தனிவர்த்தகர்களும் வெள்ளியை இறக்குமதி செய்து கொண்டிருந்தனர். அதன் அளவு சரியாகக் கணிக்கமுடியாததாக இருந்தது. ஏற்றுமதிக்குத் தேவையான நிதியை அளிக்க, பிரிட்டிஷ் பொருட்களை இறக்குமதி செய்தல், இந்தியாவில் செலவாணியான உண்டி போன்ற மாற்று வழிகளும் வளர்ந்துகொண்டுவந்தன. இருந்தாலும், பக்ஸர் போருக்கு முப்பது ஆண்டுகளுக்கு பிறகே சராசரி வெள்ளி இறக்குமதியின் அளவு குறைந்தது.

கிழக்கிந்திய கம்பெனிக்குக் கிடைத்த அரசியலதிகாரம், அதற்கு நீண்ட நாட்களாக இந்தியாவில் இருந்து வந்த பிரச்சினையைத் தீர்த்தது. அது

ஒப்பந்தங்களைச் செயலாக்குவதில் இருந்த பிரச்னையாகும். ஆங்கிலேயர்கள் ஆட்சியாளர்களாக அமர்ந்த உடன், ஒரு தனிப்படை அமைக்கப்பட்டு சரியாகச் செயல்படுத்தப்படாத ஒப்பந்தங்கள் ஆராயப்பட்டன. வங்காளத்திலும் சோழமண்டலத்திலும் கிழக்கிந்திய கம்பெனி தயாரிப்பாளர்களை அதிக அளவில் கட்டுப்படுத்தத் தொடங்கி, ஒப்பந்தங்களைக் கண்காணிக்க ஊதியம் கொடுத்து அதிகாரிகளை நியமித்தது. அரசியல்ரீதியாக அதிகாரம் படைத்த அந்த அதிகாரிகள், நெசவாளிகளிடம் வேலையைத் துரிதமாக முடிக்கச் சொல்லியும், லஞ்சத்தையும் பாதுகாப்புப் பணத்தையும் வசூலித்தும் அட்டூழியம் செய்தனர்.

இது வங்காளத்திலும் தொடர்ந்தது. ஜமீந்தார்கள் புரட்சிசெய்தனர். நிதி நிலமை மோசமாக இருந்தது. நல்ல நிர்வாகிகள் அதிகமாக இல்லை. 'நபோப்கள்' (நவாப் என்பதன் திரிபு அல்லது அந்நிய நாட்டில் குறுக்கு வழியில் செல்வம் சேர்த்தவர் என்ற பொருள் தரும் போர்ச்சுகீசிய சொல்லான நபோப்) என்று அழைக்கப்பட்ட கிழக்கிந்திய கம்பெனி அதிகாரிகள் பலர், வங்காளத்தில் பணிபுரியும் வாய்ப்பை விரும்பி வந்தனர். துரிதமாகப் பணம் சம்பாதிக்கக்கூடிய வழியாகக் கருதி அப்போதும் நிரம்பி வழிந்த நவாபின் கஜானாவைக் கொள்ளையடித்தனர்.

லண்டனில் கிழக்கிந்திய கம்பெனியின் பங்குகள் அடிக்கடி சரிந்தன. அதில் பணம்போட்ட சில நாடாளுமன்ற உறுப்பினர்கள் உட்படப் பலர் அதனால் திவாலாகும் நிலைக்குவந்தனர். வங்காளத்தில் 1770 ஏற்பட்ட பஞ்சம் அரசின் கவனிப்பின்மையையும் கையாலாகாத்தனத்தையும் வெளிச்சமிட்டுக்காட்டியது.

க்ளைவ் மற்றும் அவருக்குப் பின்னால் வந்த ஹாரி வெரில்ஸ்ட் ஆகியோரது தலைமைகூட, இந்தச் சீர்கேட்டைத் தடுக்க முடியவில்லை. வெரில்ஸ்ட் ஒரு குமாஸ்தாவாகத் தொடங்கி ஆளுநராக உயர்ந்ததற்கு தனிவர்த்தகமே காரணமாக இருந்தது. இந்த முரண் மற்ற தனிவர்த்தகர்களுக்குத் தெள்ளெனத் தெரிந்தது. அவரது எதிரிகளில் ஒருவரும், முன்னாள் பணியாளரும் வர்த்தகருமான வில்லியம் போல்ட்ஸ் வங்காளத்தில் நிலவிய ஊழலையும் குழப்பத்தையும் பற்றி ஒரு புத்தகம் வெளியிட்டார்.

இதற்கு வெரில்ஸ்ட் ஒரு எதிர்வினை வெளியிட்டார். இங்கிலாந்து திரும்பிய பிறகு தொடர்ந்து வழக்குகளில் ஈடுபட்ட இந்த இருவரும் முடிவில் திவாலாகிப் போயினர். வங்காளத்தில் அவர்கள் இருவருக்கும் இருந்த சொத்துக்களை அவர்களால் திருப்பப்பெற முடியவில்லை. இந்த மாற்றங்கள், வங்காளத்தில் பெரும் வளர்ச்சியெதையும் கொண்டுவரவில்லை. மாறாக கிழக்கிந்திய கம்பெனி ஆட்சியின் ஊழல் பற்றி மக்களின் கவனம் அதிகமாகிக்கொண்டுவந்தது.

ஒருவகையில், வெரில்ஸ்ட் ஒரு தீர்க்கதரிசி என்று சொல்லவேண்டும். இந்தியா ஆங்கிலேயர்களால் எவ்வாறு ஆட்சி செய்ய வேண்டும் என்பது பற்றி முதலில் கலந்துரையாடலை ஆரம்பித்தவர் அவர்தான். இந்தியர்களுக்கு சட்டரீதியான, சமூகரீதியான, கலாசாரரீதியான தன்னாட்சியைக் கொடுத்து ஆங்கிலேயர் மறைமுகமான ஆட்சி முறையைக் கையாளவேண்டும் என்பதைச் சொன்னவர் அவர்தான். பின்னாளில் வாரன் ஹேஸ்டிங்ஸ் (1732 - 1818) அதைக் கொள்கை யளவில் அமல்படுத்தினார்.

ஹேஸ்டிங்ஸ்

வங்காளத்தின் ஆளுநர் (1772 - 73), பிரிட்டிஷ் இந்தியாவின் கவர்னர் ஜெனரல் (1774 - 84) என்ற பதவிகளை வகித்த ஹேஸ்டிங்ஸின் தலைமை, இரு முரண்பட்ட காரணங்களுக்காக முக்கியமானது. முதலாவதாக, நிர்வாகத்தில் ஒரு நிலையானதன்மையை ஏற்படுத்தி வங்காள அரசுக்கு நிறுவனமய அடித்தளத்தை அமைத்துக்கொடுத்தது. இரண்டாவது, கேள்விக்குரிய அவருடைய நடத்தையால், இந்தியாவில் பிரிட்டிஷ் அரசின் கட்டுப்பாட்டை அதிகப்படுத்த விரும் பியவர்களின் பலத்தை அதிகரித்தது. இந்த இரண்டு நடவடிக்கை களாலும், அவரது ஆட்சிக்காலம் இந்தியாவில் ஒரு ஏகாதிபத்திய அரசை உருவாக்கியது.

ஹேஸ்டிங்ஸ் ஒரு மதகுருவுக்கு மகனாகப் பிறந்து, தந்தையால் கைவிடப்பட்ட பிறகு மாமாவினால் லண்டனில் உள்ள வெஸ்ட் மினிஸ்டர் பள்ளியில் படிப்பைத் தொடர்ந்தார். 1750ல் மாமாவின் மறைவால் படிப்பைப் பாதியில் கைவிட நேர்ந்தது. அதன்பின் ஒரு எழுத்தராக கிழக்கிந்திய கம்பெனியில் சேர்ந்தார். வங்காளத்தில் அவர் கழித்த அவரது முதலாம் ஆண்டுகள் அவருடைய ஆளுமையை வளர்த்தன. பாரசீக மொழியை நபாக்ருஷ்ணாவிடமிருந்து கற்றார். ஒரே வயது உடையவர்கள் என்பதால், இருவரும் நெருங்கிய நட்பு பூண்டனர். எனவே, அக்காலத்தில் இருந்த எந்த ஒரு பிரிட்டிஷ் அதிகாரியை விடவும் இந்திய கலாசார சமூக அமைப்பைப் பற்றி நன்கறிந்தவராக ஹேஸ்டிங்ஸ் முதிர்ச்சியடைந்தார்.

ப்ளாசிப்போருக்கு இடைப்பட்ட காலத்தில் ராணுவ அதிகாரியாகப் பணிபுரிந்த அனுபவம் ஹேஸ்டிங்ஸுக்கு இருந்தது. 1758ல் அவரது அயராத உழைப்புக்காக முர்ஷிதாபாத்தில் உயர் பதவி அவருக்குக் கிடைத்தது. முர்ஷிதாபாத்தில் இருந்தபோது, அவருடைய நண்பர் வன்சிடார்ட்டுடன் சேர்ந்துகொண்டு மீர் காசிம்மை ஆதரித்தார். மீர் காசிம் பிரிட்டிஷாருக்கு எதிராகத் திரும்பியபோது, ஹேஸ்டிங்ஸ் ஆபத்தான நிலையில் சிக்கிக்கொண்டார்.

மூன்று நாட்களுக்கு நவாபின் ஆட்கள் அவரைத் தேடியபோது, பிரிட்டிஷாருக்குத் தெரிந்தவரான கன்டோபாபுவின் குடிசையில் மறைந்து தப்பித்தார். ஒரு இருட்டு அறையில், நொதிக்கப்பட்ட அரிசிச் சோறு, மீன்கறி போன்ற ஏழை வங்காளியின் உணவை அவர் உண்ணவேண்டி யிருந்தது. அவரும் கன்டோபாபுவும் ஒரு சிறு கீறல்கூட இல்லாமல் தப்பித்தபோதிலும், அந்த நிகழ்ச்சி ஹேஸ்டிங்ஸின் வாழ்க்கையையே மாற்றக்கூடிய அனுபவமாக இருந்தது. அதன்பின் விசுவாசத்தை எந்த ஒரு விலைகொடுத்தும் வாங்கத் தயாராக இருந்தார் அவர். அதுபோல், வங்காள கிராமப்புறப் பாணியில் சமைக்கப்பட்ட நொதிக்கப்பட்ட அரிசிச்சோறுக்கும் மீன்கறிக்கும் ரசிகராகவே ஆகிவிட்டார்!

கல்கத்தாவுக்குத் திரும்பியதும், வன்சிடார்ட் மிர் காசிம்மை ஆதரிப்பதை ஏற்காத சக ஆங்கிலேயர்களின் எதிர்ப்பு, ஹேஸ்டிங்ஸின் பக்கமும் திரும்பியது. பணத்தையும் மதிப்பையும் சம்பாதித்துக் கொள்ளாத ஹேஸ்டிங்ஸ் இங்கிலாந்துக்குத் திருப்பி அனுப்பப் பட்டார். இங்கிலாந்தில் அவரது இந்திய விவகாரங்களைப் பற்றிய பொதுக்கூட்டப் பேச்சுகள், பலருக்கு ஆர்வமூட்டுவதாக இருந்தன. இதுபோன்ற ஒரு கூட்டத்தில்தான், இந்தியாவுக்கான எதிர்காலக் கொள்கையைப் பற்றிக் கூறினார்.

அவரது கொள்கையின் மையக்கருத்து, வங்காளம் ஒரு பிரிட்டிஷ் மாநிலம்; அது லாபம் சம்பாதிக்கும் நோக்குடைய கிழக்கிந்திய கம்பெனியின் முகவர்களால் ஆளப்படக்கூடாது. அதை ஆள்வதற்கு, அனுபவமிக்க நிர்வாகத் திறமையுள்ளவர்கள் தேவை. இன்னொரு புறம், வங்காளம் வழிவழி வந்த கலாச்சார, நிர்வாகப் பின்னணி கொண்ட ஒரு சிக்கலான பகுதி. எனவே, அதன் பிரிட்டிஷ் நிர்வாகிகள், பாரசீகம், சமஸ்கிருதம், வங்காள மொழிகள் தெரிந்தவராக, இந்தியப் பாரம்பரிய சட்டங்கள் மூலமாக ஆட்சிபுரிபவராக இருத்தல்வேண்டும்.

1772ல் ஹேஸ்டிங்ஸ் இந்தியா திரும்பினார். அவருடைய கொள்கை களைச் செயல்படுத்த அவருக்கு வாய்ப்பும் கிடைத்தது. ஆட்சியைக் கட்டுக்குள் கொண்டுவந்து, நீதி மற்றும் நிதி நிர்வாகத்தில் பல சீர்திருத் தங்களைப் புகுத்தினார். அவருடைய நீதித்துறைச் சீர்திருத்தங்கள், அவருக்கு ஏற்கனவே நெருக்கமான இந்திய நீதிமுறைகளின் படிமங் களைக் கொண்டிருந்தது. இந்திய ஆட்சியாளர்களைப் பொறுத்தவரை, அவர் சமாதானமாகப் போகவே விரும்பினார். அதற்கு அவருடைய கலாசார சகிப்புத்தன்மை உதவியாக இருந்தது. அவருக்கு பாரசீக மொழி சரளமாகப் பேசவருமாதலால், அம்மொழியில் இந்தியர் களுடன் மொழிபெயர்ப்பாளர் உதவியின்றி உரையாட அவரால் முடிந்தது.

இது போன்ற சாதனைகளின் பின்புலத்தைக் கொண்டு, ஆங்கில அதிகாரிகளைத் தாமே தேர்ந்தெடுத்துப் பணிகளில் அமர்த்தினார். அனுபவமில்லாத, பயிற்சியில்லாத, சொந்த முன்னேற்றத்தில் மட்டும் அக்கறையுள்ள பலரை வேலையிலிருந்து நீக்கி, அவர்களுக்குப் பதிலாகத் திறமையுள்ள இந்தியர்களைப் பணியமர்த்தினார். சுருக்கமாகச் சொன்னால், பிரிட்டிஷ் இந்தியாவின் முன்மாதிரியை உருவாக்கியவர் ஹேஸ்டிங்ஸ். அதிலுள்ள அதிகாரிகள், வர்த்தகர்களாக இல்லாமல், இந்திய உயர்குடிமக்களில் இருந்து தேர்ந்தெடுக்கப்பட்டவர்களாக இருந்தனர்.

அதேசமயம், ஹேஸ்டிங்ஸ் தன் ஆளுமையில் ஏற்பட்ட முரண்களால் தோல்விகளையும் சந்தித்தார். அனைவருக்கும் சமமான நீதி என்ற கொள்கையுடன் ஆட்சிபுரிய முயன்றாலும், அவருக்கு நெருக்கமான ஜமீந்தார்கள் வருவாயைப் பெருக்கச் செய்த கொடுங்கோல் ஆட்சி முறைகளை அவர் கண்டுகொள்ளவில்லை. அவர் உயிரைக் காப்பாற்றிய கன்டோபாபு, தவறான முறைகளில் பல ஜமீன்களை வாங்க அனுமதிக்கப்பட்டார். மற்றொரு விசுவாசமிக்க ஜமீந்தாரான தேவி சிங், மக்களைக் கொடுமைப்படுத்தி, அதன் விளைவாக ரங்பூரில் புரட்சி ஏற்படவும் காரணமாக இருந்தார்.

அதிகம் வெளியே தெரியாத, அவருக்கு நெருக்கமான மற்றொருவர் ஜாபர். ஹேஸ்டிங்ஸின் மெய்க்காவலாரக இருந்த அவருக்கு கல்கத்தாவின் தர்மாஸ்தலா தெருவில் ஒரு பெரும் நிலம் பரிசாக வழங்கப்பட்டது. ஹேஸ்டிங்ஸின் ராணுவரீதியான முயற்சிகளும் அவ்வளவாக வெற்றி பெறவில்லை. பனாரஸ், ரோஹில்கண்ட், அவத் ஆகிய பகுதிகளை மராத்தியப் படையெடுப்புகளில் இருந்து பாதுகாப்பதற்கு கிழக்கிந்திய கம்பெனி ஒத்துக்கொண்டது. அதனால், அங்கு அமைதி நிலவினாலும், ரோஹில்கண்டின் பொருளாதாரம் சீர்கெட்டது. அவத்தின் ஆட்சியாளர்கள் அதிகாரத்தை இழந்தனர்.

மேலும், ஹேஸ்டிங்ஸ், வங்காளத்தை ஆண்ட மன்ற உறுப்பினர்களிடையே நிலவிய கோஷ்டிப்பூசலைத் தீர்க்க முடியாதவராக இருந்தார். கவர்னர் ஜெனரலின் பணியை மேற்பார்வை செய்ய, நாடாளுமன்றம் ஒரு உயர்மட்டக் குழுவை அமைத்தபோது, அந்தப் பூசல் முற்றியது. அந்தக் குழுவின் முக்கிய உறுப்பினராக இருந்தவர், ஃபிலிப் ஃப்ரான்ஸிஸ். இந்திய விவகாரங்களில் நல்ல அறிவும் தேர்ச்சியும் உள்ள அவர் ஹேஸ்டிங்ஸின் பதவிமீது ஒரு கண் வைத்திருந்தார். இருவருக்குமிடையே இருந்த தகராறில் பலிகடா ஆக்கப்பட்டவர் ஒரு இந்தியர். அவர் பெயர் நந்தகுமார்.

நவாபிடம் அதிகாரியாக இருந்த நந்தகுமார் முன்பு ஹேஸ்டிங்ஸிடமும் பணி புரிந்திருந்தார். 1775ல் நவாபிடமிருந்து லஞ்சம் பெற்றதாக

ஹேஸ்டிங்ஸின் மீது குற்றம் சுமத்தினார் நந்தகுமார். அவர் அந்த வழக்கில் வெற்றி பெற்றிருந்தால், ஹேஸ்டிங்ஸின் எதிரிகளிடமிருந்து பெரும் ஆதாயங்களை வென்றிருக்க முடியும். அவர் ஃப்ரான்ஸின் ஆதரவாளராகவும் ஹேஸ்டிங்ஸின் பழைய நண்பரான நபாக்ருஷ்ண தேபின் எதிரியாகவும் இருந்தார்.

ஆனால், நிலைமை நந்தகுமாருக்கு எதிராக இருந்தது. நவாபிடம் பணிபுரிந்தவர்களில் ஒரு பிரிவினர் ஹேஸ்டிங்ஸின் ஆதரவாளர்களாக இருந்தனர். அவர்கள் புதிதாக ஏற்படுத்தப்பட்ட கல்கத்தா உயர் நீதிமன்றத்தில் நந்தகுமார் பொய்க் கையெழுத்துப் போட்டதாகக் கூறி வழக்குத் தொடர்ந்தனர். நீதிமன்றத்தில் தலைமை நீதிபதியாக இருந்த எலிஜா இம்பே, ஹேஸ்டிங்ஸின் பழைய நண்பர். விரைவாக அந்த வழக்கை விசாரித்த இம்பே, நந்தகுமாருக்குப் பொய்க் கையெழுத்துக் காக அக்காலத்தில் வழங்கப்படும் தண்டனையான மரணதண்டனை விதித்து உத்தரவிட்டார்.

இந்தத் தண்டனையைப்போல் ஹேஸ்டிங்ஸின் மதிப்பைக் குலைத்த நிகழ்ச்சி வேறு ஏதும் இல்லை. ஒரு சாதாரண வங்காளிக்கு, பிரிட்டிஷ் அரசாங்கத்தின் அறமில்லாத தன்மையை இது வெளிச்சமிட்டுக் காட்டியது. ஓர் ஆங்கில வணிகர் கூறியதுபோல், ஐரோப்பிய சர்வாதி காரம் இந்நிகழ்ச்சி மூலம் வெளிப்பட்டது. இந்தத் தீர்ப்பு பெருமளவில் பார்வையாளர்களை ஈர்த்தது. தீர்ப்பு நிறைவேற்றப்பட்டவுடன், ஆயிரக்கணக்கானோர் ஹூக்ளி நதியில், ஒரு பிராமணர் கொல்லப் பட்ட பாவத்தைத் தீர்க்க நீராடினர்.

ஹேஸ்டிங்ஸை கவர்னர் ஜெனரல் பதவியிலிருந்து நீக்கத் தேவையான ஆதரவைத் திரட்ட முடியாத ஃப்ரான்ஸிஸ், அவர் மீது பல ஊழல் குற்றச்சாட்டுக்களுக்கான ஆதாரங்களைத் திரட்டினார். 1785-86ல் இக் குற்றச்சாட்டுக்களைப் பரிசீலனை செய்ய ஆர்வமுள்ளவர்களும் அவருக்குக் கிடைத்தனர்.

குற்றச்சாட்டு

தத்துவ அறிஞரும், நாடாளுமன்ற உறுப்பினரும், விக் எதிர்கட்சித் தலைவரும், சிறந்த பேச்சாளருமான எட்மண்ட் பர்க், 1760களின் பிற்பகுதியில் கிழக்கிந்திய கம்பெனியின் நடவடிக்கைகளில் அக்கறை கொண்டார். நாடாளுமன்றம் கிழக்கிந்திய கம்பெனியின் பங்குகளின் விலை ஊசலாடுவதைப் பற்றிக் கவலை கொண்ட சமயம் அது. பர்கின் குடும்பம் பங்குச்சந்தையின் சரிவால் பாதிக்கப்பட்டிருந்தது. ஆனால், பர்கின் கிழக்கிந்திய கம்பெனியைப் பற்றிய அபிப்பிராயம் சொந்த

அனுபவத்தினால் மட்டும் அல்லாமல் வேறு வகையிலும் உருவாகி யிருந்தன. 1770ல் 1773ல் கொண்டுவரத் திட்டமிட்ட ஒழுங்குச் சட்டத்தைப் பரிசீலனை செய்யும் குழுவில் நியமிக்கப்பட்டார். அவர் பார்வை இந்தியாவின் மீது விழுந்ததும், கிழக்கிந்திய கம்பெனி அதிகாரிகளின் துஷ்பிரயோகங்கள் ஒன்றன் பின் ஒன்றாக வெளிவந்தன.

அடுத்த பத்து ஆண்டுகளில், கிழக்கிந்திய கம்பெனியின் இந்திய ஆட்சியைப் பற்றிய சிறந்த விமர்சனம் ஒன்றை உருவாக்கினார். அவரைப் பொறுத்தவரை, முறையான ஆட்சிமன்றங்கள் இல்லாத அல்லது அவை அழிக்கப்பட்ட இடத்தில் லாபத்தைக் குறிக்கோளாகக் கொண்ட வர்த்தகர்கள் புரியும் ஆட்சி ஊழல் மலிந்ததாகவே இருக்கும். இது உண்மைதான். ஆனால் அவரது கிழக்கிந்திய கம்பெனி ஆட்சியைப் பற்றிய கருத்து, வலுவான ஒரு அடித்தளத்தின் மீது அமைக்கப்பட வில்லை. இங்கே பர்கின் இந்தியாவைப் பற்றிய அறியாமை வெளிப் பட்டது. அவர் எதையெல்லாம் ஊழல் என்று கருதிக் குற்றம் சுமத்தினாரோ, அவை கிழக்கிந்திய கம்பெனியின் பணியாளர்களைப் பொறுத்தமட்டில், இந்திய அரசாட்சியின் நடைமுறைகளாக இருந்தன.

அவற்றில் பணப் பரிசுகள், அரசின் அதிகாரிகளுக்கு லஞ்சம் கொடுத்தல் ஆகியவை அடங்கும். பர்கைப் பொறுத்தமட்டில் கர்நாடிக்கில் நடை பெற்ற மறைமுகப் போர்கள் எல்லாம் நம்பிக்கைத் துரோக அரசியலின் அடையாளங்கள். ஆனால், உண்மையில் பதினெட்டாம் நூற்றாண்டு இந்தியாவில், படை மற்றும் அரசியல் சந்தர்ப்பவாதம் சர்வ சாதாரண நடைமுறையாக இருந்தது. பிரிட்டிஷாரால் கொண்டுவரப்பட்ட ஒன்றாக அல்ல.

ஒட்டுமொத்த நடைமுறைகளும் சீர்கெட்டிருந்தது என்று கண்டறிந்த பர்க், அதற்குக் காரணகர்த்தாவாக ஒரு தனிமனிதரைக் குறிவைத்தார். அவருடைய அசாதாரணமான அறிவும் அற உணர்வும் தந்த ஆற்றலைக் கொண்டு, ஹேஸ்டிங்ஸின் மீது பழிசுமத்தினார். ஃப்ரான்ஸிஸ் அவருக்கு ஹேஸ்டிங்ஸைப் பற்றிய ரகசியத் தகவல்களை ஆவலுடன் வழங்கினார்.

இந்தியாவில் அழுகிக்கிடந்த அரசியல் முறையின் அடையாளமாக ஒரு தனிமனிதர் சுட்டிக்காட்டப்பட்டார். மேலும் உந்துதல் அடைந்த பர்க், நாடாளுமன்றத்தில் ஹேஸ்டிங்ஸின் மீது அரசியல் குற்றச்சாட்டு சுமத்தப்படவேண்டும் அல்லது பிரபுக்கள் சபையின் முன் அவர் விசாரிக்கப்படவேண்டும் என்று வலியுறுத்தினார். ஹேஸ்டிங்ஸ் நாடு திரும்பியதற்கு மூன்று ஆண்டுகளுக்குப் பிறகு 1788-ல் விசாரணை துவங்கியது.

தமது வாழ்நாளில் எஞ்சியுள்ள நாட்களைக் கிராமப்புறத்தில் கழிக்க வேண்டும் என்ற எண்ணத்தோடு திரும்பிய ஹேஸ்டிங்ஸ், விசாரணையின் ஆரம்ப கட்டத்தில் பொது மக்களின் கவனம் தன் பக்கம் திரும்பியது தொடர்பாக சந்தோஷமேபட்டார். தன் மீது எந்தக் குற்றமும் இல்லை என்று அவர் திடமாக நம்பினார். அந்த வழக்குக்கு அதிகக் கூட்டம் கூடும், தனக்கு பெரும் புகழ் கிடைக்கும் என்ற காரணம் மற்றொன்று. ஆனால், பர்கின் பேச்சுத்திறமை, வழக்கு இழுத்தடித்துக்கொண்டு போனதால் உண்டான செலவுகள், பொதுவில் அலசப்பட்ட வழக்கின் விவரங்கள் ஆகியவை அவரின் சிந்தனையின் போக்கை மாற்றின.

அவருக்கு எதிராக இருந்த குற்றச்சாட்டுகளில் லஞ்ச ஊழல், நந்தகுமாருக்கு விதிக்கப்பட்ட மரணதண்டனை, கொடூரமான, ஊழல் குற்றச்சாட்டுகளுக்கு ஆளான பல ஜமீந்தார்களை, விசுவாசமாக இருந்தார்கள் என்ற காரணத்தால் ஆதரித்தது ஆகியவை இருந்தன.

இவ்வளவு தீவிரமான குற்றச்சாட்டுகள் இருந்தபோதிலும், ஒன்பது வருடங்கள் நடந்த இந்த வழக்கின் முடிவில், ஹேஸ்டிங்ஸ் குற்றவாளி அல்ல என்று தீர்ப்பு அளிக்கப்பட்டது. அது பொதுமக்கள் மத்தியிலும் ஏற்றுக்கொள்ளப்பட்டது. நந்தகுமாரைக் கொல்லச் சதித்திட்டம் தீட்டினார் என்ற குற்றச்சாட்டுமூலம், பர்க் நீதி விசாரணை சார்ந்த எல்லைகளைத் தாண்டிச் சென்றது அதற்கான முக்கிய காரணம் என்று சொல்லலாம்.

தனிப்பட்ட முறையில் அவர் ஊழல் செய்தார் என்ற குற்றச்சாட்டு போதுமான முறையில் நிரூபிக்கப்படவில்லை. பர்கைத்தவிர மற்ற அனைவரும் ஹேஸ்டிங்ஸ் ஒரு பலிகடா ஆக்கப்பட்டார் என்று நினைக்கத் தொடங்கினர். பர்க் இந்த வழக்கில் தோற்றிருந்தாலும், அவர் எழுப்பிய வாதங்கள் நாடாளுமன்றத்தில் எதிரொலித்தன. இந்திய ஆட்சியை விரைவாகப் பணம் சம்பாதிக்கத் துடிக்கும் ஒரு சில சந்தர்ப்பவாத ஆசாமிகளிடம் விட்டுவைக்கக்கூடாது என்ற கருத்து உருவாக்கம் பெற்றது. பிரிட்டிஷ் இந்திய வரலாற்றில் இதன்மூலம் ஒரு புதிய அத்தியாயம் ஆரம்பித்தது.

இந்த வழக்குத் தொடங்குவதற்கு ஆறாண்டுகளுக்கு முன் எழுதப்பட்ட ஒரு புத்தகத்திலிருந்து பர்க் அவ்வழக்குக்கான உந்துதலைப் பெற்றார். அந்தப் புத்தகம் ஏற்கெனவே கிழக்கிந்திய கம்பெனிக்குப் பெரும் பாதிப்பை ஏற்படுத்திவிட்டிருந்தது.

ஆடம் ஸ்மித்

நாடுகளின் செல்வத்தின் இயல்புகள், காரணங்கள் குறித்த ஒரு ஆய்வு (An Inquiry into the Nature and Causes of the Wealth of Nations) என்ற

நூலை ஆடம் ஸ்மித் 1776ல் வெளியிட்டார். தாராளமயமாக்கலுக்கு ஆதரவான கருத்துகளை அப்புத்தகம் கொண்டிருந்தது. எனவே, ஏகபோகத்தை எதிர்க்கவும் வேண்டியிருந்தது. அவர் ஏகபோகத்தின் கெடுதல்களைச் சொல்ல கிழக்கிந்திய கம்பெனியின் செயல்பாடு களைத்தான் உதாரணமாக எடுத்துக்கொண்டிருந்தார். ஏகபோக உரிமையின் மற்ற எதிர்ப்பாளர்களைப்போல, அதனால் தனியார் நிறுவனங்களுக்கு உண்டாகும் ஆபத்துகளை மட்டும் பேசாமல், ஆடம் ஸ்மித் வங்காளத்தின் பொருளாதாரத்தையும் கருத்தில் எடுத்துக் கொண்டார். அவரைப் பொறுத்தவரை, இந்தியாவில் இருந்த கிழக்கிந்திய கம்பெனி ஒரு தனித்துவம் கொண்ட பிறழ்வு. ஏகபோகமே தீங்கு என்பது ஒருபுறமிருக்க, ஏகபோக உரிமை உள்ள நிறுவனம் ஒரு மாநிலத்தை ஆள்வது அதனினும் கொடுமை. ஏகபோக உரிமை வழங்கப்பட்ட சாசனத்தால், எவ்வாறு பிரிட்டிஷ் சந்தைகளில் இந்தியப் பொருட்கள் அதிக விலைக்கு விற்கப்படுகின்றன என்பதை விளக்கிய தோடு மட்டும் நில்லாமல், வர்த்தகர்களால் நடத்தப்பட்ட அரசு, பொதுநலனைப் பற்றிக் கருதாமல், எப்படி தனிப்பட்ட லாபங்களைத் திரட்டுவதில் குறியாக இருந்து பொருளாதாரத்தையும் பாதித்தது என்பதையும் ஸ்மித் குறிப்பிட்டார்.

'ஆங்கிலக் கிழக்கிந்திய கம்பெனியின் வர்த்தகக் குறிக்கோள் அவர் களை மோசமான ஆட்சியாளர்களாக ஆக்கியதுபோல், ஆட்சி செய்ய வேண்டும் என்ற அவர்களது குறிக்கோள் அவர்களை மோசமான வர்த்தகர்கள் ஆக்கியது' என்றார். போர்களிலும் உள்ளூர் அரசியல் தகராறுகளிலும் ஈடுபட்டதால், கிழக்கிந்திய கம்பெனி திவாலாகும் நிலைக்கு வந்து, அரசின் உதவியைச் சார்ந்து நிற்கும் நிலைக்கு மேலும் ஆளானது.

அவருடைய மதிப்பீடுகளுக்குச் செல்வாக்கு இருந்தபோதிலும், ஸ்மித் இந்தியாவிலிருந்த நிலைமையைப்பற்றிக் கூறிய கருத்துகள் அனைத்தும் உண்மையல்ல. ஐரோப்பியர்கள் ஆட்சிபுரிந்த வங்காளத்தைப் போன்ற நாடுகள், 'வளமிக்க, பரவலான, அந்தப் பரவலான பகுதிக்கு ஏற்ப செல்வம் நிறைந்தவை; கிரேட் பிரிட்டனை விட அதிக மக்கள் தொகை கொண்டவை' என்று கணித்திருந்தார். அதனால் ஐரோப்பியர்கள், செல்வம் மிகுந்த பகுதிகளைக் கொள்ளை யடித்து ஏழ்மையில் தள்ளினர் என்று முடிவெடுத்தார் ஸ்மித். ஆனால், உண்மையில் வங்காளம் 1770ல் இருந்த இங்கிலாந்தைவிட ஏழ்மையானது.

ஸ்மித் பயன்படுத்தும் 'கொள்ளை' என்ற வார்த்தை, செல்வம் கொழித் தவர்களிடமிருந்து எடுக்கப்பட்ட நகைகளைக் குறித்ததே தவிர, சாதாரணமானவர்களின் சேமிப்புகளைக் குறிக்கவில்லை. அவருடைய

கணிப்பைச் சரியென்று நிலைநிறுத்தும் முயற்சியில், கிழக்கிந்திய கம்பெனியின் நிறுவனத் தன்மையை ஆராய ஸ்மித் தவறிவிட்டார். அதற்கு இருந்த மாறுபட்ட இரு குணங்களை அவர் கவனிக்கவில்லை. இந்தியாவில் நடைபெற்றது அவர் கருதியதுபோல், லண்டன் வர்த்தகர்களின் ஏகபோக உரிமையை விரிவுபடுத்தும் நோக்கமல்ல. இந்தியாவில் இருந்த வர்த்தகர்களும், போர்வீரர்களும் லண்டன் பங்குதாரர்களின் ஆலோசனைகளையும் மீறி ஈடுபட்ட செயல்களின் விளைவே. அவரது ஆய்வு முடிவுகளுக்கு மாறாக, கிழக்கிந்திய கம்பெனி வங்காளத்தை வெற்றிகொண்ட நிகழ்வு நிறுவனத்தின் பலத்தை அல்ல, பலவீனத்தைத்தான் காட்டியது.

ஆயினும், நீண்டகாலமாக இருந்துவந்த ஏகபோக உரிமைக்கு எதிரான சந்தேகங்களுக்கு ஒரு முறையான வடிவத்தை ஸ்மித் வழங்கினார். கிழக்கிந்திய கம்பெனி தொடர்பான விவாதங்களில் இந்தியாவின் சார்பான வாதங்களை எடுத்துரைத்தார். லாப நோக்குடன் செயல் படுவோர் ஆட்சி செய்வதின் அபாயங்களைப்பற்றிய கவனத்தை ஈர்த்ததும் அவர்தான்.

ஒழுங்குமுறைச் சட்டம்

இதற்கிடையில் கிழக்கிந்திய கம்பெனி ஆட்சிசெய்த பகுதிகளைக் கட்டுப்படுத்தி, முறைப்படுத்தும் கருவி நாடாளுமன்றத்தில் உருவாகத் தொடங்கியது.

கிழக்கிந்திய கம்பெனி வங்காளத்தில் வருவாய் நிர்வாகத்தைக் கையில் எடுத்துக்கொண்ட அடுத்த பத்தாண்டுகள் பிரிட்டிஷ் அரசுக்கு தர்மசங் கடத்தை அளித்தது. இந்தியாவிலிருந்த கிழக்கிந்திய கம்பெனியின் பிரதிநிதிகள் உயர்மட்ட உத்தரவுகளை மீறிச் செயல்பட்டு வந்தனர். குமாஸ்தாக்களாகவும் லெஃப்டினண்ட் ஆகவும் இந்தியாவுக்குச் சென்ற பலர் இந்திய அரசர்களால் பரிசாக அளிக்கப்பட்ட வைரங் களுடனும் பொன்னுடனும் நாடு திரும்பினர். போல்ட்-வெரில்ஸ்ட் விவகாரம் சீர்கெட்ட நிலையை உணர்த்தியது. கிழக்கிந்திய கம்பெனி கையகப்படுத்திய புதிய பகுதிகள் கேள்விகளை எழுப்பின. அந்தப் பகுதிகள் யாருக்குச் சொந்தம், கிழக்கிந்திய கம்பெனிக்கா அரசுக்கா?

கிழக்கிந்திய கம்பெனியின் நிலையும் கவலைக்கிடமாகவே இருந்தது. அதன் போர் தொடர்பான செலவினங்கள் அதிகரித்துக்கொண்டே வந்தன. ஆடைகளின் வர்த்தகம் அவற்றின் விலை உயர்வால் பாதிக்கப் பட்டது. தேநீரின் மூலம் கிடைக்கும் வருமானம், புதிய வரிகளால் வீழ்ச்சியடைந்தது. வர்த்தகம், போர், நிர்வாகம் ஆகியவற்றை நடத்த உதவியாக இருந்த வங்காளத்திலிருந்து கிடைத்த வருமானம்,

போதுமான அளவுக்கு உயரவில்லை. 1770ல் ஏற்பட்ட பஞ்சத்துக்குப் பிறகு வருவாய் அதலபாதாளத்துக்குச் சென்றது. பங்குச்சந்தை இந்த நிச்சயமின்மையை எதிரொலித்தது. அதனால் கிழக்கிந்திய கம்பெனி பலதடவைகள், திவாலாகும் நிலைக்குத் தள்ளப்பட்டது. மொத்தத்தில், 'நபோபுகள்' அவர்கள் பணிபுரிந்த நிறுவனத்தைத் தீர்த்துக்கட்டினர்.

இந்தியாவில் ஆட்சிபுரிந்த கிழக்கிந்திய கம்பெனி, பிரிட்டிஷ் அரசியலில் ஒரு சிக்கலான பிரச்னையை எழுப்பியது. பிரிட்டனின் பெயரால் இரு ஆட்சியாளர்கள் இருக்கலாமா? அல்லது எல்லா வெளிநாடுகளும் ஒரே அரசரின்கீழ் இருப்பதுதான் சரியா? அரசராக இருந்த மூன்றாம் ஜார்ஜ், பல உள்நாட்டு விவகாரங்களின் கவனத்தைச் செலுத்தவேண்டியிருந்ததால், வங்காள அரசைக் கவனிக்க அவருக்கு நேரமில்லாமல் இருந்தது.

கிழக்கிந்திய கம்பெனி அரசரின் பெயரால் ஆட்சி செய்துவந்தது என்பது உண்மைதான். ஆனால், அது லாபத்தின் அடிப்படையில் இருந்தது. எனவே, பலர் கருதியபடி, அது ஒரு ஊழல் மிக்க ஆட்சியை அரசரின் பெயரால் இந்தியாவில் நடத்தியது. பங்குச்சந்தையின் ஏற்றத் தாழ்வுகளால், கிழக்கில் கிழக்கிந்திய கம்பெனி ஈடுபட்ட அரசியல் விவகாரங்களைப் பற்றிய பொதுக்கருத்தும் பாதகமாகவே இருந்தது. இவை எல்லாம், நாடாளுமன்ற உறுப்பினர்களின் ஒரு பகுதியினர் கிழக்கிந்திய கம்பெனியை முறைப்படுத்தும் விதிகளைக் கொண்டுவர வழி வகுத்தது.

1772ல் பிரதமர் லார்ட் நார்த் மீட்பு நடவடிக்கைகளுக்காக ஒரு பெரிய தொகைக்கான கடனை அனுமதித்தார். அதனுடன், அமெரிக்காவின் சுதந்தரத்துக்குக் காரணமான தேநீர் வரிகளையும் சீர்திருத்தினார். நார்த் இந்தியாவில் கிழக்கிந்திய கம்பெனி மேற்கொண்ட நடவடிக்கைகளை அரசரே மேற்பார்வையிடவேண்டும் என்று கருதினார். அதை முழு மூச்சாகச் செயல்படுத்தாமல் அவர் இருந்ததற்கு கிழக்கிந்திய கம்பெனியின் நடவடிக்கைகளை ஒழுங்குபடுத்த ஏற்கனவே முயற்சிகள் எடுக்கப்பட்டுக்கொண்டிருந்ததுதான் காரணம். கிழக்கிந்திய ஒழுங்குமுறைச்சட்டம் 1773, இந்திய நிர்வாகிகளின் ஊதியத்தை உயர்த்தி, அவர்களைத் தனி வர்த்தகத்தில் ஈடுபடுவதிலிருந்து தடை செய்தது.

அந்தச் சட்டத்தின்படி கல்கத்தாவில் ஒரு உச்சநீதிமன்றமும் அமைக்கப் பட்டது. நார்த் கொண்டுவந்த இந்தச் சட்டம், இந்தியாவிலிருந்த ஐரோப்பிய குடிகளின் மேல் நாடாளுமன்றத்தின் அதிகாரத்தை உணர்த்தி, பிரிட்டிஷ் பேரரசை ஆசியாவில் நிலைநிறுத்தியது. அதேசமயம், இதே போன்றொரு செய்கை, அமெரிக்காவில் புரட்சியைத் தூண்டி வேறொரு பேரரசு அங்கு அமைக்கப்படக் காரணமாக இருந்தது. வரலாற்று

அறிஞரான பீட்டர் மார்ஷல் அண்மையில் ஒரு புத்தகத்தில் குறிப்பிட்டதுபோல், இந்திய நிலைக்கு நேரெதிராக, அமெரிக்கக் குடியேறிகளான பிரிட்டிஷார், தங்கள் சுதந்தரத்தை நிலைநிறுத்த காலனி ஆட்சியாளர்களை எதிர்த்துப் புரட்சி புரிந்தனர்.

இந்தியாவில் ஒரு விரிவான சட்டம் கொண்டுவருவதற்கான முயற்சி, 1784ல் சாத்தியமானது. வில்லியம் பிட் கொண்டுவந்த நாடாளுமன்றச் சட்டம், இந்தியாவிலிருந்த கிழக்கிந்திய கம்பெனியின் பகுதிகளை நிர்வகிப்பதற்கான வரம்புகளை நிரந்தரமாக வகுத்தது. கிழக்கிந்திய கம்பெனியின் அரசியல் நடவடிக்கைகளை மேற்கொள்ள ஒரு கட்டுப்பாட்டு வாரியமும் இந்தச் சட்டத்தின் மூலம் அரசரால் ஏற்படுத்தப்பட்டது. அரசியலுக்கும் பொருளாதாரத்துக்குமான எல்லை, அதாவது அரசுக்கும் கிழக்கிந்திய கம்பெனிக்குமான எல்லை, நீண்டநாட்களுக்குப் பின்னும் தெளிவாக இல்லாமல் இருந்தது. ஆனால், இந்தியாவை ஆள்வது யார் என்ற கேள்வி, கவர்னர் ஜெனரலின் அலுவலகத்துக்குக் கொடுக்கப்பட்ட தனியதிகாரத்தால், காலப்போக்கில் அவசியமில்லாமல் போனது.

பத்தொன்பதாம் நூற்றாண்டின் ஆரம்பத்தில், கிழக்கிந்திய கம்பெனி ஒரு வர்த்தகர் என்ற நிலையிலிருந்து சாம்ராஜ்ஜியத்தை உருவாக்குபவராக மாற்றம் கண்டது. புதிதாக வந்த, ஏகாதிபத்திய அணுகுமுறை கொண்ட நாட்டின் தலைவர்கள், நாடாளுமன்றத்தின் உதவியுடன் இந்த மாற்றத்தை நிறைவு செய்தனர்.

௯. இந்தியாவில் ஆட்சியாளராக

ஓர் அரசை நோக்கிய பயணத்தின் முதல் அடிகள் பம்பாயில் எடுத்து வைக்கப்பட்டன. மராத்தியர்களுடனான போர்களும் குஜராத்திலிருந்த சிறிய அரசுகளுடன் அடிக்கடி மோத நேரிட்டதும் பம்பாய் அரசின் நிதிநிலையை பதினெட்டாம் நூற்றாண்டின் இறுதியில் மோசமாக்கின. பம்பாயிலிருந்து வெளியேற முடிவு செய்த கிழக்கிந்திய கம்பெனி நிர்வாகம், கடலோர அரசர்களுடன் நட்புக் கொள்வதின் மூலமோ அவர்களை அடக்கியாள்வதன் மூலமோ அந்தத் துறைமுகத்துக்கு வாழ்வு அளிக்கமுடியும் என்ற தனி வர்த்தகர்களின் கோரிக்கையினால் அந்த முடிவை ஒத்திப்போட்டது. அதன் விளைவாக, ஒரு பக்கம் மலபார் அரசுகளுடன் உடன்படிக்கை செய்துகொண்ட கிழக்கிந்திய கம்பெனி, குஜராத், சௌராஷ்ட்ராவிலிருந்த சிறு அரசுகளின் மீது போர் தொடுத்து வெற்றி பெற்றது. சீனாவுடனான ஓப்பியம் வர்த்தகத்தினால் துறைமுகத்தின் வளம் மேலும் பெருகியது. நெப்போலியனுடனான போர்கள் நடைபெற்ற நேரத்தில், பருத்தி ஏற்றுமதி அதிகரித்ததால், பம்பாய் தனது பழைய நிலைக்குத் திரும்பியது.

நெப்போலியனுடனான போர்கள் ஆங்கில - பிரஞ்சு மோதல்களை மீண்டும் ஆரம்பித்தன. திப்பு சுல்தானுடனான மைசூர்ப் போர்களின் போதும், 1803ல் நடைபெற்ற ஆங்கில மராத்தியப் போர்களின் போதும், இந்தியப் படைகளுக்கு பிரஞ்சுத் தளபதிகள் தலைமை தாங்கினர். அந்தப் போர்களிலெல்லாம் பிரஞ்சுக்காரர்கள் ஒடுக்கப்பட்டனர். அதன்பின், மிச்சமிருந்த ஒரே இந்திய எதிரிகளான மராத்தியர்களுடன் போர் புரிவதற்கான நேரம் நெருங்கியது. 1818ல் மூன்றாம் ஆங்கில மராத்தியப் போர்கள் முடிவடைந்த நிலையில், கிழக்கிந்திய கம்பெனி இந்தியாவின் ஆட்சியைக் கையில் எடுத்துக்கொண்டது.

அப்போது இருந்தவர்களுக்கு, கிழக்கிந்திய கம்பெனியின் ஆட்சி, இந்திய அரசர்களின் ஆட்சியைவிட வித்தியாசமான அனுபவத்தை அளித்தது. ஜமீந்தாரர்களைக் கட்டுப்படுத்த ஹேஸ்டிங்ஸ் தவறினாலும், அவருக்குப் பின்னால் வந்தவர்கள், உள்ளூர் தலைவர்களைக் கட்டுக்குள் கொண்டுவந்து, நிதி மற்றும் ராணுவ இயந்திரங்களை உறுதியான கரங்களால் கட்டுப்படுத்தினர். மற்ற இந்திய அரசுகள், படைபலத்துக்கு பிரபுக்களும், படைத்தலைவர்களும் அளித்த வீரர்களையே நம்பியிருந்தன.

ஆனால், கிழக்கிந்திய கம்பெனி விரிவடைந்துகொண்டிருந்த நிலவரி, கடன் மூலமான வருவாயினால் நிதியுதவி செய்யப்பட்ட சொந்த ராணுவத்தைக் கொண்டிருந்தது. வெறும் ஆபரணங்களை அணிந்த பிரபுக்களால் அல்லாமல், சிறந்த நிர்வாகிகளால் ஆளப்பட்டுக் கொண்டிருந்தது. இத்தகைய சாதகமான அம்சங்களைக் கவனித்த ஆளுநர் ரிச்சர்ட் வெல்லெஸ்லி *(1796 - 1805)* ஒரு சாம்ராஜ்யக் கொள்கையுடன் அரசை விஸ்தரிக்க ஆரம்பித்தார்.

இந்த அத்தியாயத்தில் பார்க்கப்போவதுபோல், வர்த்தகர்களிடமிருந்த தலைமை தனிமனிதர்களிடம் செல்ல ஆரம்பித்தது. இதில் குறிப் பிடத்தக்க விஷயம் என்னவென்றால், அப்படிப்பட்ட தனி மனிதர்கள் கிழக்கிந்திய கம்பெனியின் ஆதரவால் செல்வந்தர்களானவர்கள்.

கிழக்கிந்திய கம்பெனி வர்த்தகத்தின் முடிவு

கிழக்கிந்திய கம்பெனியின் வணிகம் *1750*லிருந்து *1810* வரை ஒரு பெரும் மாற்றத்தைச் சந்தித்தது. பதினெட்டாம் நூற்றாண்டின் பிற்பகுதியில், கிழக்கிந்திய கம்பெனியின் வணிகத்தைப் பொறுத்த வரை சீனா ஒரு முக்கியத்துவம் வாய்ந்த பகுதியாக மாறியது. முதலில் தேயிலை வர்த்தகம், ஆடைகளின் வர்த்தகத்துக்கு அடுத்தபடியாகத் தான் இருந்தது. ஆனால் தேயிலைக்கான தேவை ஒருபுறம் அதிகரித்த தாலும், நாடாளுமன்றம் நெசவாடைகளின் இறக்குமதியைத் தடை செய்ததாலும், கிழக்கிந்திய கம்பெனியின் வர்த்தகத்தில் தேயிலை முதலிடத்தைப் பிடித்தது.

இந்திய ஆடைகளுக்கும் சீனாவின் தேயிலைக்கும், ஸ்பெயினிலிருந்து பெறப்பட்ட வெள்ளி ஈடாகத் தரப்பட்ட வரையில், இருநாட்டு வர்த்த கங்களும் ஒன்றையொன்று சந்திக்கவில்லை. ஆனால், அமெரிக்கப் புரட்சியினால், வெள்ளியின் வரத்து பாதிக்கப்பட்டவுடன், தேயிலைக்கு ஈடாக இந்தியப் பொருட்களைத் தரவேண்டிய கட்டாயத்துக்கு கிழக்கிந்திய கம்பெனி தள்ளப்பட்டது. பதினெட்டாம் நூற்றாண்டின்

இறுதியிலிருந்து, நாம் பின்னால் பார்க்கப்போவதுபோல், இந்திய ஒப்பியம் கிழக்கிந்திய கம்பெனிக்குக் கைகொடுத்தது.

உள்ளூர் விவகாரங்களில் அதிகமாக ஈடுபட்டதால், கிழக்கிந்திய கம்பெனி இந்திய வர்த்தகத்தில் பெருமளவு இடத்தை இழந்தது. அதனுடைய ஆடை வணிகம் அதிகம் முன்னேற்றமடையவில்லை. மாறாக 1800க்குப் பிறகு ஏற்பட்ட தொழிற்புரட்சியை அடுத்து ஆடை வணிகம் குறையத் தொடங்கியது. 'நேர்மையான நெசவுத் தொழிலுக்கு லாபம் கொழிக்கும் போர்க்கலை ஒரு மரண அடியைக் கொண்டு வருவதற்கு முன்புவரை நெசவுத் தொழில் ஒரு சிறந்த, வளர்ச்சி யடைந்துவந்த வணிகமாக இருந்தது'' என்று வெல்ஷ் இயற்கையி யலாளர் தாமஸ் பென்னண்ட் 1798ல் குறிப்பிட்டார். ஆனாலும் அந்த 'மரண அடி', லாபகரமான போரினால் வரவில்லை. முக்கியமான பாதிப்பு இயந்திரமயமாக்கப்பட்ட தறிகளின் கண்டுபிடிப்பாலும் வளர்ச்சியாலும் வந்தது. இந்தியாவில் 1820களின் ஆரம்பத்திலிருந்து தறிநூல் இங்கிலாந்திலிருந்து திரும்ப வரத் தொடங்கியது. ஆடை இறக்குமதி அதைத் தொடர்ந்து அதிகமானது. இதன் மூலம் 200 வருட இந்திய ஆடை வர்த்தகம் முடிவுக்கு வந்தது.

நெப்போலியனுக்கு எதிரான போர்கள் முடிந்த பிறகு, இந்தியக் கரையோரத்தில் அமெரிக்க வர்த்தகர்களின் குழு வழக்கத்துக்கு மாறான பலத்தை அடைந்தது. உலகத்தில் நடுநிலை வகித்த ஒரே கடல் வர்த்தகக்குழு அதுதான். போர்களுக்குப் பின், பிரஞ்சு, டச்சுக் கிழக்கிந்திய கம்பெனிகள் கலைக்கப்பட்டன. ஆங்கிலக் கிழக்கிந்திய கம்பெனி ராணுவரீதியாகவும் போதுமான நிதியில்லாமலும் திண்டாடியது. அமெரிக்கர்கள் ஆசியப் பொருட்களை எடுத்துச் செல்லும் ஆகப் பெரிய கப்பல் வர்த்தகர்களாக மாறினர்.

வர்த்தகத்திலிருந்து கிழக்கிந்திய கம்பெனி பின்னடைந்ததால், பலவகையான பொருளாதார இடப்பெயர்வுகள் நிகழ்ந்தன. 1800ல் மதராஸ், பம்பாய், குறிப்பாக கல்கத்தா ஆகிய நகரங்கள் ஐரோப்பிய பழக்கவழக்கங்களை மேற்கொண்ட இந்தியர்களுக்கும் ஐரோப்பியர் களுக்கும் இருப்பிடமாக விளங்கின. அதற்கு முற்பட்ட தசாப்தங்களில் நடைபெற்ற போர்கள், ராணுவ வீரர்களின் சந்தை ஒன்றை உருவாக்கி யிருந்தன. அதில், அதிக ஊதியத்தைப் பெற்றவர்கள் ஐரோப்பிய வீரர்கள். ஐரோப்பிய கூலிப்படை வீரர்கள் தங்களது சேவையை பந்தெல்கண்டையும், மால்வாவையும் சேர்ந்த மாரத்திய தளபதி களுக்கும், பஞ்சாபின் ரஞ்சித் சிங்குக்கும், மைசூரின் திப்பு சுல்தானுக்கும், மற்ற பலருக்கும் வழங்கினர். அதிகரித்துவந்த ஐரோப்பிய மக்கள் தொகையும் அவர்களுக்குக் கிடைத்த அதிக ஊதியமும் ஐரோப்பாவில்

கிடைப்பதற்குச் சமமான பொருட்களுக்கான தேவையை இங்கு அதிகரித்தன.

நகரங்களுக்குக் குடியேறியவர்கள், வண்டிகள், மேசை, நாற்காலி போன்ற வீட்டு உபயோகப்பொருட்கள், பல்லாக்குகள், சமையலறைப் பொருட்கள், சேணம், காலணிகள், உப்பிடப்பட்ட இறைச்சி, கைத்துப்பாக்கிகள், கைக்கடிகாரங்கள், வெள்ளிப்பாத்திரங்கள் ஆகிய பொருட்களுக்கான சந்தையை உருவாக்கினர். இவற்றில் சில பொருட்கள் இறக்குமதி செய்யப்பட்டன, மற்றவை இங்கு குடியேறிய ஐரோப்பியர்களாலும், இந்திய-ஐரோப்பிய கைவினைத்தொழிலாளர் களாலும் இந்தியத் துறைமுக நகரங்களில் உற்பத்திசெய்யப்பட்டன.

இந்தக் காலகட்டத்தில், இந்தியா வந்தவர்களில் குறிப்பிடத்தக்கவர்கள் கிழக்கிந்திய கம்பெனி-பெயிண்டர்கள் என்று அழைக்கப்பட்ட ஓவியக்கலைஞர்கள். அவர்கள் சிலர் அதிகாரிகளின் இருப்பிடங்களில் இந்திய ஓவியங்களைத் தீட்டுவதற்கு ஒப்பந்தம் செய்யப்பட்டவர்கள். மற்றவர்கள் அவர்களின் படைப்புகளுக்கு பிரிட்டனில் ஒரு சந்தையை உருவாக்கும் எண்ணத்துடன் வந்தவர்கள். இந்திய ஓவியப் பாரம் பரியத்துடன் ஒப்பிட்டால், இந்தக் கலைஞர்கள் ஒரு புதிய பாணியை, வரலாற்றின் சிருங்கார பாணியில் தீட்டப்பட்ட ஓவியங்களை உருவாக்கினர்.

பழைய புதிய பாணி ஓவியங்களின் வேறுபாட்டை விளக்கும் ஒரு நல்ல உதாரணமாக, 1757க்குப் பிறகு வரையப்பட்ட நவாபி முர்ஷிதாபாத் ஓவியங்களைக் குறிப்பிடலாம். ஒரு அரசவை ஓவியர், அந்த நகரத்தை ஒரு கொண்டாட்டத்தின் பின்னணியில், இந்துக்களும் இஸ்லாமி யர்களும், ஏழைகளும் செல்வந்தர்களும், அரசர்களும் குடிகளும், ஆண்களும் பெண்களும் ஒன்றாகக் கூடி உல்லாசமாக இருப்பதை சித்திரித்தார். நேர்மாறாக, ஆங்கிலேயரான சார்லஸ் டாய்லி வரைந்த அந்த நகரின் ஓவியம், மறைந்துகொண்டிருக்கும் சூரியனின் பின்னணியில் கடாரா மசூதியின் உருக்குலைந்த தோற்றத்தைச் சித்திரிக்கிறது.

1813 : ஏகபோக உரிமையின் முடிவு

1700களின் இறுதியில் பல ஆங்கில வர்த்தகர்களும் நிறுவனங்களும் கிழக்கிந்திய கம்பெனியின் ஆட்சியில் தங்கள் வணிகத்தை நடத்திக் கொண்டிருந்தன. பெரிதும் அவர்கள் இந்தியர்களுடன் கூட்டுச் சேர்ந்து ஏற்றுமதி-இறக்குமதி நிறுவனங்களை கல்கத்தாவில் தொடங்கினர். கிழக்கிந்திய கம்பெனியை அவர்கள் பெரிதும் வெறுத்தாலும், வர்த்தக உரிமங்களுக்கும் லாபத்தை நாட்டுக்குத் திருப்பி அனுப்பவும்

கிழக்கிந்திய கம்பெனியைத்தான் அவர்கள் சார்ந்து இருக்க வேண்டியிருந்தது.

அதனால், கிழக்கிந்திய கம்பெனியை ஒரு முடிவுக்குக் கொண்டுவர வேண்டி பிரிட்டனில் அவர்கள் பிரசாரத்தில் ஈடுபட்டனர். கிழக்கிந்திய கம்பெனி ஏற்படுத்திய அரசு அவர்களுக்கு வேண்டியிருந்தாலும், அந்த அதிகாரத்தைக் கொண்டு கிழக்கிந்திய கம்பெனி வர்த்தகத்தில் ஈடுபடுவதை அவர்கள் விரும்பவில்லை. இந்த மோதலுக்குக் காரண மாக அமைந்தது பிரிட்டனில் வணிகம் நடைபெறும் முறைகளில் ஏற்பட்ட மாற்றங்கள்தான்.

வரலாற்றாசிரியர்களான பீட்டர் கேய்னாலும், ஆண்டனி ஹாப்கின் ஸாலும் 'கனவான்களான முதலீட்டாளர்கள்' என்று அழைக்கப்பட்ட லண்டன் நகரிலிருந்த வங்கியாளர்கள்-அரசியல்வாதிகளின் கூட்டணிக்கும், நாட்டின் மற்ற பகுதிகளில் இருந்த உற்பத்தியாளர்களுக்கும் இடையே சில காலமாகவே மோதல் வளர்ந்துகொண்டிருந்தது. முதலாவது அணி கிழக்கிந்திய கம்பெனியின் உரிமையாளர்களுக்கு அரசியல்ரீதியாக நெருக்கமாக இருந்தது. நெப்போலியனுடனான போர்களுக்குப் பின் அதிகச் செல்வத்தையும் அதிகாரத்தையும் பெற்றிருந்தது. அதனால் 'உலகின் வங்கித்தலைநகரம்' என்ற பெயரை ஆம்ஸ்டர்டாமிடமிருந்தும் ஐரோப்பா கண்டத்திலிருந்த மற்ற நிதிசார்ந்த நகர்களிடமிருந்தும் லண்டன் தட்டிச்சென்றிருந்தது.

அதேநேரத்தில், இங்கிலாந்தின் மாநில நகரங்களைச் சேர்ந்த மற்றொரு முதலீட்டாளர்களின் குழு தொழிற்புரட்சியை ஏற்படுத்திக் கொண்டிருந்தது. இந்திய-ஐரோப்பிய நிறுவனங்கள், சமூகரீதியாக, இந்தக் குழுவுடன் நெருக்கமாக இருந்தது மட்டுமல்லாமல், பொது வான பொருளாதார இலக்குகளைக் கொண்டிருந்தன. கிழக்கிந்திய கம்பெனியின் சாசனம் புதுப்பிக்கப்படுவதற்காக, 1793ல் முன்வைக்கப் பட்டபோது, இரண்டாவது குழுவுக்குச் சிறிய அளவிலேயே சலுகைகள் தரப்பட்டன. லண்டன் வர்த்தகர்கள் சாசனத்தை நீர்த்துப் போகச்செய்யும் எந்த முயற்சியையும் கடுமையாக எதிர்த்ததே அதற்குக் காரணம்.

புதிய சாசனம், கிழக்கிந்திய கம்பெனியின் கப்பல்களின் ஒரு பகுதியைத் தனி வர்த்தகர்கள் பயன்படுத்த வழி செய்தது. ஆனால், இந்தச் சலுகை அதிக வரவேற்பைப் பெறவில்லை. தனி வர்த்தகர்கள் அதிகப் போக்கு வரத்துச் செலவைப் பற்றிப் புகார் கூறியதுடன் கிழக்கிந்திய கம்பெனியின் பண்டகசாலைகளோடு தங்கள் பொருட்கள் இணைக்கப்படுவதை விரும்பவில்லை.

இந்த நிறுவனங்கள் உணவுப் பொருட்களையும் மற்ற மூலப்பொருட்களையும் அமெரிக்காவிலிருந்து இறக்குமதி செய்தன. ஐரோப்பாவிலும் அமெரிக்காவுக்கு எதிராகவும் நிகழ்ந்த போர்கள், மூலப்பொருட்களைக் கொள்முதல் செய்வதில் இந்தியாவின் முக்கியத்துவத்தை அதிகரித்தன. அவர்களிடம் அரசியல் செல்வாக்கு இல்லாவிட்டாலும், உணவுப்பொருட்களின் விலை அதிகரிப்பு, நிலைமையை அவர்களுக்குச் சாதகமாகத் திருப்பியது. ரொட்டியின் விலை உயர்ந்ததால் இந்தியாவிலிருந்து இறக்குமதி செய்யப்படும் அரிசியின் அளவு அதிகரித்தது. அமெரிக்க பருத்தியின் பற்றாக்குறை இந்திய பருத்தியின் இறக்குமதியை அதிகரித்தது. உற்பத்தியாளர்களின் அணியைத் திருப்தி செய்வதற்காக, கிழக்கிந்திய கம்பெனி இந்தியாவிலிருந்து இறக்குமதி செய்யப்படும் பருத்தியின் அளவை அதிகரித்தது.

ஆனால் லிவர்பூலில் இருந்த வணிகர்கள் இந்தியப் பருத்தியின் தரத்தில் திருப்தியடையவில்லை. கிழக்கிந்திய கம்பெனியின் ஏகபோக உரிமையை ஒழிப்பதின் மூலம் அதிக அளவில் வர்த்தகர்கள் இந்தியா செல்லலாம் என்றும், இந்திய விவசாயிகளுடன் பருத்தியின் தரத்தை மேம்படுத்தவும், அவர்களின் உற்பத்தி முறைகளைச் சீர்செய்யவும் பேச்சு நடத்தலாம் என்றும் அவர்கள் வாதிட்டனர். இந்தக் கோரிக்கைகள், இந்திய நிர்வாகிகளால், 1812-13ல் கிழக்கிந்திய கம்பெனியின் சாசனத்தைப் புதுப்பிப்பதற்காக ஏற்படுத்தப்பட்ட குழுவிடம் மீண்டும் எழுப்பப்பட்டன.

லண்டன் முதலீட்டாளர்களின் அதிகாரம் போர்களுக்குப் பின் நிலை நிறுத்தப்பட்டபோதிலும், 1813ல் லண்டன் நகரம் கொந்தளிப்பான நிலையில் இருந்தது. ஒன்றிணைந்து செயல்பட முடியாமல், பொருட்களின் வர்த்தகத்தில் ஆர்வத்தை இழந்துகொண்டிருந்தது. ஆண்டனி வெப்ஸ்டர் அண்மையில் எழுதிய புத்தகத்தில் குறிப்பிட்டது போல், மாநில அளவில் செயல்பட்ட உற்பத்தியாளர்களும் சிறு வர்த்தகர்களும் சாசனத்தை முடிவுக்குக் கொண்டுவருவதற்கான முயற்சியில் வெற்றி பெற்றனர்.

1813ல் கொண்டுவரப்பட்ட ஒரு புதிய சாசனம் இந்தியாவில் கிழக்கிந்திய கம்பெனியின் ஏகபோக உரிமையை ஒழித்துக்கட்டியது. ஆனாலும் கிழக்கிந்திய கம்பெனி இந்தியாவில் வர்த்தகம் செய்வதை முழுவதுமாக நிறுத்தவில்லை. பட்டாடைகளையும், இண்டிகோவையும் சிறிய அளவில் தொடர்ந்து இறக்குமதி செய்து வந்தது. அதனுடைய தொழிற்சாலைகள் ஒன்றன்பின் ஒன்றாக மூடப்பட்டன. சீன வர்த்தகத்தில் அதன் ஏகபோகம் தொடர்ந்து நீடித்தது. முக்கிய கிழக்கிந்திய கம்பெனி குடியிருப்புகளில் மட்டும் தனி வர்த்தகர்களுக்கு

சுதந்திரம் அளிக்கப்பட்டது. இருப்பினும் மாநில முதலீட்டாளர்களுக்கு முன்னெப்போதும் இருந்திராத வகையில் சலுகைகள் அளிக்கப் பட்டன.

முகவர்களின் நிறுவனங்கள்

கிழக்கிந்திய கம்பெனியின் பணியாளர்கள் சொந்தமாக வர்த்தகம் செய்வது 1780ல் தடைசெய்யப்பட்டது. இது லண்டன் வர்த்தகர் களுக்கும் கிராமப்புற வர்த்தகத்தில் பங்கெடுப்பவர்களுக்கும் ஒரு புதிய கதவைத் திறந்துவிட்டது. தங்களுக்குக் கிடைத்த புதுவிதமான அதிகாரம் தந்த உந்துதலால், ஐரோப்பிய தனி வர்த்தகர்கள் உள்நாட்டுக்கு இடம்பெயர்ந்தனர். இண்டிகோ தயாரிப்பு என்ற புதிய தொழில் ஐரோப்பிய மூலதனத்தைக் கொண்டு உருவானது. அதன் உற்பத்தி ஸ்தலங்கள் வங்காள, பீகார் கிராமங்களில் இருந்தன. கல்கத்தாவிலிருந்து ஒரு நாள் தூரத்தில்தான் அவை அமைந்திருந்தன. விற்பனை மற்றும் நிதி அலுவல்கள் கல்கத்தாவிலிருந்து நடை பெற்றன. கல்கத்தாவிலிருந்த 'ஹவுஸ் ஆஃப் ஏஜென்ஸி'' என்ற நிறுவனம், பயிரிடுவோர்க்கு கடன் வழங்கியும், இந்த நிறுவனங் களுக்கு முகவர்களாகச் செயல்பட்டும், லாபமாகக் கிடைத்த பணத்தைப் பட்டுவாடா செய்தும் இயங்கியது.

1813 வரை இந்தத் தனி நிறுவனங்களுக்கும் கிழக்கிந்திய கம்பெனிக்கு மான உறவில் பல முரண்கள் காணப்பட்டன. இரண்டும் ஒன்றை யொன்று பல விஷயங்களில் சார்ந்திருக்க நேரிட்டது. கிழக்கிந்திய கம்பெனியின் பரிமாற்றுச் சீட்டு, முகவர்களின் நிறுவனங்களுக்கு பணம் செலுத்தக்கூடிய மாற்றாக இருந்தது. தனியார் நிறுவனங் களுக்கும் கிழக்கிந்திய கம்பெனிக்கும் இடையே எளிதாகத் தனிநபர்கள் தங்கள் பணிகளை மாற்றிக்கொள்ள முடிந்தது.

இந்தியா மீதான வெற்றி லண்டன் நிர்வாகிகளின் கடும் எதிர்ப்புக்கு இடையேதான் நடந்தது. தனியார் நிறுவனங்களை ஆதரித்தும், பிரிட்டிஷார் இந்தியாவில் தங்கள் ஆட்சியை விரிவுபடுத்தவும் விரும்பிய சிலர், தங்களது செல்வத்தை இந்தியாவில்தான் திரட்டி யிருந்தனர். உதாரணமாக, முகவர்களின் நிறுவனங்களின்மூலம் அதிக மாகச் சம்பாதித்த பம்பாயின் டேவிட் ஸ்காட், கல்கத்தாவின் சார்லஸ் காக்கரல் ஆகியோர், தங்களது சேமிப்பின் பெரும்பகுதியை இந்தியாவில் பேரரசை உருவாக்குவதற்குச் செலவிட்டனர். ஆனாலும், இந்நிறுவனங்களின் தனிப்பட்ட விருப்பங்கள் கிழக்கிந்திய கம்பெனியுடன் அடிக்கடி மோத வைத்தன.

கிழக்கிந்திய கம்பெனி இந்தியாவில் வர்த்தகத்தை ஒழுங்குபடுத்தும் நிலையில் இருப்பதை அவர்கள் விரும்பவில்லை. போர்ப்ஸ், போர்ப்ஸ் - காம்பல் என்ற பம்பாய் நிறுவனத்தை உருவாக்கியவர்களில் ஒருவரான சார்லஸ் போர்ப்ஸ், ஒரு அரசியல்வாதியாக கிழக்கிந்திய கம்பெனியின் ஏகபோக உரிமையை எதிர்த்துப் பல நாட்கள் பிரசாரம் செய்து வந்தார்.

இதுபோன்ற, முதலில் தோன்றிய பன்னாட்டு நிறுவனங்களுக்கு மூன்று உதாரணங்கள் தரலாம். பாக்ஸ்டன், காக்கரெல் - கிழக்கிந்திய கம்பெனி என்ற நிறுவனத்தை உருவாக்கியவர்களில் ஒருவர் வில்லியம் பாக்ஸ்டன். தன் இளவயதில் ஒரு படைவீரராகவும் கடலோடியாகவும் இருந்தவர். பிற்பாடு பொன் மற்றும் வெள்ளியின் ஆய்வாளராக கிழக்கிந்திய கம்பெனியில் பணிக்குச் சேர்ந்தார். இந்தப் பணியில் இருந்த போது, சக பணியாளரான சார்லஸ் காக்கரெலுடன் சேர்ந்து வர்த்தகத்தில் ஈடுபட்டார். இந்தியாவில் பணம் சம்பாதித்துப் பின் லண்டனில் வங்கியாளராகத் தொடர்ந்தார். பாக்ஸ்டன், இந்தியாவின் கடைசி வைஸ்ராய்களில் ஒருவரான ஆர்கிபால்ட் வேவலினுடைய கொள்ளுத்தாத்தா ஆவார். 1830ல் மிகப்பெரிய முகவர் நிறுவனமாக விளங்கிய பால்மர் - கம்பெனி, ஹேஸ்டிங்ஸின் காலத்திய கிழக்கிந்திய கம்பெனி அதிகாரியான வில்லியம் பால்மரின் மகனால் உருவாக்கப் பட்டது.

அதில் சகோதரர்களான ஜார்ஜ் மற்றும் ஜான் ஹார்ஸ்லே பால்மர் கூட்டுப் பங்குதாரர்களாக இருந்தனர். கல்கத்தா நிறுவனம் 1833ல் தோல்வியடைந்த போதிலும், லண்டனில் அந்நிறுவனம் வெற்றி யடைந்து ஜார்ஜ் பால்மர் பின்னாளில் பாங்க் ஆஃப் இங்கிலாந்தின் ஆளுநராகவும் பொறுப்பேற்றார். 1813ல் ஜேம்ஸ் ஃபின்லேயின் மகனான கிர்க்மேன் ஃபின்லே தனது சொந்த ஊரான க்ளாஸ்கோவி லிருந்து வளர்ந்துவந்த ஒரு வர்த்தக சாம்ராஜ்யத்துக்குத் தலைமை வகித்தார். ஜேம்ஸ் ஃபின்லேயின் நிறுவனம் பம்பாயில் 1870ல் முன்னணி பருத்தி வர்த்தக நிறுவனமாக விளங்கியது. பத்தொன்பதாம் நூற்றாண்டின் இறுதியில் தென்னிந்தியாவின் பெரிய தோட்டத் தொழில் புரியும் நிறுவனமாக மாறியது.

பத்தொன்பதாம் நூற்றாண்டின் மத்தியில், ஆசிய வர்த்தக உலகில் ஒரு புது அலை புறப்பட்டது. தங்களை நன்கு நிலைநிறுத்திக் கொண்ட நிறுவனங்களான மெக்கினான்-மெக்கின்ஸி ஜார்டின்-மாதேசன், டேவிட் சூசன் ஆகியோர் பம்பாய், கல்கத்தா, சிங்கப்பூர், ஹாங்காங் ஆகிய நகரங்களிலும் தங்களது வணிகத்தை மேற்கொண்டிருந்தனர். இண்டிகோ மற்றும் ஓப்பியம் வணிகத்திலிருந்து, நீராவிக்கப்பல்,

தேயிலை நிறுவனங்கள், மது தயாரிக்கும் தொழில், டிராம் பாதைகள் கட்டும் பணி, கட்டுமானம், ஆடைத்தொழில் ஆகியவற்றில் ஈடுபட ஆரம்பித்தனர். இந்தியாவில் பிரிட்டிஷ் அரசு வேர் பிடித்த காலத்தில் உருவானவை இந்நிறுவனங்கள்.

மூன்று நகரங்களிலும் முகவர் நிறுவனங்கள் இந்திய வர்த்தகர் களுடனும் தொழில்முனைவோரிடமும் நெருங்கிய உறவு வைத்திருந்தனர். பம்பாயில், ஜம்சேட்ஜி ஜீஜிபாய், சார்லஸ் போர்ப்ஸுடன் சேர்ந்து கூட்டணி அமைத்தார். கன்டோனிலிருந்த முகவர்களான ஜார்டின் மாதேசன்னுடைய தலைமை முகவராகவும் இருந்தார். கல்கத்தாவில் 1833க்கும் 1846க்கும் இடையே அப்போதைய குறிப்பிடத்தக்க வங்காள தொழில்முனைவராக விளங்கிய துவாரகாநாத் தாகூர், வில்லியம் கார், வில்லியம் பிரின்ஸெப் ஆகியோருடன் கூட்டு வர்த்தகத்தில் ஈடுபட்டார். வெளியில் அறிமுகமில்லாத மற்றும் பல இந்திய நிறுவனங்களும் தனிமனிதர்களும் ஐரோப்பிய நிறுவனங்களோடு சேர்ந்து இண்டிகோ மற்றும் ஓப்பியம் வர்த்தகத்தை மேற்கொண்டனர்.

இந்தியாவுக்கு 1813ம் ஆண்டுக்குப் பின் வந்தவர்கள் வர்த்தகர்கள் மட்டுமல்ல. பல கைவினைத் தொழில் முனைவோரும் இந்தியா வந்தனர். தோல் பதனிடுதல், கண்ணாடி வேலைகள், இரும்பு உருக்குதல், தச்சுவேலைகள் ஆகியவை நிறுவப்பட்டன. கல்கத்தா, மதராஸ், பம்பாய் ஆகிய நகரங்களில் பிரிட்டிஷ் கைவினைத் தொழிலாளர்கள், உற்பத்தியாளர்கள் ஆகியோர் (பிரிட்டனில்) இருந்தது போன்ற எல்லாத் தொழில்களையும் ஆரம்பித்து நடத்திவந்தனர்.

அந்த நகரங்களுக்குள் இருந்த, 1850க்குப் பின் தொழிற்சாலைகள் துவங்கப்பட இருந்த பகுதிகள் கைவினைத் தொழிலாளர்களின் தொழில்மையமாக உருவாக ஆரம்பித்தன. இதற்குச் சரியான உதாரணம் கல்கத்தா ஹௌராவிலிருந்த நதிக்கரை. பத்தொன்பதாம் நூற்றாண்டில் சணல் தொழிற்சாலைகளும் பொறியியல் தொழிற் சாலைகளும் அங்கு துவங்கப்படுமுன்னர் கப்பல்கட்டும் தளங்களும் பண்டகசாலைகளும் நிறுவப்பட்டுவிட்டன.

சீனாவில் ஓப்பியம் வர்த்தகம் 1813 - 33

முகவர்களின் நிறுவனங்களின் ஆர்வம் பீகார் ஓப்பியத்தைச் சீனாவுக்கு ஏற்றுமதி செய்வதில் இருந்தது. கிழக்கிந்திய கம்பெனியின் உரிமத்தைப் பயன்படுத்தி ஓப்பியம் கொள்முதல் செய்யப்பட்டது. அதன்பின் ஓப்பியம் ரன்னர்கள் என்று அழைக்கப்பட்ட, சிறப்பாக வடிவமைக் கப்பட்ட கப்பல்களின் உரிமையாளர்களான ஐரோப்பிய மற்றும்

இந்திய நிறுவனங்களால், சீனாவுக்கு அனுப்பப்பட்டும் அங்கு விற்பனை செய்யப்பட்டும் வந்தது. அந்த ஒப்பியத்துக்கு ஈடாக கிழக்கிந்திய கம்பெனியின் இந்தியா அல்லது லண்டனின் பற்றுச் சீட்டால் பணம் பெறப்பட்டது. விற்பனையாளர்கள் வெள்ளிக்கு ஈடாக பற்றுச்சீட்டுக்களைப் பெற்றுக்கொண்டோ முதலில் ஒப்பியதுக்கு ஈடாக வெள்ளியைப் பெற்று பின், வெள்ளிக்கு மாற்றாகப் பற்றுச் சீட்டுக்களைப் பெற்றுக்கொண்டோ இந்த வர்த்தகத்தை நடத்தினர்.

காண்டனில் பற்றுச்சீட்டுக்களைப் பெறுவதின் மூலம், வர்த்தகர்கள் தங்கள் பணத்தைப் பாதுகாப்பாக பம்பாயிலோ அல்லது லண்டனிலோ பெற முடிந்தது. அதேசமயம் கிழக்கிந்திய கம்பெனியும் சீனத் தேயிலையை வாங்குவதற்கான வெள்ளியையும் பெறமுடிந்தது. கிழக்கிந்திய கம்பெனி தனது சமமற்ற சீன வர்த்தக நிலையை ஒப்பியத்தின் உதவியால் ஓரளவு சரி செய்ய முடிந்தது.

காண்டனில் இருந்த நாணய மாற்று விகிதம் இந்த முறையை பண்ட மாற்று முறையைவிட செலவில்லாததாக ஆக்கியது. கிழக்கிந்திய கம்பெனியைப் பின்புலமாகக்கொண்டு வர்த்தகத்தை மேற்கொண்ட தால் இந்திய - ஐரோப்பிய வர்த்தகர்களால் ஹாங்காங் வர்த்தகர்களை 'ஒற்றுமையோடும் வேகத்தோடும்' இந்தச் சட்டத்துக்குப் புறம்பான வணிகத்தில் எதிர்கொள்ள முடிந்தது. ஹாங்காங் தொடர்புகளின் மூலம், கிழக்கிந்திய கம்பெனியின் பணியாளர்களும் தனிவர்த்தகர் களும் ஒப்பியம் ரன்னர்களை கொள்ளையர்களிடமிருந்து காப்பாற்ற முடிந்தது. இந்தக் கப்பல்கள் அடிக்கடி வெள்ளியைக் கொண்டுசெல்லு மாதலால், கொள்ளையர்கள் அவற்றின் மீது ஒரு கண் வைத்திருந்தனர்.

இருந்தாலும், இந்தச் சிக்கலான ஏற்பாட்டில் தனி வர்த்தகர்கள் அவ்வளவு மகிழ்ச்சி அடையவில்லை. அவர்கள் ஒப்பந்தம் மூலமோ முகவர்களின் மூலமோ பணிக்குத் தேர்ந்தெடுக்கப்பட்டிருந்தனர். அதாவது, இந்தியாவுக்கும் சீனாவுக்கும் இடையில் மட்டுமே வர்த்தகம் செய்ய அவர்கள் உரிமம் பெற்றிருந்தனர். அந்த உரிமத்தைப் பயன் படுத்தி பிரிட்டனுடன் வர்த்தகம் செய்வது தடைசெய்யப்பட்டிருந்தது.

சீனாவில் ஒப்பியத்துக்கு விதிக்கப்பட்டிருந்த அதிகாரபூர்வத் தடையினால் தனி வர்த்தகர்கள் சிறையிலடைக்கப்பட்டுக் கொடுமைப் படுத்தப்படும் அபாயம் இருந்தது. எனவே 1813க்குப் பிறகு, சீனவர்த்த கத்தில் முக்கிய இடத்தை வகித்த பெரிய நிறுவனங்கள் கிழக்கிந்திய கம்பெனியின் நிழலை விட்டு விலகி, சீன வர்த்தகத்தில் கிழக்கிந்திய கம்பெனியின் ஏகபோக உரிமையை முடிவுக்குக் கொண்டுவர வற்புறுத்தின. அது 1833ல் நிகழ்ந்தது.

1833லிருந்து, கிழக்கிந்திய கம்பெனி வர்த்தக நிறுவனமாக நீடிக்க வில்லை. அரசரோடு சேர்ந்து, இந்தியாவில் ஒரு நிர்வாகியாக மட்டும் விளங்கியது. இருவருக்கும் இடையே இருந்தது ஒரு சமமில்லாத கூட்டணி. கிழக்கிந்திய கம்பெனியின் இயக்குநர்கள் இந்திய விவகாரங் களில் சில முடிவுகளை எடுக்க முடிந்து. என்றாலும், அரசு அதிகாரம் செலுத்திய இந்திய விவகாரங்களுக்கான கட்டுப்பாட்டு வாரியத்தில், பல கொள்கை முடிவுகளை அரசே எடுத்தது. கிழக்கிந்திய கம்பெனியின் அடையாள ரீதியான அதிகாரம் பிரிட்டனிலும் இந்தியாவிலும் அங்கீகரிக்கப்பட்டது.

பிரிட்டனில் வணிகர்களும் அரசியல் தலைவர்களும் இந்தியப் பேரரசைச் சாத்தியமாக்கிய கிழக்கிந்திய கம்பெனியின் பங்கை அங்கீகரித்தனர். அதன்மூலம் பிரிட்டனின் தொழில் முன்னேற்றத்தை வளர்ச்சியடையச் செய்ததில் கிழக்கிந்திய கம்பெனியின் பங்கு வரலாற்று முக்கியத்துவம் வாய்ந்தது என்று பாராட்டினர். இது கிழக்கிந்திய கம்பெனி இந்திய நிர்வாகத்தைக் கவனிக்கவேண்டி ஒட்டு மொத்தமாக நாடாளுமன்றத்தில் நிறைவேறிய ஓட்டெடுப்பில் எதிரொலித்தது.

ஒழுங்குமுறைச் சட்டங்கள் இயற்றப்பட்ட பின்னர், இந்தியாவை நிர்வகிப்பது எப்படி என்ற வாதப் பிரதிவாதங்கள் தொடங்கின. ஒரு ஆட்சியாளராக கிழக்கிந்திய கம்பெனி இருப்பது பற்றிப் பல ஆய்வுகள் நடத்தப்பட்டன, ஏன் இன்றும் நடத்தப்படுகின்றன. சுதிப்தா சென் மற்றும் பிலிப் ஸ்டெர்ன் அண்மையில் அந்தத் தலைப்பில் எழுதிய வற்றில், வர்த்தகக் கொள்கை, ஒழுங்குமுறை பற்றிய முதலாம் 'கட்டம்' ஆராயப்பட்டது. டேவிட் வாஷ்ப்ருக் போன்றவர்கள் சட்டம், நிர்வாகம் போன்ற கோணத்தில் ஆராய்ந்தனர். இதுபோன்ற விரிவான ஆய்வுகளுக்குச் செல்லாமல், அரசியல் ரீதியாகச் சிதறுண்டு கிடந்த பகுதிகளை கட்டமைப்பையும் நிறுவனத்தன்மையையும் கொண்டு ஒரு பெரிய நாடாக கிழக்கிந்திய கம்பெனி ஒன்றிணைத்தது என்று கூறலாம்.

1780லிருந்து, 1850க்குள், ஒரு பலமுள்ள ராணுவத்தை இப்பகுதியில் கிழக்கிந்திய கம்பெனி உருவாக்கியது. நீதிமன்றங்களை உருவாக்கி, படையெடுப்புகளிலிருந்து நிர்வாகத்துக்குத் தனது கவனத்தைத் திருப்பியது. படையெடுப்புகள் நிற்கவில்லையென்றாலும், பஞ்சாப் போர்களைத் தவிர மற்ற வெற்றிகள் ரத்தம் சிந்தாமல் பெறப்பட்டன. தென்னிந்தியாவில் கால்வாய்கள் கட்ட முக்கியத்துவம் கொடுக்கப் பட்டது. அதோடு, ரயில்வே, தபால்-தந்தி, பல்கலைக்கழகங்கள்

போன்றவற்றில் கவனம் செலுத்தப்பட்டது. தொழிற்புரட்சி, இந்தியாவை உணவுக்கும் மூலப்பொருட்களுக்கும் இன்றியமையாத நாடாக மாற்றியது. பம்பாயிலிருந்து லங்காஷயருக்கு பருத்தி அதிக அளவில் ஏற்றுமதி செய்யப்பட்டது. ஒரு வேகமான நவீனமயமாக்குதல் உருவாகியது போன்ற தோற்றத்தை மேற்குறிப்பிட்ட வரிகள் அளித்தால், அது தவறான அவதானிப்பாகும். இந்திய சமூகத்தைப் பொறுத்தவரை பிரிட்டிஷ் நிர்வாகம் நிதானப்போக்கையே கடைப்பிடித்தது.

புது நீதிமன்றங்கள் உருவாக்கப்பட்டாலும், சட்டங்கள் இந்திய மதங்களின் கோட்பாடுகளால் நிரப்பப்பட்டன. எங்கெல்லாம் முடியுமோ, அங்கெல்லாம் நில உரிமை ஏற்கெனவே அங்கிருந்த விவசாயக் குடும்பங்களுக்கும் நிலச்சுவான்தாரர்களுக்கும் அளிக்கப் பட்டன. புதிய கட்டமைப்புக்களான, ரயில்வே, கால்வாய்கள், தபால்-தந்தி, பல்கலைக்கழகங்கள், 1850ன் பிற்பகுதியில், ஒரு புதிய வைஸ்ராயின் இந்தியா பற்றிய தொலைதூரப்பார்வையால் ஏற்படுத்தப் பட்டன.

அமைதியாகச் சென்றுகொண்டிருந்த இந்தப் பின்னணியில், இந்தியர்கள் செய்த கலகம் ஒரு பெரிய அதிர்ச்சியை ஏற்படுத்தியது. பிரிட்டிஷ் அரசுக்கு எதிராக அப்போது எழுந்த அலை, அளவுக்கு மீறிச் சென்று, இந்தியாவின் ஆட்சியாளர்களை அதிர வைத்தது. திடீரென்று கிழக்கிந்திய கம்பெனி மீண்டும் பலத்த தாக்குதலுக்கு உள்ளானது. 1788லிருந்து எடுக்கப்பட்ட எல்லா நிர்வாக முடிவுக்கும் நாடாளு மன்றத்தின் ஒப்புதல் இருந்தபோதும், கட்டுப்பாட்டு வாரியத்தைவிட கிழக்கிந்திய கம்பெனியின் நிலை பொதுமக்கள் மத்தியில் பரிசீலனைக்கு உள்ளானது.

டிசம்பர் 1857ல், இந்திய அரசு பிரிட்டிஷ் அரசரின் நேரடி மேற் பார்வையில் வரக்கூடும் என்று அரசு குறிப்பாகத் தெரிவித்தது. உடனே கிழக்கிந்திய கம்பெனியின் சிறந்த பணியாளரான, தத்துவ அறிஞரும், பொருளாதார நிபுணருமான ஜான் ஸ்டூவர்ட் மில்லை வைத்து நாடாளுமன்றத்தில் தனக்கு ஆதரவாக ஒரு மனுவைச் சமர்ப்பிக்கச் செய்தது கிழக்கிந்திய கம்பெனி.

கிழக்கிந்திய கம்பெனிக்குக் கிடைத்த அருமையான அறிக்கை மில்லினுடையது ஆகும். கிழக்கிந்திய கம்பெனி 1855ல் ஏகபோக உரிமைக்கும் ஊழலுக்கும் அப்பாற்பட்டது என்று மில் வாதிட்டார். அமெரிக்கப் பேரரசை அரசர் இழந்த சமயத்தில் இந்தியாவில் அது ஒரு பேரரசை ஏற்படுத்தியது. இந்திய நிறுவனங்களைக் கலைக்காமல்,

பிரிட்டனின் அரசியல் அமைப்பைப் புகுத்தாமல், இந்தியாவில் ஒரு இயல்பான நிர்வாகத்தை கிழக்கிந்திய கம்பெனி அளித்து வருகிறது. அது வரலாற்றில் ஏற்பட்ட ஒரு விபத்தாக இருக்கலாம், ஆனால் அதன் விளைவுகள் நல்லபடியாகவே இருக்கின்றன. அதனால் அதை மாற்றும் கேள்விக்கே இடமில்லை. இதுபோன்ற ஓரளவுக்குச் சரியான வாதங்களைக் கொண்டிருந்தாலும், கலகம் ஏற்பட்டதின் காரணங்களை விளக்காததால், மில்லின் அறிக்கை தோல்வியடைந்தது.

செப்டம்பர் முதல் தேதி, 1858ல் நிர்வாக இயக்குநர்கள் கடைசி முறையாக லீடன்ஹால் தெருவில் இருந்த அவர்கள் அலுவலகத்தில் ஒன்றுகூடினர். ஒரு முக்கிய தீர்மானத்தையும் ஏகமனதாக நிறை வேற்றினர். வட இந்தியாவில் கலகத்தை அடக்குவதில் முக்கியப்பங்கு வகித்த பஞ்சாபின் துணை ஆளுநர் ஜான் லாரன்ஸுக்குத் தொடர் ஊதியம் அளிப்பதுதான் அது. அதற்கு இரண்டு மாதங்களுக்குப் பின்னால், இந்தியா பிரிட்டிஷ் அரசின் கீழ் வந்ததற்கான அறிவிப்பை அரசி வெளியிட்டார். ஒரு கையெழுத்தின் மூலம், கிழக்கிந்திய கம்பெனியின் கீழ் இருந்த நிர்வாகமும் ராணுவமும் பிரிட்டிஷ் இந்தியாவின் கீழ் வந்தது. அதற்குப் பலகாலம் முன்பே ஒரு வர்த்தக நிறுவனமாக, கிழக்கிந்திய கம்பெனியின் பங்கு முடிவடைந்திருந்தது.

10. கிழக்கிந்திய கம்பெனியும் இந்திய வரலாறும்

பிரிட்டனின் பொருளாதார மாற்றத்தில் கிழக்கிந்திய கம்பெனியின் முக்கியத்துவம் பற்றிய சுவாரஸ்யமான விவாதம் ஒன்று நீண்ட நாளாக நடைபெற்று வருகிறது. ஆனால், 1600லிருந்து 1857வரையிலான இந்தியப் பொருளாதார மாற்றத்தில் கிழக்கிந்திய கம்பெனியின் பங்கு அதிகக் கவனம் பெறவில்லை. இந்த அத்தியாயம் அதை மீள் பார்வைக்கு உட்படுத்துகிறது.

இந்தத் தலைப்பை மூன்றாகப் பிரித்துக்கொள்ளலாம். வணிக நிறுவனங்களில் அதன் பாதிப்பு, கிழக்கிந்திய கம்பெனியின் வர்த்தக நடவடிக்கைகள் இந்தியாவில் ஏற்படுத்திய பொருளாதார மாற்றங்கள்; பொருளாதார வளர்ச்சி அல்லது தேக்கத்தை ஏற்படுத்தியதில் கிழக்கிந்திய கம்பெனி ஆட்சியின் பங்கு.

வணிக நிறுவனம்

இந்தியாவில் இருந்த வணிக நிறுவனங்களில் கிழக்கிந்திய கம்பெனியின் தாக்கம் அதிகமாக ஆராயப்படாத ஒன்று. இந்த விஷயத்தைப் பொறுத்தவரை இரண்டு மாறுபட்ட நிலைகள் எடுக்கப் படலாம். ஒன்று, விவேகமான, முற்போக்கான, உற்பத்தித் திறன் சார்ந்த நிறுவனங்களின் பிரதிநிதியாக இருந்ததன் மூலம் ஆங்கிலேயர்களும் டச்சுக்காரர்களும் ஒரு வணிகப் புரட்சியை நிகழ்த்தினார்கள். பழமை வாதிகளாகவும் மரபு சார்ந்தவர்களாகவும் இருந்த இந்தியர்களையும், முரட்டுத்தனமான போர்ச்சுகீசியர்களையும் விடத் திறனுள்ளவர்களாக அவர்கள் இருந்தனர். இது ஒருசாராரின் கருத்து.

இந்தக் கருத்துக்கு எதிரானவர்கள், ஐரோப்பாவைச் சேர்ந்த இந்தக் கிழக்கிந்திய கம்பெனிகள் இந்திய முகவர்களைப் பெரும்பாலும் சார்ந்து இருந்தன என்பதைச் சுட்டிக்காட்டுகிறார்கள். அதனால், இந்தப் பகுதியின் பழக்க வழக்கங்களையும், நிறுவன அமைப்புக்களையும் சார்ந்து இருக்கவேண்டிய கட்டாயம் அவர்களுக்கு இருந்தது. எனவே ஐரோப்பிய வணிக நிறுவனங்களை வைத்து மட்டும் ஐரோப்பியர்களின் வெற்றியை அளவிட முடியாது என்பது இரண்டாவது அணியினரின் வாதம். அவர்களைப் பொறுத்தவரை இந்தப் பணி இந்தியாவில் ஏற்கனவே இருந்த, நன்கு வளர்ச்சி அடைந்த நிறுவனங்களைப் பற்றி அறியாமல் நிறைவடையாது.

இந்த இரண்டு நிலைகளிலும் சிக்கல்கள் உண்டு. முதலாவது கோணம் கிழக்கிந்திய கம்பெனி இந்தியாவில் எதிர்கொண்ட பிரச்னைகளையும், எவ்வளவு தூரம் தன்னை மாற்றிக்கொண்டும் சமரசம் செய்து கொண்டும் இங்கு தொடரவேண்டியிருந்தது என்பதையும் குறைத்து மதிப்பிடுகிறது. இரண்டாவது கோணம், கிழக்கிந்திய கம்பெனி இங்கு புகுத்திய நிறுவன அமைப்பைக் கணக்கில் எடுத்துக்கொள்ளாமல் நிராகரிக்கிறது. ஐரோப்பிய மற்றும் இந்திய வர்த்தக உலகங்கள் மாறுபட்டவை. இரண்டும் நெருங்கியதால் இரண்டிலும் பாதிப்புகள் நேர்ந்தன. இரண்டு உலகங்களும் நெருங்கியதால் ஒன்றின் மீது ஒன்று வெற்றி அடையவில்லை. மாறாகப் புதியதோர் உலகுக்கான விதிகள் வகுக்கப்பட்டன. புதிய விதிகள் வர்த்தகத்தை மேம்படுத்தின. அதேசமயம் மோதல்களையும் தகராறுகளையும் எதிர்பாராத விளைவு களையும் ஏற்படுத்தின.

ஆங்கிலேயர்கள், டச்சுக்காரர்கள் போன்ற ஐரோப்பியர்களுக்கும் இந்தியர்களுக்கும் இடையே இருந்த பெரும் வேறுபாடு அவர்களின் திறன் சம்பந்தப்பட்டது அல்ல; அவர்கள் மேற்கொண்ட வர்த்தகத்தின் அளவு சம்பந்தப்பட்டது. தனி வர்த்தகத்தின் வெற்றி, ஏகபோக உரிமை கொண்ட நிறுவனம் வர்த்தக ரீதியாகச் சிறந்தது அல்ல என்று 1700ல் நிரூபித்தது. இருந்தபோதிலும், ஒரு கூட்டுமுதலீடு நிறுவனம், ஏகபோக உரிமை சாசனத்தைக் கொண்டு, குடும்பம் சாதி சார்ந்த நிறுவனங்கள் வெற்றிகரமாக இயங்கிய உலகில் ஒரு தனி முத்திரையைப் பதித்தது.

கிழக்கிந்திய கம்பெனியை அதன் அமைப்பு வேறு எந்த இந்திய நிறுவனங்களின் சராசரி அளவை விடவும் அதிக அளவில் செயல் படவைத்தது. கிழக்கிந்திய கம்பெனி கொண்டுவந்த அதிக மூலதனத்துக்கும், அதன் செயல்பாட்டு அளவுக்கும் ஈடாக எந்த இந்திய நிறுவனமும் இல்லை. ஏனெனில், கூட்டு முதலீடு நிறுவனம் என்ற கருத்தாக்கத்தின் முன்னோடியாக இந்தியாவில் எவரும் இல்லை.

பெரிய அளவில் தன்னுடைய வணிகத்தை மேற்கொண்டதின் விளைவாக ஒப்பந்தங்கள் மூலம் செய்யப்பட்ட கொள்முதலின் அளவு அதிகரித்தது. இந்தியாவில் கிழக்கிந்திய கம்பெனி அறிமுகப்படுத்திய உண்மையான விஷயம், ஒப்பந்தங்கள் பற்றிய கருத்தாக்கமும் அதை நடைமுறைப்படுத்தலும்தான். இதைவைத்து, ஒப்பந்தங்கள் மூலம் வணிகம் அதற்குமுன் நடைபெறவில்லை என்று பொருள் கொள்ளக் கூடாது. உள்நாட்டில் நடைபெற்ற சில ஆடை சம்பந்தமான வர்த்தகம் ஒப்பந்தங்கள் மூலம் நடைபெற்றன. ஆனால், அதன் நிபந்தனைகள் தெரியவரவில்லை. காலனியாதிக்கத்தின் ஆரம்ப காலங்களில் இங்கு வந்தவர்கள் கண்டறிந்ததுபோல, ஹிந்து தர்மசாஸ்திரங்களும், இஸ்லாமியக் கோட்பாடுகளும் ஒப்பந்தத்தைப் பற்றிப் பேசினாலும், நடைமுறையில் அவை பின்பற்றப்படவில்லை. ஒப்பந்தங்களில் மதக் கோட்பாடுகளைப் புகுத்தி, பிரிட்டிஷ் இந்திய நீதிமன்றங்களில் வர்த்தகத் தகராறுகளைத் தீர்க்கும் முயற்சியும் தோல்வியில் முடிவடைந்தது. இந்திய வர்த்தகர்கள் அவர்களது சொந்த மதம் சார்ந்த ஒப்பந்தச் சட்டங்களுக்கு முன்னுரிமை அளிக்கவில்லை. அதில் ஆச்சரியமும் இல்லை. மதங்களோடு சேர்ந்த இந்தக் கோட்பாடுகள் பிரிவினைக் கோட்பாடுகளைக் கொண்டிருப்பதால் நடைமுறைக்குச் சாத்தியமில்லாததாக இருந்தது.

கடன்களைக் குறித்த கோட்பாடுகள் இருந்தனவே தவிர விற்பனையைப் பற்றி அதிகம் காணப்படவில்லை. அப்படியே இருந்தாலும், ஐரோப்பியர்கள் அறிமுகப்படுத்திய சிக்கலான, அளவில் பெரிய, பல உள் ஒப்பந்தக்காரர்களைக் கொண்ட, நீண்ட கொள்முதல் காலங்களைக் கொண்ட ஒப்பந்தங்களுக்கு இணை இந்தியாவில் முன்னெப்போதும் இருந்ததில்லை. அதே நேரத்தில் கிழக்கிந்திய கம்பெனியின் நிர்வாக அமைப்புத்தான் இந்த நீண்ட கால, பெரிய அளவிலான ஒப்பந்தங்களை உருவாக்க ஏதுவாக இருந்தது என்பதையும் குறிப்பிடவேண்டும்.

முதலில் உள்ளூர் வர்த்தகர்களிடமிருந்து கிடைக்கக்கூடிய ஆடைகளையும் மிளகையும்தான் கிழக்கிந்திய கம்பெனி கொள்முதல் செய்தது. ஒப்பந்தங்கள் மூலம் செய்யப்படும் கொள்முதலை விட உடனடிக் கொள்முதலே நடைமுறையில் இருந்தது. அதேசமயம், இடைத்தரகர்கள், தலையாரிகள், ஒப்பந்தகாரர்கள் ஆகியோரைப் பயன்படுத்தி நீண்டகால ஒப்பந்தங்களின் மூலம் பொருட்களை வாங்கவும் வழி செய்யப்பட்டது. கொள்முதல் ஆணைகள் லட்சக் கணக்கான அடிகளைக் கொண்ட ஆடைகளுக்காக, நூற்றுக்கும் மேற்பட்ட கிராமங்களிடம் தரப்பட்டன.

இதற்கு அடிப்படையாக இரு தரப்பும் கையொப்பமிட்ட ஒப்பந்தப் படிவம் இருந்தது. அந்த ஆவணங்களில் முன்பணம் பற்றிய குறிப்பு, பொருட்களின் தரம், வடிவமைப்பு, விலை, அளவுகள் பற்றிய விவரங்கள் இருந்தன. நவீன ஆடைகளைப் பொறுத்தவரை தரக் கட்டுப் பாடுகள் முக்கியமானவையாக இருந்தன.

எல்லா ஒப்பந்தங்களும் நம்பிக்கையின் அடிப்படையில் அமைந் தவையே. ஒரு தரப்பு முன்பணம் தருகிறது. மறு தரப்புப் பொருளையோ சேவையையோ ஒரு குறிப்பிட்ட காலத்துக்குள், ஒப்புக்கொள்ளப்பட்ட தரத்தில் தருவதாக உறுதி கூறுகிறது. வர்த்தக ரீதியான வழக்குகளைத் தீர்க்கும் நீதிமன்றம் இல்லாதபோது, இந்த உறுதிமொழியை எவ்வாறு காப்பற்ற இயலும் ? வாக்குறுதிகள் மீறப்படாமல் இருக்க இந்தியர்கள் கடன், நிலம், அல்லது அறிவு உழைப்பு என தமது அனைத்து வர்த்தகப் பரிமாற்றங்களையும் பெரிதும் தமது சமூகத்துக்கு உள்ளாகவே செய்து வந்தனர். அப்படியாக நேர்மையான நடத்தைக்கு மொத்தச் சமூகத்தையும் பொறுப்பாக்கினர். ஐரோப்பியர்களுக்கு சமூகப் பாதுகாப்பும் இருந்திருக்கவில்லை; இந்தியாவில் நீதிமன்றங்களும் இல்லை. எனவே உரிமையாளர்கள்-முகவர்களுக்கு இடையேயான உறவு பிரச்னை நிறைந்ததாகவே இருந்தது.

நெசவாளிகள் முன்பணம் பெற்றுவிட்டுத் தலைமறைவானார்கள் அல்லது தரக்குறைவான பொருட்களை வழங்கினர். இடைத்தரகர்கள் எல்லோரிடமும் லஞ்சம் பெற்றனர். முகவர்கள் ஆங்கிலேயர்களுக்கும் டச்சுக்காரர்களுக்கும், கிழக்கிந்திய கம்பெனிக்கும் நவாபுக்கும் உள்ள மோதலைப் பயன்படுத்திக்கொண்டனர். அதுபோன்ற உரசல்கள், அதிகாரபூர்வ கடிதத் தொடர்புகளில் தவறாது இடம்பெற்றன. ஐரோப்பியர்கள் அவர்களது நெருங்கிய கூட்டாளிகளான ‘பனியாக்கள்’ மீது கூறிய வசைமொழிகளும் அதில் இருந்தன.

கிழக்கிந்திய கம்பெனியுடன் வியாபாரத் தொடர்பு வைத்துக்கொண்ட இந்தியர்களுக்கு ஒப்பந்த முறிப்புகள் கெட்ட செய்திகளாக இல்லை. ஏனென்றால், நம்பிக்கைக்குரிய முகவர்களும் கூட்டாளிகளும் பணத்தால் மட்டுமல்லாது அந்தஸ்து, ஆதரவு, அதிகாரம் ஆகிய வற்றாலும் கௌரவிக்கப்பட்டனர். 1750ல் இந்த நம்பிக்கை மற்றும் கௌரவத்தின் விளைவுகள் கிழக்கிந்திய கம்பெனி தன் சொந்த சட்டங்களின் மூலம் ஆட்சி செய்த மூன்று நகரங்களிலும் காணப் பட்டன.

இம் மூன்று நகரங்களிலும் வேகமாக ஏற்பட்ட வணிக, தொழில் முன்னேற்றத்துக்கான மூல காரணம் பண்டைய இந்திய வணிக

நிறுவனங்களைவிட மாறுபட்டுச் செயல்பட்ட இந்திய-ஐரோப்பிய நிறுவன அமைப்புத்தான். இந்த நகரங்களின் மூலம், உலகப் பொருளாதாரத்தை இந்தியர்கள் அணுக முடிந்தது. ஜாதி, இன வேறுபாடுகளின் தாக்கத்தைக் குறைத்து, புதுமையான கூட்டணிகள் உருவாக அவை காரணமாக இருந்தன. எனவே, இந்த நகரங்கள், வர்த்தகத்தில் முன் அனுபவம் இல்லாத இந்தியர்களைப் பன்னாட்டு வணிக நிறுவனங்களில் பங்கு பெற வைத்தது. அந்நகரங்களில் இருந்த இனக் குழுக்கள், உள்நாட்டில் இருந்தது போல் இல்லாமல், தங்களுக்குள் சுதந்திரமாக இணைந்து செயல்பட முடிந்தது.

நவீன நகரங்களின் அடையாளமான, காஸ்மோபொலிட்டன் வாழ்க்கையை அவை அறிமுகப்படுத்தின.

வர்த்தக, பொருளாதார மாற்றங்கள்

மற்ற எல்லா நிறுவனங்களையும் ஓரங்கட்டினாலும், ஒட்டுமொத்த வணிகத்தைப் பொறுத்தவரை கிழக்கிந்திய கம்பெனியின் நிலை என்ன?

இந்தியப் பொருளாதாரத்தை எடுத்துக்கொண்டால், அது மிகவும் பிரமாண்டமானது. ஐரோப்பிய கிழக்கிந்திய கம்பெனிகள் அனைத்தையும் சேர்ந்தாலும் நல்லதாகவோ, தீயதாகவோ, வர்த்தகத்தின் மூலம் பெரிய மாற்றங்களை உருவாக்கும் நிலையில் இல்லை. அவர்களுடைய வர்த்தகத்தின் அளவு நாட்டின் மொத்தப் பொருளாதார அளவை ஒப்பிடும்போது மிகச் சிறியது. ஆடைகளின் உற்பத்திக்கும் அவற்றின் ஏற்றுமதிக்கும் இடையேயான விகிதாச்சாரம் பலவகைகளில் அளவிடப்பட்டிருக்கிறது.

1750ல் எடுக்கப்பட்ட ஒரு தாராளமான அளவீட்டின்படி வங்காளத்தில் அது 10 சதவிகிதமாக இருந்தது. என்னுடைய சொந்த மதிப்பீட்டின்படி, 1795ல் இந்தியத் துணைக்கண்டத்தின் மொத்த பருத்தி உற்பத்தியில் ஏற்றுமதியின் பங்கு 1-2 சதவிகிதமாக இருந்தது. அதனால், ஆடைகளின் பங்கு மட்டும் மொத்த உள்நாட்டு உற்பத்தியில் 10 சதவிகிதத்துக்கு மேலாக இருக்க சாத்தியம் இல்லை. எனவே நாம் இங்கு பேசுவது, நாட்டின் பொருளாதாரத்தில், ஆயிரத்தில் ஒரு பங்குக்கு மேல் இல்லாத ஒரு செயலைப் பற்றித்தான். இந்த வணிகத்தில் ஆங்கிலக் கிழக்கிந்திய கம்பெனியின் பங்கு மூன்றில் இரண்டு பங்காக இருந்தது. எவ்வளவு சிறியதாக இந்த வர்த்தகம் இருந்தது என்பதை உணர்ந்து, இதைப் பற்றிய தேவையில்லாத பல வாதங்களை விரைவில் முடித்து வைக்க வேண்டும்.

உதாரணமாக, வரலாற்றாசிரியர்கள் ‘அதிக அளவில் நிகழ்ந்த வெள்ளியின் வரவு’ ஐரோப்பாவில் ஏற்பட்டதைப்போல், இந்திய விலைகளில் மாற்றம் எதையும் ஏற்படுத்தவில்லை என்பது பற்றி ஆச்சரியம் தெரிவித்திருக்கிறார்கள். இதற்குக் காரணம், இந்தியர்கள் வெள்ளியை நாணயமாக மாற்றாமல், ஆபரணமாகப் பயன்படுத்தியது தான் என்றும் அவர்கள் முடிவுகட்டினர். வெள்ளியின் வரவு மிகச் சிறிய அளவிலேயே இருந்தது என்பதை எளிதாக நாம் புரிந்துகொள்ள முடியும்.

இந்திய ஐரோப்பிய வர்த்தகம் வரலாற்றாசிரியர்கள் மத்தியில் அதிக கவனம் பெற்றதின் காரணம், இந்தியப் பொருளாதாரத்தில் அவை முக்கியப்பங்கு வகித்ததால் அல்ல. வெளிநாட்டு வர்த்தகத்தைப் பற்றி அதிக அளவில் ஆவணங்கள் இருந்ததும், அதேசமயம் உள்நாட்டு வர்த்தகத்தைப் பற்றித் தகவல்கள் அதிகமாக இல்லாததும் தான் காரணம். ஆங்கில அதிகாரிகள் தங்கள் பணியைப்பற்றி மலையளவு ஆவணங்களை உருவாக்கிச் சேகரித்து வைத்தனர். ஒரு கூட்டுமுதலீடு நிறுவனமாக கிழக்கிந்திய கம்பெனி இருந்ததுதான் அதற்குக் காரணம். முதலாளிகள், பங்குதாரர்கள், நாடாளுமன்றம், அரசர் ஆகியோருக்கு அவர்கள் நடவடிக்கைகளை விளக்க வேண்டியிருந்தது.

இந்திய நிறுவனங்கள், தங்கள் கணக்கு வழக்குகளைப் பழமைவாய்ந்த, ரகசியமான மொழிகளில் எழுதி, கணக்குகளை வேண்டுமென்றே திருத்தியமைத்து, அவற்றை ரகசியமாகப் பாதுகாத்தனர். அவை குடும்பச் சொத்தாக இருந்த காரணத்தால் அதைப்பற்றி வெளியார் எவருக்கும் அவற்றை விளக்கத் தேவையும் இருந்ததில்லை. வரலாற்று ஆய்வு செய்யும் மாணவர், பழைய இந்திய நிறுவனங்களைப் பற்றிய வணிக ஆவணங்கள் அதிகமாக இல்லாததைப் பற்றித்தான் பெரிதும் வருத்தத்தைத் தெரிவிப்பார். இது ஆவணங்கள் இல்லாததை அல்ல, அவை தனிச்சொத்தாகக் கருதிப் பாதுகாக்கப்பட்ட நிலையையே எடுத்துக்காட்டுகிறது.

ஆயினும், இந்திய ஐரோப்பிய வர்த்தகம் ஆவணங்கள் மூலம் நிலை நிறுத்தப்பட்ட ஒரு மாயை என்று முடிவுகட்டுவது தவறாகும். வரலாற்றாசிரியர் சுஷில் சௌத்ரி நினைவுபடுத்துவதுபோல், உள்நாட்டு, நிலவழி வர்த்தகத்தின் முக்கியத்துவம் குறைத்து மதிப் பிடப்பட்டது என்னவோ உண்மை. ஆனால், வெளிநாட்டு வர்த்த கத்தின் முக்கியத்துவம் வெறும் எண்களால் மட்டுமே ஆராயப்படக் கூடாது என்பதும் உண்மை. அதன் முக்கியத்துவம் வணிக நிறுவனங் களின் மேல் அது ஏற்படுத்திய பாதிப்பில் இருந்தது. உள்நாட்டு வர்த்தகத்தைவிட, வெளிநாட்டு வர்த்தகம் ஆழமான, நீண்டநாள் விளைவை வணிக நிறுவனங்களின் மேல் ஏற்படுத்தியது.

இந்தக் கருத்து விரிவாக்கப்படவேண்டும், ஏனெனில் ஒரு அரசியல் மாற்றத்துக்கு இது அடிகோலியது. இந்தியாவை காலனியாக்கும் உந்துதலை வெளிநாட்டு வர்த்தகர்களின் வணிகம் எவ்வளவு பெரிய தாக இருந்தது என்பதை வைத்துப் புரிந்துகொள்ள முடியாது. மாறாக இந்திய மற்றும் ஐரோப்பியர்களிடையே ஆற்றல் மிக்க கூட்டணியை உருவாக்குவது எவ்வளவு எளிதாக அல்லது கடினமாக இருந்தது என்பது கருத்தில் கொள்ளப்படவேண்டும். மேலே பார்த்ததுபோல் அளவில் பெரியதாக இருந்தாலும், அது ஒரு கடினமான கூட்டணி யாகத்தான் இருந்தது.

சுருக்கமாக, இந்திய ஐரோப்பிய வர்த்தகம் இந்தியாவுக்கு முக்கிய மானதாக இருந்தது. வர்த்தகம் பிரிட்டிஷ் சாம்ராஜ்யத்தின் வேலை யாளாக இருந்தது.

நாடும் பொருளாதார வளர்ச்சியும்

இந்திய வணிகத்தில் கிழக்கிந்திய கம்பெனியின் பங்கு அதிகமாக ஆய்வு செய்யப்படவில்லை என்பது ஒருபுறமிருக்க, பொருளாதார வளர்ச்சியில் பேரரசின் ஆரம்பகாலப் பாதிப்புகள் அதிகமாக அரசியலாக்கப்பட்டு நடுநிலையாக விவாதம் செய்யப்பட வழியின்றி ஆகிவிட்டது. இந்திய தேசிய எழுத்தாளர்கள், இந்தியா ஒரு செல்வ வளம் மிக்க நாடாக இருந்தது என்பதைத்தான் இந்தியர்களின் ஒட்டு மொத்த மனத்தில் விதைத்தனர். அரசர்களும் நவாபுகளும் நாட்டு நலத்தையும் வளர்ச்சியையும் அவரவர் ஆட்சியில் பேணினார்கள்.

கிழக்கிந்திய கம்பெனி இந்தச் சிறந்த அரசர்களை ஏமாற்றித் தோற் கடித்துவிட்டு இந்தியாவின் செல்வத்தை பிரிட்டனை வளர்ச்சி யடையச் செய்யப் பயன்படுத்தியது. கொள்ளையடிக்கப்பட்டு பிரிட்டனுக்கு அனுப்பப்பட்ட பணமும் வர்த்தகத்துக்குப் பயன்பட்ட வரிகள் மூலமாகக் கிடைத்த வருமானமும் அரசியல்ரீதியாக இந்திய வளங்களை அழிக்கும் முயற்சிகளாகும்.இந்த அதிகாரம் மிக்க, சுரண்டும் தன்மையுள்ள வெளிநாட்டு வர்த்தகர்களால் இந்தியர்கள் ஏழையானார்கள் என்பதே இந்த 'சுரண்டல்' கோட்பாட்டின் மையமாகும்.

கிழக்கிந்திய கம்பெனியின் ஆரம்பகால நிதிக்கொள்கை ஊழல் நடவடிக்கைகளின் அடிப்படையில் அமைந்திருந்தது என்பது உண்மை தான். ஊழல் தலைவிரித்தாடுகிறது என்ற குற்றச்சாட்டு 1770லேயே, கிழக்கிந்திய கம்பெனி மற்றும் ஏகபோக உரிமையின் எதிர்ப்பாளர்கள் இடையே நடைபெற்ற மோதலின்போது பிரிட்டிஷ் நாடாளு மன்றத்தில் எழுப்பப்பட்டது. அப்போதைய வரலாறு தெரிவிக்கும் பல

தகவல்கள், நிர்வாகத்தை அரசு ஒழுங்குபடுத்தவேண்டிக் கோரிக்கை விடுத்த கட்சியின் சார்பாக எழுப்பப்பட்டன. ஒட்டுமொத்தக் கோரிக்கையும் அரசியல்மயமானதால், எட்மண்ட் பர்க், ஆடம் ஸ்மித் மற்றும் பல அக்காலத்திய விமர்சகர்களின் வாதங்களைக் கவனமாகக் கையாளவேண்டும்.

இந்திய வறுமை பற்றிய கோட்பாடை, கிழக்கிந்திய கம்பெனியின் ஆரம்பகால ஊழலை வைத்து அமைப்பது கடினம். க்ளைவும் அவரது கூட்டாளிகளும் கொள்ளையடித்த செல்வம், நவாபின் கஜானாவி லிருந்து வந்தது. அமெரிக்க வர்த்தகர் ஒருவரால்‘நடமாடும் நகைக் கடை’ என்று அழைக்கப்பட்ட இந்திய இளவரசர்கள், பணத்தை அதிகமாக முத்துக்களிலும் வைரங்களிலும் செலவழித்தார்களேயன்றி நகரங்களின் கட்டமைப்பை மேம்படுத்தவும் மக்கள் நலத்திட்டத்துக் காகவும் செலவழிக்கவில்லை.

கிழக்கிந்திய கம்பெனி வரி செலுத்துபவர்களின் பணத்தை இந்திய அரசர்களிடமிருந்து தனக்கு மாற்றிக்கொண்டதால், முத்து வணிகர்கள் திவாலானார்கள், அந்தப்புரத்தில் மக்கள்தொகை குறைந்தது. இந்திய குடிமக்களை அது எவ்விதத்திலும் பாதிக்கவில்லை. ஊழல் நடவடிக்கைகள் சிறிது காலமே இருந்தன, சிறிய அளவு பணம்தான் அதில் ஈடுபடுத்தப்பட்டது, அதனால், நிரந்தர ஏழ்மை உருவாக்கப்பட வில்லை. இந்தியாவின் சாதாரணக்குடிகள் அதற்கு முன்னரே ஏழ்மையில்தான் இருந்தனர். கிழக்கிந்திய கம்பெனி அதிகாரிகள் முயன்றாலும் அவர்களிடமிருந்து பெறக்கூடியது அதிகமில்லை.

இந்தச் சுரண்டல் கோட்பாடு, 1770உடன் நின்றுவிடவில்லை. பின்னாளில் கிழக்கிந்திய கம்பெனி அரசு இந்தியாவில் பொருளாதார மாற்றத்துக்கான அமைப்பை ஏற்படுத்தியது. அதன் முக்கிய அம்சங்களில் ஒன்று, வெளிநாட்டிலிருந்து பெறப்படுகிற சேவை களுக்கு பணத்தை அதிக அளவில் தொடர்ந்து செலுத்தக்கூடிய தன்மையை உள்ளடக்கியது. பொருளாதார வர்த்தக சமநிலையைப் பொறுத்தவரை, வர்த்தகக் கணக்கில் மிகையும், சேவைக்கணக்கில் பற்றாக்குறையும் நிலவியது. இந்த அமைப்பு 1800களின் முற்பகுதியில் அல்லது அதற்கு முன்னால் தொடங்கியது. (வர்த்தகச் சமநிலையின் ஆரம்பகால வரலாற்றைப் பற்றிய சிறந்த புத்தகமாக கே என் சௌத்ரியின் நூல் விளங்குகிறது).

காலனியாதிக்கம் முழுவதும், 1930ன் முற்பகுதிவரை அது தொடர்ந்தது. சேவைக்கணக்கில் இருந்த நீண்ட காலப் பற்றாக்குறையும் சுரண்டல் என்றே இந்திய தேசியவாத எழுத்தாளர்களால் குறிப்பிடப்படுகிறது.

இதன் உட்கருத்து, இது அரசியல் ரீதியாகப் பிடுங்கப்பட்ட பணம், ஒருவகையில் கப்பம். இந்தியாவின் அடிமை நிலையை இது காட்டுகிறது. போன தலைமுறை இந்தியப் பொருளாதார நிபுணர்கள், எந்த அளவுக்கு இந்தச் சுரண்டல் இருந்தது, இந்திய வளர்ச்சியை எவ்வளவு தூரம் அது பாதித்தது என்றெல்லாம் விவாதித்தனர்.

1970ல் மார்க்ஸியப் பொருளாதார நிபுணர்கள் பத்தொன்பதாம் நூற்றாண்டின் உலகப்பொருளாதாரத்தைப் பற்றிய பார்வை ஒன்றை அளித்தனர். அதன்படிப் பேரரசுகள், ஏழைகள் நிறைந்த பகுதிகளின் சேமிப்புகளை, செல்வம் நிறைந்த பகுதிகளுக்கு மாற்றம் செய்வதற் காகவே இயங்குகின்றன. கிழக்கிந்திய கம்பெனியின் ஆட்சியும், இந்தியாவிலிருந்து சுரண்டப்பட்ட செல்வமும் அவர்களுக்குச் சுரண்டல் மற்றும் குறைவான வளர்ச்சிக்கான சரியான எடுத்துக் காட்டுகளாக அமைந்தன. இது மிகக் குறுகிய பார்வையாக இருந்ததால் சீக்கிரமே கைவிடப்பட்டது. பேரரசுகள் சிலநேரங்களில் வளங்களைக் கொள்ளையடிக்க வழிவகுத்துக் கொடுத்தன; அவற்றின் குடிமக்களுக்கு நலத்திட்டங்கள் தீட்டுவதை முக்கிய இலக்காக ஒன்றும் கொண்டிருக்கவில்லை; உலகம் பத்தொன்பதாம் நூற்றாண்டில் சமநிலை அற்று இருந்தது என்பதெல்லாம் உண்மைதான்.

இருந்தாலும், மேற்குறிப்பிட சேமிப்பு மடைமாற்றம் என்பதே சமமற்ற தன்மைக்குக் காரணம் என்றோ அதற்கான வழிமுறை என்றோ சொல்ல முடியாது. பேரரசுகள் பற்பல நடவடிக்கைகளை மேற்கொண்டன. எல்லா நடவடிக்கைகளிலும் வரவும் செலவும் உண்டு. நியாயமான பணம் செலுத்துதலைக் கப்பத்திலிருந்தும் சுரண்டல் நடவடிக்கைகளி லிருந்தும் பிரித்துப் பார்ப்பது கடினம். மார்க்ஸிய வரலாற்றாசிரியர்கள், இவ்விரண்டையும் பிரிக்கக்கூடிய வழிமுறை எதையும் கூறவில்லை.

எனவே, சுரண்டலின் அளவீடுகள் அதிகபட்சம் மறைமுகமாகவே இருந்தது. இந்தியப் பொருட்களின் ஏற்றுமதிக்கும் இறக்குமதிக்கும் இடையே இருந்த மிகையை (surplus) கொள்ளையடிக்கப்பட்ட பணமாகக் கருதுவது, வர்த்தகச் சமநிலையைத் தவறாக அறிந்து கொள்வதாகும். விவரம் தெரியாத பொருளாதார மாணவர்தான் வெளி நாட்டிலிருந்து பெறப்படும் பணத்தைச் சுரண்டல் என்று கருதுவர். மொத்த மிகையையும் வீண் செலவு என்று கருதுவது இந்திய வரலாற்றின் அடிப்படையையே தகர்ப்பதாகும். அது எவ்வாறு என்பதை அறிய, தனது எதிர்காலப்பங்கை எந்த அளவு இந்த மிகை பொருளாதாரத்துக்கு அளித்திருக்கும் என்று பார்க்கலாம்.

பத்தொன்பதாம் நூற்றாண்டின் இந்தியாவைப்பற்றிய உண்மையான புதிர், அது ஏழை நாடு என்பதால் அல்ல. விளைநிலங்களின் மகசூல்

திறன் புவியியல் காரணங்களாலும் தட்பவெப்பம் காரணமாகவும் குறையும்நிலையில், வேகமான பொருளாதார வளர்ச்சியும், அதிகமான செல்வவளமும் புதிய விவசாயத் தொழில்நுட்பங்களின் உதவி இல்லாமல் சாத்தியமே இல்லை. பண்டைய எந்த அரசுக்கும் இது பற்றிய கல்வியறிவு இல்லை. இந்தியாவைப்பற்றிய உண்மையான புதிர், ஒரே மாதிரியான தடைகளைச் சந்தித்த பல வெப்பமண்டல நாடுகளுக்குள் ஒன்றாக இருந்தாலும், நவீனப் பொருளாதார அளவீடு களின் படி இந்திய வேகமாக முன்னேறியது. காலனியாதிக்கம் அமலில் இருந்த ஆப்பிரிக்காவையும், ஆசியாவின் பெரும்பகுதியையும் ஒப்பிடும்போது, இந்தியா வேகமாகத் தொழில்மயமானது.

பத்தொன்பதாம் நூற்றாண்டில், தொழிற்சாலைகளில் பணிபுரிந்தோர் எண்ணிக்கை பூஜ்யத்திலிருந்து லட்சக்கணக்காக அதிகரித்தது. பருத்தி ஆடை ஆலைகள் பம்பாய் நகரின் தோற்றத்தையே மாற்றியமைத்தன. அவற்றை இந்திய ஐரோப்பிய நிறுவனங்களால் பயனடைந்த பல வர்த்தகர்களும் வங்கியாளர்களும் தோற்றுவித்தனர். அதே நூற்றாண்டில் இந்தியா ஆகப் பெரிய ரயில்வே மற்றும் தபால்-தந்தித் துறைகளை உருவாக்கி, அப்போதைய உலகத்தில் மிகச் சிறந்த வங்கிகளும், துறைமுகங்களும், பல்கலைக்கழகங்களும், மருத்துவ மனைகளும் கொண்டதாக மாறியது.

வளர்ந்துவந்த உலக அளவீடுகளின் அடிப்படையில், இந்த மறுமலர்ச்சி அதீதமானதாகும். 1800ல் இந்தியாவிடம் வெளிநாட்டில் விற்பதற்குப் பொருட்கள் இருந்தன. ஆனால், முதலீடு, திறன், தொழிற்சாலைகளை நிறுவத் தேவையான அறிவு, வங்கிகள், ரயில்வே, பல்கலைக் கழகங்கள் ஆகியவை அதனிடம் இல்லை. பிரிட்டனிலிருந்து தேவை யான பொருட்கள் வாங்கப்பட்டதால், இந்த வளர்ச்சி சாத்தியமானது. உதாரணமாக, பம்பாயின் பருத்தி வர்த்தகர்கள், மான்செஸ்டரில் பருத்தியை விற்று, மான்செஸ்டரிலிருந்து பருத்தியை நூலாக மாற்றத் தேவையான இயந்திரங்களையும் கண்காணிப்பாளர்களையும் தருவித்தனர்.

இப்படியாக பிரிட்டனைச் சார்ந்து செயல்படுவதைப் பின்னாளைய இந்திய தொழிலதிபர்கள் குறைத்தனர். அதற்குத் தொழில்நுட்ப, பல்கலைக் கல்வி இந்தியாவில் கிடைத்தது ஒரு முக்கியக் காரணம். இந்த நிறுவனங்களின் ஆசிரியர்கள் பிரிட்டனில் இருந்தே தேர்ந்தெடுக் கப்பட்டனர். அவர்களின் ஊதியம் ஸ்டெர்லிங்கில் கொடுக்கப்பட்டது. இதுபோல், பத்தொன்பதாம் நூற்றாண்டு இந்தியப் பொருளாதார வளர்ச்சி, வெளிநாடுகளிலிருந்து சேவையைப் பெற்று அதற்கு ஈடாக இந்தியப் பொருட்களை விற்பனை செய்வதைச் சார்ந்து இருந்தது.

இந்தச் சேவையில் அரசு நிர்வாகமும் பாதுகாப்பும் அடங்கும். ஆனால் பெரும்பகுதி, வெளிநாட்டு வர்த்தகம், நவீன நிறுவனங்கள், கல்வி, சுகாதாரம் ஆகிய சேவைகளுக்குக் கொடுக்கப்பட்டது.

இது போன்ற பரிமாற்றத்தைக் கப்பத்தின் ஒரு வடிவம் என்று புறந்தள்ளுவது ஒரு தேசபக்தி மிகுந்த காரணமாக இருக்கலாம். ஆனால் அது வரலாற்றைத் தவறாகப் படிப்பதாகும். இந்திய சுகாதாரச் சேவையின் பணியாளரும் நோபல் பரிசு வென்றவருமான ரோனால்ட் ராஸுக்கு அளிக்கப்படும் ஊதியத்தைச் சுரண்டல் என்று கூறுவோமா? லட்சக்கணக்கான இந்திய விவசாயிகள், பணியாட்கள், வர்த்தகர்கள் ஆகியோருக்கு வாழ்வாதாரமாக இருந்த தேயிலை மற்றும் சணல் தொழிற்சாலைகளிலிருந்து கிடைத்த லாபத்தை அனுப்புவதை வீணடிக்கப்பட்ட செல்வம் என்று கூறலாமா? பொதுக் கடனின் மீது வசூலிக்கப்பட்ட வட்டி சுரண்டலுக்கு மற்றொரு உதாரணமாகக் காட்டப்படுகிறது.

அக்காலத்தில் இருந்த எல்லா அரசுகளும் ரயில்வே கட்டமைப்புக்கும் ராணுவத்துக்கும் நிதியுதவி செய்வதற்காகக் கடன் பெற்றன. இந்தக் கடன்களின் உண்மையான விலை எந்தச் சந்தையிலிருந்து இந்தக் கடன்கள் பெறப்பட்டன என்பதில் இருந்தது. அதனடிப்படையில், லண்டனிலிருந்து பெறப்பட்ட கடன்கள் மலிவானதாக இருந்தன. நீண்டகால மதிப்பீட்டில், மருத்துவர்கள், பொறியாளர்கள், விரிவுரையாளர்கள் ஆகியோரின் சேவைக்காக பிரிட்டிஷ் இந்தியா பிரிட்டனுக்கு அளித்த பணம், திறனை வளர்ப்பதற்காக அளித்த விலை. இந்த வளர்ச்சியின் மறுபக்கமாக, இன்று இந்தியா அதிகத் திறனுள்ள சேவைகளை உலகுக்கு அளித்து வருவதால் வரும் வருமானத்தைச் சொல்லலாம். இந்தியாவிலிருந்து இவ்வாறு வரும் சேவைகளை, காலனியாட்சியைக் கணக்கில் கொள்ளாமல் ஆராய்வது கடினம்.

இந்த வளர்ச்சியின் பெரும்பகுதி பின்னால் ஏற்பட்டது. கிழக்கிந்திய கம்பெனி இதற்கான பாதையை அமைத்தாலும், இந்தியாவின் வளர்ச்சிக்கான திட்டம் எதையும் அது கையில் வைத்திருக்கவில்லை. 1830 வரை இந்தியாவை எவ்வாறு வளர்ச்சிப்பாதையில் செலுத்துவது என்பது பற்றி நிர்வாகம் அறிந்திருக்கவில்லை. ஆயினும் கிழக்கிந்திய கம்பெனி ஒரு அமைப்பை இதற்காக ஏற்படுத்தியது. தொழில்மயமாக்குதலுக்குத் தேவையான சூழலை பத்தொன்பதாம் நூற்றாண்டின் இரண்டாவது பாதியில் உருவாக்கியது.

1900ல் 80 சதவிகிதம் தொழிற்சாலை வேலைவாய்ப்பு பம்பாய், கல்கத்தா, மதராஸ் ஆகிய நகரங்களிலும் அவற்றின் அருகிலும் உருவானது,

பன்முகம் கொண்ட வணிகக் கலாசாரத்தை கிழக்கிந்திய கம்பெனி இந்தியாவில் உருவாக்கியதற்குச் சான்றாகும்.

ஆனால், இதன்மூலம் பதினெட்டாம் நூற்றாண்டு அளவுகோல்களின் படி, கிழக்கிந்திய கம்பெனி சிறந்த ஆட்சியைத் தந்தது என்று எண்ணி விடக்கூடாது. ஒரு ஆட்சியாளராக அது செய்ததைவிடப் பலமடங்கு அதிகமான செயல்களை அது செய்திருக்கலாம். தவிர, ஆடம் ஸ்மித், எட்மண்ட் பர்க் சொன்னதைப்போல், அரசின் அதிகாரிகள் வர்த்தகம் செய்ய அனுமதிக்கப்பட்டால் அவர்கள் நிர்வாகிக்கும் தகுதியை இழக்கின்றனர். இந்தக் கருத்தின் உண்மை 1770லேயே தெளிவானது. பிரிட்டனிலிருந்த பலருக்கு, கிழக்கிந்திய கம்பெனியின் ஆட்சி, இந்தியக் குடிகளுக்கு ஒரு கொடுங்கோலாட்சியாக இருந்தது. அதற்குக் காரணம் சுய விருப்புகளுக்கும் பொதுநலத்துக்கும் இடையிலான குழப்பம்தான்.

இன்றைய இந்தியர்கள், அவர்களின் சொந்த அரசியல் உலகம் தந்த அனுபவத்திலிருந்து, அதுபோன்ற குழப்பம் தனியார் நிறுவனங்களைப் பாதிக்காவிட்டாலும்கூடப் பெரிய அளவிலான ஊழலைக் கொண்டு வந்துவிடும் என்பதைத் தெரிந்து வைத்திருப்பார்கள்.

கால வரிசையிலான நிகழ்வுகள்

1600	கிழக்கிந்திய கம்பெனி அரச அங்கீகாரம் பெறுகிறது.
1600-03	முதல் கடல் பயணம் ஜேம்ஸ் லங்காஸ்டர் தலைமையில்
1604-06	இரண்டாம் கடல் பயணம்
1605	ஜஹாங்கீர் பதவி ஏற்பு
1607	டேவிட் மிடில்டன் மற்றும் பிறர் மேற்கொண்ட 3-ம் பயணம். முதலாம் ஜேம்ஸ் மன்னரிடமிருந்து கடிதம் பெற்றுக்கொண்டு வில்லியம் ஹாக்கின்ஸ் ஆக்ரா வந்தடைகிறார்.
1608	நான்காம் பயணம்
1608-10	சூரத், பழவேற்காடு, மசூலிப்பட்டினம் ஆகிய இடங்களில் தொழிற்சாலைகள் அமைக்கப்பட்டன.
1609	ஐந்தாம் பயணம்
1609	முதலாம் ஜேம்ஸ் மன்னர் அரசு அங்கீகாரத்தை நிரந்தரமாகப் புதுப்பித்தார்
1610	ஹென்றி மிடில்டன் தலைமையில் ஆறாம் பயணம்
1611-12	ஏழு, எட்டு, ஒன்பதாம் பயணங்கள்
1612	தனிப் பயணங்கள் முடிவுக்கு வந்தன. கூட்டுப் பயணங்கள் அடுத்த வருடம் ஆரம்பித்தது.
1614-15	சூரத்துக்கு அருகில் போர்ச்சுக்கீசியரின் படையை நிக்கோலஸ் டவுண்டன் தலைமையிலான முதல் கூட்டுப் பயணக் கப்பல் முறியடிக்கிறது.
1615-18	இந்தியாவுக்கான பயணம் தாமஸ் ரோ தலைமையில்
1619	முதல் ஆங்கிலேய டச்சு அமைதி உடன்படிக்கை
1622	ஹோர்மஸில் பிரிட்டிஷ் கம்பெனி படைகள் போர்ச்சுக்கீசியரைத் தோற்கடிக்கின்றன

1623 அம்போய்னா படுகொலை

1627 ஷாஜஹானின் பதவி ஏற்பு

1630 ஆங்கிலேய போர்ர்சுக்கீசிய அமைதி உடன்படிக்கை - மேட்ரிட்

1630 கிழக்கிந்திய கம்பெனியின் இந்தியப் பெருங்கடல் செயல் பாடுகளுக்குத் தலைமையகம் சூரத்தில் நிறுவப்படுகிறது.

1632 போர்ச்சுக்கீசிய குடியேற்றமான ஹூக்ளி ஷாஜஹானால் சூறையாடப்பட்டது

1633 பாலாசோரில் தொழிற்சாலை அமைக்க ரால்ஃப் கார்ட்ரைட் தலைமையிலான குழுவுக்கு அனுமதி

1639 சென்னையில் செயிண்ட் ஜார்ஜ் கோட்டையை ஃப்ரான்சிஸ் டே கட்டுகிறார்

1642 கிழக்குக் கடற்கரையின் பிரதான மையம் மசூலிப் பட்டினத்தில் இருந்து மெட்ராஸுக்கு மாற்றப்படுகிறது

1650 ஹூக்ளியில் முதல் கிழக்கிந்திய கம்பெனி குடியேற்றம்

1653 மெட்ராஸ் ஒரு பிரஸிடென்ஸி ஆகிறது.

1654 இரண்டாம் ஆங்கிலேய டச்சு அமைதி ஒப்பந்தம்

1657 ஆலிவர் க்ராம்வெல் மூலம் அரச அங்கீகாரம் புதுப்பிக்கப் படுகிறது. கூட்டு முதலீடு கொள்கைக்கு அங்கீகாரம்

1659 ஔரங்கசீப் பதவி ஏற்பு

1661 ஆங்கிலேயருக்கு பம்பாய் போர்ச்சுகீசியரிடமிருந்து கை மாறுகிறது.

1664 கிழக்கிந்திய கம்பெனி தேயிலை இறக்குமதியை ஆரம்பிக்கிறது.

1664 சிவாஜி சூரத்தைத் தாக்குகிறார்

1665 இங்கிலாந்துக்கும் ஹாலந்துக்கும் இடையில் போர்

1669 கிழக்கிந்திய கம்பெனியின் சொத்தாகிறது பம்பாய்

1674 பாண்டிச்சேரியை ஃப்ரான்சிஸ் மார்ட்டின் உருவாக்குகிறார்.

1678 ஹாலந்தும் இங்கிலாந்தும் அமைதி ஒப்பந்தத்தில் கையெழுத்திடுகின்றன

1685 மேற்குக் கரையின் பிரதான மையம் சூரத்தில் இருந்து பம்பாய்க்கு மாற்றம்

1686 அரச சாசனம் புதுப்பிப்பு

1687 தக்காணம் மீதான ஔரங்கசீப்பின் படையெடுப்பு ஆரம்பம். கோல்கொண்டா வீழ்கிறது. மசூலிப்பட்டன வர்த்தகம் பாதிக்கப்படுகிறது.

1687 வங்காளத்தின் பிரதான வர்த்தக மையம் ஹூக்ளியில் இருந்து கல்கத்தாவுக்கு மாறுகிறது.

1687 ஔரங்கசீபுக்கும் கிழக்கிந்திய கம்பெனிக்கும் இடையில் போர்

1688 க்ளோரியஸ் ரெவல்யூஷன்

1692 பழைய கிழக்கிந்திய கம்பெனியின் அரச அங்கீகாரத்தை ரத்து செய்யுமாறு காமன்ஸ் சபையினர் மன்னருக்கு விண்ணப்பம்

1693 அரச சாசனம் புதுப்பிக்கப்படுகிறது.

1698 புதிய கிழக்கிந்திய கம்பெனி உருவாக்கம்

1700 இந்திய பட்டுக்கு பிரிட்டிஷ் பாராளுமன்றம் தடை விதிக்கிறது.

1707 ஔரங்கசீப் மரணம்

1707 கிழக்கிந்திய கம்பெனி பிரிட்டிஷ் அரசுக்குக் கடன் வழங்குகிறது.

1708 யுனைட்டட் கம்பெனி ஆஃப் மெர்ச்சண்ட்ஸ் டிரேடிங் டு தி ஈஸ்ட் இண்டீஸ் கம்பெனி ஆரம்பம்

1715 கேண்டனில் தொழிற்சாலை

1716 நிர்ணயிக்கப்பட்ட கட்டணத்தில் வர்த்தகம் செய்ய முகலாய அரசர் ஃபரூகிசியரிடமிருந்து கிழக்கிந்திய கம்பெனிக்கு லைசன்ஸ் கிடைக்கிறது.

1726 - 28 பம்பாய், மதராஸ், கல்கத்தாவில் மேயரின் சபைகள் ஆரம்பம்

1740-48 ஆஸ்திரிய வாரிசுரிமைப் போர்

1746-48 முதல் கர்நாடகப் போர். இதில் கிழக்கிந்திய கம்பெனி மதராஸை இழக்கிறது. செயிண்ட் டேவிட் கோட்டைக்கு இடம் மாறுகிறது.

1741 பாண்டிச்சேரியின் கவர்னராக துப்ளெக்ஸ் நியமனம்

1744 ராபர்ட் கிளைவ் சென்னைக்கு வருகை

1748 ஆஸ்திரிய வாரிசுரிமைப் போர் முடிவுக்கு வருகிறது. மதராஸ்

பிரிட்டிஷாருக்குத் திருப்பித் தரப்படுகிறது.

1749-54 இரண்டாம் கர்நாடகப் போர்

1756-63 மூன்றாம் கர்நாடகப் போர். ஐரோப்பாவில் ஏழாண்டு போர்

1756 வங்காளத்தில் சிராஜ் உத் தௌலா பதவியேற்பு

1756 செயிண்ட் டேவிட் கோட்டையின் கவர்னராகிறார் ராபர்ட் கிளைவ்

1757 பிளாசிப் போர் (13 ஜூன்)

1764 பக்ஸார் போர்

1766 வங்காளம், பிஹார், ஒரிஸாவின் திவான் உரிமையை கிழக்கிந்திய கம்பெனி பெறுகிறது.

1765 - 69 வங்காளத்தின் கவர்னராகிறார் கிளைவ்

1766 - 69 முதல் ஆங்கிலேய மைசூர் போர். மராட்டியர்கள், ஹைதராபாதினர் இணைந்து போரிட்டுத் தோற்றனர்.

1770 வங்காளப் பஞ்சம்

1772-73 லார்ட் நார்த் கொண்டுவந்த ஒழுங்குமுறை சட்டம். கவர்னர் ஜெனரலின் அலுவலகம், கவுன்சில், உச்ச நீதிமன்றம் ஆரம்பிக்கப்பட்டன

1773 தேயிலை சட்டம், பிரிட்டிஷ் சாம்ராஜ்ஜியத்தில் கிழக்கிந்திய கம்பெனியின் ஏகபோக உரிமையை நிலை நிறுத்தும் நோக்கில் கொண்டுவரப்பட்டது. போஸ்டன் தேயிலை பார்ட்டி போராட்டத்துக்கு வழி வகுத்தது.

1774 - 84 முதல் கவர்னர் ஜெனரலாக ஹேஸ்டிங்ஸ் பிரபு

1775 - 82 முதல் ஆங்கிலேய மராட்டியப் போர். ரகுநாத ராவ் (பிரிட்டிஷார் அவருக்கு உதவினர்) மற்றும் அவருடைய எதிரிகளுக்கிடையே பேஷ்வா அரசுரிமைக்காக நடந்தது.

1776 வெல்த் ஆஃப் நேஷன்ஸ் புத்தகம் வெளியிடப்பட்டது

1780-84 இரண்டாம் ஆங்கிலேய மைசூர் போர். அமெரிக்கப் புரட்சி நடந்த நேரத்தில் நடந்த ஆங்கிலேய ஃப்ரெஞ்சு பகையின் நீட்சி. வெர்சைல்ஸ் அமைதி உடன்படிக்கை கையெழுத்தானது. இரு யாருக்கும் வெற்றி தோல்வி இல்லை.

1781 இந்திய நிர்வாகம் குறித்து பிரிட்டிஷ் பாராளுமன்றத்துக்கு அறிக்கை தாக்கல் செய்ய ஒரு குழு நியமிக்கப்பட்டது

1786 இந்தியாவில் கிழக்கிந்திய கம்பெனியின் கீழ் வரும்

அனைத்துப் பகுதிகளிலும் குடிமை, ராணுவ, வருவாய் விவகாரங்களை ஒழுங்குபடுத்தும் பாராளுமன்ற ஒப்புதலை வில்லியம் பிட்டின் கிழக்கிந்திய கம்பெனி சட்டம் பெற்றுத் தருகிறது

1793 அரச அங்கீகாரம் புதுப்பிக்கப்படுகிறது

1789-92 மூன்றாம் ஆங்கிலேய மைசூர் போர். திருவிதாங்கூர் சார்பில் திப்பு சுல்தானுக்கு எதிராக நடந்தது. திப்பு சுல்தான் தோற்கிறார். அவருடைய பெரும் சாம்ராஜ்ஜியம் பிரிட்டிஷார் கைக்கு வருகிறது.

1799 நான்காம் ஆங்கிலேய மைசூர் போரில் திப்பு சுல்தான் உயிர் துறக்கிறார்.

1803-05 இரண்டாம் ஆங்கிலேய மராத்தா போர் ரகுநாதராவின் மகன் இரண்டாம் பைஜாரோ சார்பாக சிந்தியா, போன்ஸ்லா, ஹோல்கர் படைகளுக்கு எதிராக நடந்தது.

1805 இந்தியாவுக்கு வரும் பிரிட்டிஷாருக்குப் பயிற்சி தர ஹெய்லேபரி கல்லூரி தொடங்கப்பட்டது.

1813 கிழக்கிந்திய கம்பெனியின் ஏகபோக உரிமைகளை முடிவுக்குக் கொண்டுவந்த சட்டம் இயற்றப்பட்டது.

1817-19 மூன்றாம் ஆங்கிலேய மராட்டியர் போர். மராட்டியப் படைகள் ஒன்று சேர்ந்து போரிட்டன.

1833 கிழக்கிந்திய கம்பெனியின் வர்த்தக அதிகாரங்கள் ஒழிக்கப் பட்டன.

1833 இண்டிகோ வர்த்தகத்தில் ஏற்பட்ட வீழ்ச்சியைத் தொடர்ந்து ஏற்பட்ட வங்கிகளுக்கான நெருக்கடி

1846 கல்கத்தாவில் இரண்டாம் வங்கி நெருக்கடி

1857 இந்திய சிப்பாய் புரட்சி

1858 கவர்மெண்ட் ஆஃப் இந்தியா சட்டம், 1858; இந்தியாவில் பிரிட்டிஷ் அரசியின் நேரடி ஆட்சி தொடங்குகிறது.

1874 கிழக்கிந்திய கம்பெனி கலைக்கப்பட்டது.

ஆதாரங்கள்

1650–1950

Anon., *Reflections on the Present State of Our East India Affairs*. London, 1764.

Anon., *British Relations with the Chinese Empire in 1832*. London, 1832.

Begbie, J. *History of the Services of the Madras Artillery with a Sketch of the Rise of the Power of the East India Company in Southern India*, vols. 1–2. Madras, 1852.

Bolts, William. *Considerations on India Affairs; Particularly Respecting the Present State of Bengal and Its Dependencies*. London, 1772.

Bond, E.A., ed. *Speeches of the Managers and Counsel in the Trial of Warren Hastings*, vols. 1–3. London, 1859.

Bowrey, Thomas. *A Geographical Account of Countries Round the Bay of Bengal, 1669 to 1679*. London, 1904.

Braid, William David. *Statement of the East India Company's Conduct towards the Carnatic Stipendiaries*. London, 1853.

Bruce, John. *Annals of the Honorable East India Company from Their Establishment by the Charter of Queen Elizabeth, 1600, to the Union of the London and English East-India Companies, 1707–08*, vols. 1–2. London, 1810.

Carey, W.H. *The Good Old Days of the John Company*. Calcutta, 1882.

Cambridge, Richard Owen. *An Account of the War in India between the English and French on the Coast of Coromandel from the Year 1750 to the Year 1760*. London, 1761.

Dalton, Cornelius. *The Life of Thomas Pitt*. Cambridge, 1915.

Dodwell, H., ed. *The Diary of Ananda Ranga Pillai*, vols. 1–8. Madras, 1922.

F.R. *A Short History of the East India Company*. London, 1793.

Foster, William, ed. *The Journal of John Jourdain, 1608–1617, Describing His Experiences in Arabia, India, and the Malay Archipelago*. Cambridge, 1905.

Fryer, John. *A New Account of East-India and Persia, in Eight Letters*. London, 1698.

Hallward, N.L. *William Bolts: A Dutch Adventurer under John Company*. Cambridge, 1920.

Hill, S.C. *Three Frenchmen in Bengal*. London, 1903.

Hyde, H.B. 'Notes on the Mausoleum of Job Charnock and the Bones Recently Discovered within It', *Proceedings of the Asiatic Society of Bengal*. 1893.

Kaye, John William. *The Administration of the East India Company; a History of Indian Progress*, second edition. London, 1853.

Lockyer, Charles. *An Account of the Trade in India*. London, 1711.

Macaulay, Thomas Babington. *The History of England from the Accession of James the Second*, vols. 1–10. London.

Macpherson, James. *The History and Management of the East-India Company from Its Origin in 1600 to the Present Times*, vols. 1–2. London, 1782.

Malleson, G.B. *History of the French in India*. London, 1893.

Markham, Clements. *The Voyages of Sir James Lancaster, Kt., to the East Indies*. London, 1877.

Masulipatnam Consultation Book of 1682–83. Madras, 1916.

Mill, John Stuart. *Memorandum of the Improvements in the Administration of India During the last Thirty Years and the Petition of the East-India Company to Parliament*. London, 1858.

Mittra, Bipin Bihari. *Maharaja Nabakrishna Deb Bahadur* (in Bengali). Calcutta, 1879.

Morse, H.B. *The Chronicles of the East India Company Trading to China, 1635–1834*, vols. 1–4. Oxford, 1926.

Mukhopadhyay, H. *Kalikata: Sekaler o Ekaler* (in Bengali). Calcutta, 1915.

Neill, J.G.S. *Historical Record of the Honorable East India Company's First Madras European Regiment*. London, 1843.

Owen, Sidney. *The Seige of Madras*. Woolwich, 1867.

_________. *Dupleix and the Empire of India*. New York, 1887.

Orme, Robert. *Historical Fragments of the Mogul Empire, of the Morattoes, and of the English Concerns in Indostan from the year MDCLIX*. London, 1805.

Pennant, Thomas. *The View of Hindoostan*, vols. 1–2. London, 1798.

Robinson, F.P. *The Trade of the East India Company from 1709 to 1813*. Cambridge, 1912.

Rundall, Thomas. *Narratives of Voyages towards the North-West in Search of a Passage to Cathay and India, 1496 to 1631*. London, 1849.

Ryley, J. Horton. *Ralph Fitch*. London, 1899.

Scott, William. *The Constitution and Finance of English, Scottish and Irish Joint-Stock Companies to 1720*, vol. 2. Cambridge, 1910.

Smith, Adam. *An Inquiry into the Nature and Causes of the Wealth of Nations.* New York, 1994.

Stanhope, Philip. *Genuine Memoirs of Asiaticus*. London, 1784.

Stavorinus, John Splinter. *Voyage to the East Indies*. London, 1798.

Symson, William. *A New Voyage to the East Indies*. London, 1715.

Temple, Richard, ed. *The Diaries of Streynsham Master 1675–1680*, vols. 1–2. London, 1911.

Verelst, Harry. *A View of the Rise, Progress, and Present State of the English Government in Bengal*. London, 1772.

Wheeler, J. Talboys. *Early Records of British India*. Calcutta, 1879.

Willson, Beckles. *Ledger and Sword: Or the Honourable Company of Merchants of England Trading to the East Indies (1599–1874)*, vols 1–2. London, 1903.

Wilson, C.R. *Early Annals of the English in Bengal*, vols. 1–2. London, 1895.

Wright, Arnold. *Early English Adventurers in the East*. New York, 1917.

____________. *Annesley of Surat and His Times, the True Story of the Mythical Wesley Fortune*. London, 1918.

1950–2011

Adams, Julia. *'Trading States, Trading Places: The Role of Patrimonialism in Early Modern Dutch Development'.*

Comparative Studies in Society and History. 1994.

Bayly, C.A. *Rulers, Townsmen and Bazaars: North Indian Society in the Age of British Expansion 1770–1870*. Cambridge. 1983.

Blitz, Rudolph C. *'Mercantilist Policies and the Pattern of World Trade, 1500–1750'*. Journal of Economic History (JEH). 1967.

Bohun, James. *'Protecting Prerogative: William III and the East India Trade Debate, 1689–1698'*. Past Imperfect. 1993.

Bowen, H.V. *'Investment and Empire in the Later Eighteenth Century: East India Stockholding, 1756–1791'*. Economic History Review (EHR). 1989.

________. *'The Little Parliament: The General Court of the East India Company, 1750–1784'*. The Historical Journal. 1991.

________. *'Sinews of Trade and Empire: The Supply of Commodity Exports to the East India Company during the Late Eighteenth Century'*. EHR. 2002.

________. *'Bullion for Trade, War, and Debt-Relief: British Movements of Silver to, around, and from Asia, 1760–1833', Modern Asian Studies (MAS)*. 2010.

________. *The Business of Empire: The East India Company and Imperial Britain, 1756–1833*. Cambridge, 2006.

Bowyer, T.H. *'India and the Personal Finances of Philip Francis'*. EHR. 1995.

Brenner, Robert. *'The Social Basis of English Commercial Expansion, 1550-1650'*. JEH. 1972.

Brennig, Joseph J. *'Chief Merchants and the European Enclaves of Seventeenth Century Coromandel'*. MAS. 1977.

Cain, P.J., and Hopkins, A.G. *'Gentlemanly Capitalism and British Expansion Overseas: The Old Colonial System, 1688–1850'*. HER. 1986.

Carlos, Ann M., and Nicholas, Stephen. *'Giants of an Earlier Capitalism: The Chartered Trading Companies as Modern Multinationals'*. Business History Review. 1988.

_______. *'Theory and History: Seventeenth-Century Joint-Stock Chartered Trading Companies'*. JEH. 1996.

Chaudhuri, K.N. *'The East India Company and the Export of Treasure in the Early Seventeenth Century'*. EHR. 1963.

_______. *'India's Foreign Trade and the Cessation of the East India Company's Trading Activities, 1828–40'*. EHR. 1966.

_______. *'Treasure and Trade Balances: The East India Company's Export Trade, 1660–1720'*. EHR. 1968.

_______. *The Trading World of Asia and the English East India Company, 1660–1760*. Cambridge. 1978.

Chaudhury, Sushil. *From Prosperity to Decline: Eighteenth-Century Bengal*. Delhi, 1995.

Dasgupta, Ashin. *The World of the Indian Ocean Merchant, 1500–1800*. Delhi, 2001.

Datta, Kalikinkar. *Shah Alam II and the East India Company*. Calcutta, 1965.

Datta, K.K. *'India's Trade with Europe and America in the Eighteenth Century'*, *Journal of the Economic and Social History of the Orient* (JESHO). 1959.

Davis, Ralph. *'English Foreign Trade, 1660–1700'*. EHR. 1954.

Desai, Ashok. *'The Origins of Parsi Enterprise'*, Indian Economic and Social History Review. 1968.

Ekelund, Jr, Robert B., and Tollison, Robert D. *'Mercantilist Origins of the Corporation'*, Bell Journal of Economics, 11(2). 1980.

Ferrier, R.W. *'The Armenians and the East India Company in Persia in the Seventeenth and Early Eighteenth Centuries'*. HER. 1973.

Flynn, Dennis, and Girladez, Arturo, *'Cycles of Silver: Global Economic Unity through the Mid-Eighteenth Century'*. Journal of World History. 2002.

Foster, William, *'Charles I and the East India Company'*, EHR. 1904.

Freedman, Paul. *Out of the East: Spices and the Medieval Imagination*. New Haven. 2008.

Furber, Holden. *John Company at Work: A Study of European Expansion in India in the Late Eighteenth Century*. Cambridge. 1951.

Ghosh, Durba. *Sex and the Family in Colonial India. Cambridge.* 2006.

Gupta, Bishnupriya. *'Competition and Control in the Market for Textiles: Indian Weavers and the English East India Company in the Eighteenth Century'.* In Giorgio Riello and Tirthankar Roy, eds. How India Clothed the World: The World of South Asian Textiles, 1500–1850. Leiden, 2009.

Gupta, Brijen K. *Sirajuddaullah and the East India Company, 1756–1757.* Leiden, 1962.

Harris, Abram L. *'John Stuart Mill: Servant of the East India Company'.* Canadian Journal of Economics and Political Science. 1964.

Hasan, Farhat. *'Indigenous Cooperation and the Birth of a Colonial City: Calcutta,* c. *1698–1750',* MAS, 1992.

Hejeebu, Santhi. *'Contract Enforcement in the English East India Company'.* JEH. 2005.

Horwitz, Henry. *'The East India Trade, the Politicians, and the Constitution: 1689–1702'.* Journal of British Studies. 1978.

Hossain, Hameeda. *The Company Weavers of Bengal: The East India Company and the Organisation of Textile Production in Bengal 1750-1813.* Delhi. 1989.

Joslin, D.M. *'London Private Bankers, 1720–1785'.* EHR. 1954.

Karim, A. *'Murshid Kuli Khan's Relations with the English East India Company from 1700–1707'.* JESHO. 1961.

Khan, Shafaat Ahmed. *Anglo Portuguese Negotiations Relating to Bombay 1660–1677.* Allahabad. 1922.

Kranton R., and Swamy, A. *'Contracts, Hold-up, and Exports: Textiles and Opium in Colonial India'.* American Economic Review. 2008.

Lewis, Archibald. *'Maritime Skills in the Indian Ocean 1368–1500'.* JESHO. 1973.

Mallick, Binoy S. *'English Trade and Indigenous Finance in Bengal and Gujarat in the Seventeenth Century: A Study of Dadni System and the Rate of Interest'.* Studies in History. 1986.

Marshall, P.J. *'British Society in India under the East India Company'.* MAS. 1997.

_______. *The Making and Unmaking of Empires: Britain, India, and America, c. 1750–1783.* Oxford. 2005.

Mukherjee, Mithi. *'Justice, War, and the Imperium: India and Britain in Edmund Burke's Prosecutorial Speeches in the Impeachment Trial of Warren Hastings'.* Law and History Review. 2005.

Mukund, Kanakalatha. *The View from Below: Indigenous Society, Temples and the Early Colonial State in Tamil Nadu. 1700–1835.* Hyderabad. 2005.

Neal, Larry. *'Integration of International Capital Markets: Quantitative Evidence from the Eighteenth to Twentieth Centuries'.* JEH. 1985.

Nightingale, Pamela. *Trade and Empire in Western India, 1784–1806.* Cambridge. 1970.

The Oxford Dictionary of National Biography, various entries.

Parthasarathi, Prasannan. *The Transition to a Colonial Economy, Weavers, Merchants and Kings in South India, 1720–1800.* Cambridge. 2001.

Philips, C.H. *'The Secret Committee of the East India Company, 1784–1858'.* Bulletin of the School of Oriental and African Studies. 1940.

_______. *'The East India Company "Interest" and the English Government, 1783–84'.* Transactions of the Royal Historical Society. 1937.

Platt, Virginia. *'The East India Company and the Madagascar Slave Trade'.* The William and Mary Quarterly. 1969.

Plummer, Alfred. *The London Weavers' Company 1600–1970.* London. 1972.

Prakash, Om. *European Commercial Enterprise in Pre-Colonial India.* Cambridge. 1998.

_______. *'The Indian Maritime Merchant, 1500–1800'.* JESHO. 2004.

Quennell, Peter, ed. *The Memoirs of William Hickey.* London. 1960.

Roy, Tirthankar. *Company of Kinsmen: Enterprise and Community in South Asian History.* Delhi. 2010.

_______. *The Economic History of India 1757–2010.* Delhi. 2011.

Schmitthoff, M. *'The Origin of the Joint-Stock Company'. The University of Toronto Law Journal, 3(1).* 1939.

Sen, Sudipta. *Empire of Free Trade: The East India Company and the Making of the Colonial Marketplace.* Philadelphia. 1998.

Serajuddin, A.M. *'The Salt Monopoly of the East India Company's Government in Bengal'.* JESHO. 1978.

Siddiqi, Asiya. *'Money and Prices in the Earlier Stages of Empire: India and Britain 1760–1840'.* Indian Economic Social History Review. 1981.

Sinha, J.C. *'Economic Theorists among the Servants of John Company (1766–1806)'.* Economic Journal. 1925.

Spear, Percival. *The Nabobs.* Richmond. 1980.

Srinivasachari, C.S. *History of the City of Madras Written for the Tercentenary Celebration Committee, 1939.* Madras. 1939.

Steensgaard, Niels. *The Asian Trade Revolution of the Seventeenth Century.* Chicago. 1974.

Stern, Philip J. *The Company-State: Corporate Sovereignty and the Early Modern Foundations of the British Empire in India.* New York. 2011.

Subrahmanyam, Sanjay. *'Rural Industry and Commercial Agriculture in Late Seventeenth Century South-Eastern India'.* Past and Present. 1990.

_______. *'Of Imarat and Tijarat: Asian Merchants and State Power in the Western Indian Ocean, 1400 to 1750'.*

Comparative Studies in Society and History. 1995.

Subramanian, Lakshmi. *Indigenous Capital and Imperial Expansion: Bombay, Surat and the West Coast*. Delhi. 1996.

Sutherland, L.S. *'The East India Company in Eighteenth-Century Politics'*. EHR. 1947.

_______. *'The East India Company and the Peace of Paris'*. HER. 1947.

Swai, Bonaventure. *'East India Company and Moplah Merchants of Tellicherry: 1694-1800'*. Social Scientist. 1979.

Swarnalatha, P. *'Revolt, Testimony, Petition: Artisanal Protests in Colonial Andhra'*, International Review of Social History. 2001.

Torri, Michelguglielmo. *'Mughal Nobles, Indian Merchants and the Beginning of British Conquest in Western India: The Case of Surat 1756–1759'*. MAS. 1998.

Waddell, David. *'Charles Davenant and the East India Company'*. Economica. 1956.

Ward, J.R. *'The Industrial Revolution and British Imperialism, 1750–1850'*. EHR. 1994.

Washbrook, David. *'South India 1770–1840: The Colonial Transition'*. MAS. 2004.

Webster, Anthony. *'The Political Economy of Trade Liberalization: The East India Company Charter Act of 1813'*. EHR. 1990.

_______. *The Twilight of the East India Company: The Evolution of Anglo-Asian Commerce and Politics, 1790–1860*. Woodbridge. 2009.

www.ingramcontent.com/pod-product-compliance
Lightning Source LLC
LaVergne TN
LVHW100812051026
849519LV00006B/2049
* 9 7 8 9 3 8 4 1 4 9 4 9 9 *